యండమూరి వీరేంద్రనాథ్

థ్రిల్లర్

D9900017

నవసాహితి బుక్ హౌస్

ఏలూరు రోడ్ ● విజయవాడ-520 002.

THRILLAR

By :
YANDAMOORI VEERENDRANATH
36, U.B.I. Colony,
Road No. 3, Banjara Hills,
HYDERABAD - 500 034.
Ph : 924 650 2662
yandamoori@hotmail.com
yandamoori.com

SARASWATHI VIDYA PEETAM
Kakinada - Samalkot Road,
MADHAVAPATNAM,
E.G. Dist. (A.P.)

21ˢᵗ Edition :
September, 2023

Publishers :
NAVASAHITHI BOOK HOUSE
Eluru Road, Near Ramamandiram,
Vijayawada - 520 002.
Ph : 0866 - 2432 885
navasahithiravi@gmail.com

Printers :
Nagendra Enterprises
Vijayawada-3
Ph : 94901 96963

Price :
₹ 100/-

ముందుగా ఒక్కమాట !

ఒకమ్మాయి ఒక లెక్కల మాష్టారి దగ్గరికి ట్యూషన్‌కి వస్తుంది. మాష్టారు ఆమెకి పాఠం చెబుతూ ఏదో అడిగితే ఆమె సరిగ్గా జవాబు చెప్పలేకపోతుంది. మాష్టారు ఆమెని తిడతాడు. ఆమె తను సరిగ్గా జవాబు చెప్పలేకపోవటాన్ని సమర్థించుకుంటూ ఏదో అంటుంది. దాంతో మాష్టారికి మరింత కోపం పెరిగి ఆమెని మెడ పిసికి హత్య చేస్తాడు. ఆ తరువాత మాష్టారు మానసికమైన ఇబ్బందితో సతమతమవుతాడు. అంతలో అదే అమ్మాయి తిరిగి పుస్తకాలు పట్టుకుని మళ్ళీ ట్యూషన్‌కి రావటం. అతడు తిరిగి పాఠం చెప్పడం ప్రారంభించడంతో నాటకం పూర్తవుతుంది. ఇది "లెసన్" అన్న నాటకం.

ఒక ప్రియుడు, ప్రియురాలు కలిసి ప్రియురాలి భర్తను హత్యచేసి పక్కగదిలో శవాన్ని దాస్తారు. ఆ శవం తాలూకు కాలు గదిలోంచి, వీళ్ళున్న డ్రాయింగ్ రూమ్‌లోకి చొచ్చుకు వస్తుంది. దాన్ని తిరిగి లోపలికి తోసెయ్యటానికి ఈ ఇద్దరూ చేసే ప్రయత్నం విఫలమవుతుంది. ఆ కాలు రోజురోజుకీ పెద్దదవుతూ వుంటుంది. ఆ శవాన్ని ఎలా మాయం చెయ్యాలో వారికి అంతుబట్టదు. ఆ కాలు స్టేజీ అంతా ఆక్రమించుకొని వీరిని రంగస్థలం బయటికి తోసేస్తుంది. అయినెస్కో వ్రాసిన నాటకం తాలూకు కథ ఇది.

ఇద్దరు వ్యక్తులు "గోడో" అనే వ్యక్తికోసం బస్‌స్టాప్‌లో నిలబడి ఎదురుచూస్తూ వుంటారు. ఆ "గోడో" అనే వ్యక్తి ఎవరో, ఎలా వుంటాడో వీరిద్దరకీ తెలీదు. అయినా అతడి కోసం ఎదురుచూస్తూ వుంటారు. తాము అతడికోసం ఎందుకు ఎదురు చూస్తున్నారో వాళ్ళకే తెలీదు. అయినా చూస్తూ వుంటారు.... చూస్తూ .... నే.... వుంటారు. నోబెల్ బహుమతికి అర్హమైన "వెయింటింగ్ ఫర్ గోడో" అన్న నాటకం ఇది.

ఇవన్నీ అబ్సర్డ్ నాటకాలు. తరచిచూస్తే అంతర్లీనమైన అస్పష్టభావాలు ఎన్నో ఎన్నెన్నో ఈ కథల్లో కనిపిస్తాయి. రచయిత సూటిగా చెప్పకుండా అన్యాపదేశంగా పాఠకుల్ని ఈ రచనల ద్వారా స్పృశిస్తాడు. చిన్న విషయాన్ని భూతద్దంలో నమ్మశక్యం కాని విషయంగా చూపడం ఈ అబ్సర్డ్ థియరీ లక్షణాలు. కానీ ఈ చిన్న విషయాన్ని ఉన్నదున్నట్టు చెప్తే అవి గుండెలోతుల్లోకి ఇంకవు. ఉదాహరణకు మీరు మీ పదేళ్ళ బాబుని వంటింట్లోంచి కప్పు కాఫీ తెమ్మన్నారనుకోండి. అది తెస్తూ వాడు - కప్పు సరిగా పట్టుకోలేక అప్పుడే కొన్న కొత్త తివాచీ మీద ఒలకబోశాడనుకోండి. "సరిగ్గా పట్టుకోలేవా వెధవా" అని తిడతారు. వాడి కండరాల్లో బలమెంత అని ఆలోచించరు. అలాగే, ఏడేళ్ళెంత అని మీరడిగినప్పుడు వాడు గానీ పొరపాటున నలభై రెండు అని జవాబు ఇస్తే వెంటనే వాడి చెంప ఛెళ్ళుమంటుంది. ఆ రోజు కరెంట్ బిల్లు కట్టటానికి ఆఖరిరోజు జ్ఞాపకం వుంచుకోవాలి అని మరీ మరీ అనుకుంటూనే మర్చిపోయిన సంగతి మీరాక్షణం ఆలోచించరు. అలా దండించటం మీ వాళ్ళని .... మీకన్నా చిన్నవాళ్ళని సంస్కరించటం అని మీరు భావిస్తున్నారు. దానికన్నా ముందు మిమ్మల్ని మీరు సంస్కరించుకోవాలి అనుకోరు.

ఈ విషయాన్ని రచయిత మామూలుగా చెప్తే పాఠకులు వినరు. చాలా చిన్న విషయం. అందరికీ తెలిసిందేగా అని కొట్టి పడేస్తారు. అలా కాకుండా 7 × 7 = 42 అన్న కొడుకుని రంగస్థలంమీదే ఒక తండ్రి చంపేసినట్టు దర్శకుడు చూపించాడనుకోండి. దాని ప్రభావం ప్రేక్షక హృదయాలమీద చాలా తీవ్రంగా వుంటుంది. ప్రతీ తండ్రి చేయి చాచేముందే అతడి సబ్‌కాన్షస్‌ని హెచ్చరిస్తుంది ఆ రచన. "అబ్సర్డ్" ప్రక్రియ ఉద్దేశ్యం అదే.

ముందు పేజీలో చెప్పిన నాటికలో ఇద్దరు కల్సి ఒక తప్పు చేశారు. శవాన్ని దాచేశారు. ఆ శవం ఏదో కాదు. వాళ్ళ మనసులో వుండే తప్పే. దాన్ని నొక్కెయ్యటానికి ప్రయత్నించేకొద్దీ అది పెరుగుతుంది. దాన్ని శవం కాలుతో పోల్చాడు రచయిత. అది పెరుగుతూనే వుంటుంది. చివరికి తప్పు చేసినవాళ్ళని రంగస్థలం మీదనుంచీ క్రిందకు తోసేస్తుంది. ఇదే రచయిత చెప్పదల్చుకున్నది.

ఈ "అబ్సర్డ్" రచనల ప్రభావం మనమీద చాలా వుంటుంది. ఇది చదివినా, చూసినా మనసంతా షాటరింగ్‌గా అయిపోతుంది. విప్లవ గేయాలు, సామాజిక స్పృహతో వేసే రచనలకన్నా ఈ విధమైన రచనలు మనిషి ప్రవర్తనమీద ఎక్కువ ప్రభావాన్ని చూపుతాయని చాలామంది విశ్వాసం. అయితే ఈ రకం రచనలు సామాజిక చైతన్యంవైపు కాక, మానసికమైన ఇన్‌హిబిషన్స్ పోగొట్టటానికీ, మనిషి ప్రవర్తనలో వుండే లొసుగులు సరిదిద్దటానికి, మనలో వుండే గుణాల్ని హాస్యాస్పదంగా, భయానకంగా, తలవంచుకునేలా, సిగ్గుపడేలా ఎత్తి చూపటానికే పనికివస్తాయి. లెసన్ నాటకం చూసేక, గత పది సంవత్సరాల్నుంచీ నాకు సహేతుక రహితమైన కోపం ఎప్పుడూ రాలేదు అన్నాడొక మిత్రుడు.

ఒక గ్రామంలో ఒకడికి వున్నట్టుండి రెండు కొమ్ములు మొలుస్తాయి. కుడితి తాగాలని కోర్కె కలుగుతుంది. గ్రామస్తులు వాణ్ణి ఊరిబయటకు తరిమేస్తారు. కొంతకాలానికి ఊళ్ళో అందరికీ కొమ్ములు మొలవటం ప్రారంభిస్తాయి ఒక్కడికి తప్ప. అందరూ కల్సి వాణ్ణి కుమ్మి కుమ్మి చంపేస్తారు (యి). మనిషి యొక్క దున్నపోతు మనస్తత్వాన్ని ఇంతకన్నా బాగా ఎవరు చెప్పగలరు ?

దురదృష్టవశాత్తూ తెలుగులో అబ్సర్డ్ రచనలు ఎక్కువ రాలేదు. బహుశా పాఠకులు దీన్ని ఆదరించరేమో అన్న భయం వుండటం వలనేమో ఈ ప్రయత్నం ఎవరూ చేయలేదు. మనుషుల్లో పెరుగుతూన్న ప్రేమరాహిత్యం గురించి అబ్సర్డ్ విధానంలో చెప్పాలన్న ప్రేరణే ఈ రచనకి ఆధారం. ఈ థ్రిల్లర్ నవల దేనికి కాపీ కానీ, అనుకరణ కానీ కాదు.

తెలుగులో మొట్టమొదటి ఈ అబ్సర్డ్ నవలకి మీ అభిప్రాయాలు వ్రాస్తారు కదూ!

థ్రిల్లర్

Man has an edge over other animals, and conquered the earth with his only Power! That power is called ... 'Reasoning'

— యండమూరి వీరేంద్రనాథ్

"నిజం సుమా" అనుకుంది విద్యాధరి ఆ రెండు వాక్యాలూ చదివి. మొదటి పేజీలో ఆ రెండు వాక్యాలే వున్నాయి. అదికూడా ప్రింటు కాదు. రచయిత చేత్తో వ్రాసిన దానికి ఫోటోకాపీలా వున్నాయి ఆ అక్షరాలు.

ఆమె పేజీ తిప్పబోతూ వుంటే స్నేహితురాలు వచ్చింది. విద్యాధరి చేతిలో పుస్తకం చూసి "ఏమిటది?" అని అడిగింది.

"థ్రిల్లర్ -అని కొత్త నవల. ఈ రోజే మార్కెట్‌లోకి వచ్చింది. ఇప్పుడే కొన్నాను హడావుడిగా ఆఫీసుకొస్తూ" అని పుస్తకం ఆమెకి అందించి, "ఆ మొదటి వాక్యాలు చూడు గమ్మత్తుగా వున్నాయి" అంది.

స్నేహితురాలు దాన్ని చదివి నొసలు విరుస్తూ, "నాకేం అర్థంకావటం లేదు బాబూ" అంది.

"మిగతా జంతువులతో పోలిస్తే మనిషికున్న తార్కిక జ్ఞానమే అతడిని ఈ భూమ్మీద జీవకోటికి 'రాజు'ని చేసింది. ఒక రాతిని సూదిగా చెక్కితే జంతువుల్ని సులభంగా చంపవచ్చు కదా అనుకొన్నాడు. ఆయుధం తయారైంది.... అడవులు

ఎందుకు తగలబడుతున్నాయా అని ఆలోచించి, నిప్పు తయారుచేయటం కనుక్కున్నాడు. ప్రతిదానికీ రీజనింగ్ ఆలోచించటం వల్లనే మనిషి అభివృద్ధి సాధ్యపడింది అని రచయిత చెప్తున్నాడు."

"నువ్వు చెప్పింది నా కొక్కముక్కా అర్థంకాలేదు కానీ ఒకటి మాత్రం గమనించావా?"

"ఏమిటి?"

"ఏ ఇంగ్లీషు రచయిత కొటేషనో వ్రాయకుండా ఇతనే స్వంతముగా వ్రాసుకున్నాడు పెద్ద గొప్పగా..."

ఆమె ఆ మాటలకి నవ్వి, పేజీ తిప్పింది. ఆమె మొహంలో నవ్వు మాయమైంది. గబగబా పేజీలు తిప్పటం ప్రారంభించింది. తొందర తొందరగా పుస్తకం అటూ ఇటూ తిరగేసింది. విద్యాధరి మొహంలో కనబడుతున్న విస్మయాన్ని చూసి స్నేహితురాలు కూడా ఆ పుస్తకంలోకి చూసింది. ఆమెక్కూడా ఆశ్చర్యమేసింది.

లోపల పేజీలన్నీ ఖాళీగా వున్నాయి. తెల్లగా.... ఒక్క వాక్యం కూడా ప్రింటవకుండా.

ఇద్దరూ ఒకర్నొకరు చూసుకున్నారు. కారణం తెలీదు, కానీ సన్నటి చలి వెన్ను చివర మొదలై వళ్ళంతా పాకి అరక్షణంపాటు వణికించింది.

"మోసం... దారుణం" అరిచింది స్నేహితురాలు. "అట్టమీద బొమ్మ నీట్‌గావేసి, లోపల తెల్లకాగితాలు పెట్టి అమ్ముతారా? ఎక్కడ కొన్నావో పద అడుగుదాం".

ఆమె క్కూడా అది ఆశ్చర్యంగా వుంది. ఇద్దరూ ఆ పుస్తకం కొన్న షాపుకి వెళ్ళారు. అది పబ్లిషరు స్వంతషాపు.

"గంటక్రితం ఈ పుస్తకం మీ దగ్గిర కొన్నాం" అందామె నవలని అతడికి చూపిస్తూ "... ఇందులో కాగితాలన్నీ ఖాళీవి".

అతడా పుస్తకాన్ని చేతుల్లోకి తీసుకొని, "మైగాడ్! ఈ పుస్తకం మీకెలా వచ్చింది?" అని అడిగాడు.

"ఎలా రావటం ఏమిటండీ? కొంటే వస్తుంది" అంది పక్కనుంచి స్నేహితురాలు.

"ఏదో పొరపాటు జరిగిపోయింది. మా అబ్బాయి దీన్ని మీకమ్మి వుంటాడు. నిజానికిది డమ్మి మాత్రమే. పుస్తకం కవర్‌సైజ్ చూసుకోటానికి వేసిన రఫ్‌కాపీ" డబ్బు వెనక్కి అందిస్తూ అన్నాడు.

– "వియ్ ఆర్ సారీ మేడమ్"

"పుస్తకం ఎప్పుడొస్తుంది?" అడిగింది విద్యాధరి.

"తెలీదు మేడమ్. అసలింకా ఆయన రాయటం ప్రారంభించలేదు"
"ఏడ్చినట్టుంది ఆయనింకా మొదలెట్టలేదు. తెల్లకాగితాలకి అట్టవేయటం, అమ్మేయటం కూడా జరిగిపోతుందా?" స్నేహితురాలు గయ్యిమంది.

"క్షమించండి. మా అబ్బాయి అమెరికా వెళ్లే హడావుడిలో అలా చేశాడు. మాకు తెలిసిన వార్త ఏమిటంటే, ఆయన ఆ ఒక్క వాక్యం వ్రాసి చాలా రోజులైంది. తరువాత ఏం వ్రాయాలో తోచక అలా ఆపుచేసేశారు. ఎప్పటికి పూర్తవుతుందో తెలీదు."

"మీరేమో కవర్ పేజీ ప్రింట్ చేసుక్కూర్చున్నారు. వెళదాం పద" అంది విద్యాధరితో.

విద్యాధరి వెనుదిరగబోతూ, "ఈ పుస్తకాన్ని నేను తీసుకు వెళ్ళవచ్చా" అని అడిగింది రిక్వెస్టు చేస్తున్నట్టు. ఆమె అభ్యర్థనలో, 'చూడండి ఇంతదూరం తిరిగి నడచి వచ్చాం' అన్న నిష్టూరం బహుశా అతడికి కనపడిందేమో, "నిరభ్యంతరంగా మేడమ్" అన్నాడు దాన్ని ఆమెకి తిరిగి అందిస్తూ.

ఆమె దాన్ని తీసుకొని "థాంక్స్" అంటూ వుండగా ప్రక్కనున్న స్నేహితురాలు "ఎందుకా పుస్తకం" అంది.

ఆమె నవ్వింది. "పుస్తకం పేరు థ్రిల్లర్, కవరు పేజీ కూడా వుంది. లోపలన్నీ తెల్లకాగితాలే ... లైఫ్‌లో ఏదైనా థ్రిల్లింగ్ సంఘటనలు జరిగితే అందులో డైరీలా వ్రాసుకుంటూ వుండవచ్చు."

స్నేహితురాలు కూడా నవ్వింది. "ఆలోచన బావుందే.... అసలిలాటి పుస్తకం దొరకటమే ఒక థ్రిల్. దాంతోనే ప్రారంభించు."

పబ్లిషర్ వీళ్ళ మాటలు వింటున్నాడు. వాళ్ళు మెట్లు దిగుతూ అనుకుంటున్నారు. "ఇంకా ఆయన వ్రాయటమే మొదలు పెట్టలేదట"

"పోనీ మనమే వ్రాసి రిలీజ్ చేద్దామా ? డబ్బులొస్తాయి" నవ్వుకుంటూ సాగిపోయారు.

వాళ్ళు వెళ్ళేవరకూ అటే చూస్తూ నిలబడ్డ పబ్లిషర్ వాళ్ళు కనుమరుగయ్యాక లోపలికి వెళ్ళి హైదరాబాద్ డయల్ చేశాడు.

9246502662?

"యస్"

"వీరేంద్రనాథ్?"

"స్పీకింగ్."

"ఇప్పుడే థ్రిల్లర్ పుస్తకాన్ని ఒకమ్మాయి వచ్చి తీసుకువెళ్ళింది."

"గుడ్. పదిహేను రోజుల్లో నవల రిలీజ్ డేట్ ఇచ్చేయండి" లైన్ కట్ అయింది.

* * *

1-5-87

విజయవాడ

రాత్రి 11-55.

పక్కమీద బోర్లా పడుకుని, పెన్ క్యాప్ నోట్లో పెట్టుకుని ఆ పుస్తకంవైపే చూస్తూ చాలా సేపట్నుంచి వుంది విద్యాధరి.

చల్లటి గాలి లోపలికి ఆగి ఆగి వీస్తూంది. వెన్నెలవల్ల బైట మల్లెతీగ నీడ లోపల గోడమీద నాట్యం చేస్తోంది.

కొత్తగా నోట్‌బుక్స్ కొనుక్కున్న పిల్లలు వెంటనే వాటికి స్టిక్కర్స్ అంటించి పేర్లు వ్రాసుకోవాలని ఎలా ఉత్సాహపడతారో ఆమెక్కూడా అలా ఏదైనా ఆ పుస్తకంలో వ్రాయాలని తొందరగా వుంది. స్నేహితురాలు అన్నట్టు అలా నీటైన పుస్తకం తెల్లకాగితాలతో దొరకటమే ఒక థ్రిల్.

ఆమె ఆ రోజు జరిగిన థ్రిల్ ఏదైనా వ్రాద్దామనుకొంది. ఏముంటాయి థ్రిల్స్? ప్రొద్దునే ఆఫీసు కెళ్ళింది. బాస్ పదిన్నరకే లోపలికి పిలిచాడు. 'ప్రొద్దున్నే మిమ్మల్ని చూసి పని ప్రారంభిస్తే రోజంతా హుషారుగా వుంటుంది' మార్కు డైలాగ్‌తో స్వయంగా ఇంటినుంచీ తెచ్చిన ఫ్లాస్క్‌లో కాఫీ పోసి అందించటం – తను మర్యాదగా తిరస్కరించటం.

అది థ్రిల్లా?

కాదు.

సాయంత్రం ఇంటికొస్తుంటే – అందమైన కూలింగ్ గ్లాసెస్‌తో స్కూటర్ మీద వెనుకే ఫాలో అయ్యే డబుల్ – బుల్ షర్టు కుర్రవాడు దాదాపు ఆర్నెల్ల నుంచీ చెయ్యలేని ధైర్యం మొదటి చేసి – 'హలో' అనటం –తను విననట్టు కదిలి వచ్చెయ్యటం.

అది థ్రిల్లా ?

కాదు.

మనసు పుటల్లో నిక్షిప్తమైన గుప్త అనుభవాలు జుగుప్స కలిగిస్తున్నవే తప్ప వర్షంలో తడిసిన భూమి అమాయకంగా వాసన వెదజల్లినట్టు' హాయి కలిగించటం లేదు. తల్లి రెక్కల్లో వొదిగిన పక్షిలా, అర్థరాత్రి కొమ్మల మధ్య కదిలే గాలిలా ఒక అనుభవం జ్ఞాపకం వస్తే ఎంత బావుండాలి! అదీ థ్రిల్లంటే....

.... జీవితం ఇంకా ప్రారంభం కాలేదు. చాలామందిలాగే ప్రారంభం కాకుండానే అయిపోతుందా కొంపదీసి - అనుకుంది ఆమె.

దూరంగా పన్నెండు కొట్టింది. ఆమె ఇక వ్రాసే ప్రయత్నం మానుకుని పుస్తకాన్ని పక్క టేబుల్‌మీద పడేసి, లైటార్పి నిద్రపోవటానికి ప్రయత్నించింది. చెయ్యి తలక్రింద పెట్టుకుని, దిండు గుండెల నడుమ అదుముకుని పక్కకి తిరిగి పడుకుని నిద్రపోవటం ఆమె కలవాటు. అలాగే నిద్రలోకి జారుకుంది.

ఆమెకు ఇరవై నాలుగేళ్లు. చాలామంది అమ్మాయిలకి అందం, యవ్వన ప్రాంగణపు రూపంలో పదహారో ఏట ప్రవేశించి ఇరవై మూడు నుంచీ నెమ్మదిగా శెలవు తీసుకోవటం ప్రారంభిస్తుంది. ఆమె విషయంలో అది అక్కడే నిలిచి తీరిగ్గా బుగ్గల అద్దంలో మరింత మెరుపుని సంతరించుకుంటూంది. ఆమె కేవలం అందమైంది అంటే, అందానికి అనవసరంగా ఎక్కువ విలువ నిచ్చినట్టు అవుతుంది. అందంకన్నా పెద్ద పదం లేకపోవటం అందం చేసుకున్న అదృష్టం.

ఆమెకి నా అనే వాళ్ళెవరూ లేరు. తండ్రి మరణించి అయిదేళ్ళయింది. తల్లి చిన్నప్పుడే చనిపోయింది. ఆమె బి.ఏ. పాసయి, ఒక ప్రైవేటు కంపెనీలో గత నాలుగు సంవత్సరాలుగా పనిచేస్తూంది. ఆమె తండ్రి గొప్ప పండితుడు. బ్రతికున్న రోజుల్లో ఎప్పుడూ ఆయన చుట్టూ పదిమంది తక్కువకాకుండా శిష్యులూ, శిష్యరాండ్రూ వుండేవాళ్ళు. ఆయన సంపాదకీయం వ్రాస్తే దాని కోసమే పత్రిక కొనేవాళ్ళట. ఆయన పోయిన సంవత్సరానికి ఆమె వుద్యోగంలో చేరింది.

ఒక్కటే అమ్మాయి, గదిలో ఒంటరిగా వుంటూ ఆఫీసుకి వెళ్తుందీ అంటే ప్రేమకేం తక్కువ? వచ్చిన చిక్కల్లా ఆమెకి ఇంత ప్రేమని ఏం చేసుకోవాలో తోచడం లేదు. కర్తవ్యం భుజాలమీద వేసుకుని సంబంధాలు చూసే మానేజరు ప్రేమ, కాఫీ ఇచ్చే కుర్రబాసు ప్రేమ, ఇంటికొచ్చి పనులేమన్నా చేసిపెట్టాలా అని అడిగే నౌకరు ప్రేమ, అంతా ప్రేమమయమే.

... కిటికీ కొట్టుకోవటంతో ఆమెకి మెలకువ వచ్చినట్టు అయింది. మళ్ళీ నిద్రలోకి జారుకుంటూ వుండగా, ఎవరో సన్నగా పిల్చినట్టయింది. ఆమె ముందు పట్టించుకోలేదు. కానీ మళ్ళీ వినిపించింది. ఆమె చప్పున కళ్ళు విప్పింది.

విద్యాధరి స్వతహాగా ధైర్యస్తురాలు. ఎన్నో ఏళ్ళ ఒంటరితనం ఆమెకి ధైర్యాన్నిచ్చింది. అంత వొద్దిక, మంచితనం, నెమ్మదీ వున్న అమ్మాయి నలుగురు తిరిగే ఇంటిలో వున్నట్లయితే, ఆకుచాటు మొగ్గలా వుండి వుండేది. ఇప్పుడీ ఒంటరితనం ఆమెకి పుస్తకాలు చదవటం నేర్పింది. లోతుగా ఆలోచించటం నేర్పింది. తన మనోహరమైన నవ్వుని అనవసరమైనప్పుడే పెదవుల మీదకు తీసుకురావటం నేర్పింది. మనుష్యుల్ని విశ్లేషించటం నేర్పింది.

అంత ధైర్యస్థురాలూ ఆ క్షణం భయపడింది.

ఎక్కణ్ణుంచో సన్నటి శబ్దం వినిపిస్తూంది.

ఆమె పక్కనే వున్న స్విచ్ వేసింది.

ఒక్కసారిగా అంత వెలుతురు ఆ పుస్తకం అట్టమీద పడేసరికి దానిమీద రంగు ఆమె పైకి ఒక పెద్ద అలలాగా రిఫ్లెక్టు అయింది.

"థ్రిల్లర్" అన్న అక్షరాలు మెరుస్తూ కనిపించాయి.

ఆమె అప్రయత్నంగా గుటక మింగింది. అంతలోనే ఆమెకి తన భయానికి నవ్వొచ్చింది. గాలికి ఆ కాగితాలు చేసే చప్పుడది. ఆమె ఆ పుస్తకాన్ని వడిలోకి తీసుకుంది. నిద్ర పారిపోయినట్టయింది. ఆమె పేజీ తిప్పింది.

అప్పటివరకూ వీస్తూన్న గాలి ఆగినట్టు ఆ గదిలో ఒక్కసారిగా నిశ్శబ్దం అలుముకుంది. మల్లెతీగ నీడకూడా కదలడం మానేసింది.

ఆమె మొదటి పేజీలో వ్రాసివున్న వాక్యాల్ని మరోసారి చదివింది.

"ఈ భూమ్మీద మనిషి అనే జీవి, కేవలం ఒకే ఒక శక్తివల్ల మిగతా అన్ని ప్రాణులమీదా ఆధిపత్యం సంపాదించగలిగాడు. ఆ శక్తి పేరు రీజనింగ్."

ఆమె ఆ వాక్యాల్నే చూస్తూ వుండిపోయింది. ఆమెలో ఏదో సంచలనం ప్రారంభమయింది. ఎందుకో తెలీదుగానీ, గట్టిగా "...నో" అని అరవాలనుకుంది. ఆ పుస్తకాన్ని దూరంగా విసిరెయ్యాలనుకుంది. కానీ ఆ అక్షరాలు మాత్రం ఆమె కంటిచూపుని అయస్కాంతంలా పట్టుకుని నిలబడ్డాయి. పుస్తకంలో తెల్లకాగితాలు "వ్రాయి... వ్రాయి" అంటూ రెట్టిస్తున్నట్టు కనబడ్డాయి. నీ కోసమే మేమిలా వుండిపోయామన్నట్టు ఆహ్వానించసాగాయి.

ఆమె పెన్నుతీసి, వ్రాసివున్న అక్షరాల పక్క పేజీలో పెద్ద పెద్ద అక్షరాల్తో విసురుగా వ్రాసింది –

"ఏం రీజనింగ్ వుందని నా తండ్రి నా తల్లిని హత్య చేశాడు?"

అది వ్రాయగానే ఆమెలో ఆవేశం తగ్గి, లైటార్పి, దిండు గుండెల దగ్గరగా తీసుకుని నిద్రలోకి జారిపోయింది.

అప్పటివరకూ నిశ్శబ్దంగా వున్న మల్లెతీగ గాలికి కదలటం ప్రారంభించింది. కాగితాలు మాత్రం ఆమెనిక ఆ రోజుకి డిస్టర్బ్ చేయలేదు.

*　　　*　　　*

మే 2, 1987

మధువన్ రెస్టారెంట్

రాత్రి 8-30

ఆమెకి ఆ గార్డెన్ రెస్టారెంట్‌లో అలా కూర్చోవటం ఇబ్బందిగా వుంది. ఎదురుగా వున్న చక్రధర్‌కి మాత్రం ఏనుగెక్కినంత సంబరంగా వుంది. ఇన్నాళ్ళకి ఆమె తనతో డిన్నర్‌కి రావటానికి ఒప్పుకున్నందుకు.

వచ్చేపోయే జనం అంతా, తనని చూస్తున్నారని ఆమెకు తెలుసు. సంవత్సరం నుంచీ వాయిదా వేసుకుంటూ వచ్చింది .... ఇక లాభం లేకపోయింది. ఈ రోజు రాక తప్పలేదు. సంవత్సరం నుంచీ అతడు అఫ్‌కోర్స్ సంస్కారయుతంగానే అడుగుతూ వున్నాడు. ప్రొద్దుటే ఆఫీసుకు రాగానే ఫ్లాస్క్‌లోంచి కాఫీ పోసి .... "ఈ రోజైనా డిన్నర్‌కి వస్తున్నానన్న శుభవార్తతో దినచర్య ప్రారంభించేలా చేస్తారా –" అని అడుగుతాడు.

చక్రధర్ అందగాడు. ఒంటరివాడు. చిన్నవయసులోనే పెద్ద కంపెనీకి మానేజరు.

ఏ అమ్మాయీ సంవత్సరంపాటు అడిగించుకోదు. మరి తనెందుకు అడిగించుకుంది! ఇష్టం లేకపోతే డైరెక్టుగా చెప్పొచ్చుగా ?

భయం. తనని అహ్మదాబాద్ బ్రాంచ్‌కి బదిలీ చెయ్యవచ్చు. ప్రతీ చిన్న తప్పుకీ తలవాచేలా చివాట్లు వెయ్యవచ్చు. ఇవన్నీ జరక్కుండా ఉండటం కోసం ఇన్నాళ్ళూ కర్ర విరక్కుండా, పాము చావకుండా దాటేస్తూ వచ్చింది. ఇక ఇప్పుడు లాభం లేదు. తాడు ఎలాగూ తెగడం తప్పనిసరి అయినప్పుడు బలంగా లాగెయ్యటమే మంచిది. ఆమె దానికి ప్రిపేర్ అయింది.

"ఏమిటి ఆలోచిస్తున్నారు?"

"ఏం లేదు."

"ఏదైనా మాట్లాడండి"

"డిన్నర్‌కి పిలిచింది మీరు. మీరే మాట్లాడాలి."

అతడు ముందుకు వంగి. "ఈ రోజు కోసం ఎన్నాళ్ళనుంచీ ఎదురు చూస్తున్నానో తెలుసా?" అన్నాడు.

"ఎందుకండీ" అమాయకంగా అడిగింది నిజంగానే.

"నా మనసులో మాట చెప్పాలని."

"దానికి ఎదురుచూడటం ఎందుకు? ఎప్పుడైనా చెప్పొచ్చుగా."

"అమ్మయ్య. ఇంత తొందరగా అర్థం చేసుకుంటావనుకో లేదు."

"నేను మిమ్మల్ని ప్రేమిస్తున్నాను విద్యా."

"ఒక మనిషి మరో మనిషిని ఎందుకు ప్రేమిస్తాడో మీరు చెప్పగలరా?"

సరదాగా సాగిపోతుందనుకున్న సంభాషణ ఈ విధంగా అయ్యేసరికి చక్రధర్ ఖంగుతిన్నాడు. ఆ అమ్మాయి ఈ విధంగా ప్రశ్న అడుగుతుందనుకోలేదు. అయినా తమాయించుకొని "ప్రతి మనిషికీ ఒక తోడు కావాలి. దానికోసం వెతుక్కుంటాడు" అన్నాడు. ఆమెకు తన తండ్రి గుర్తొచ్చాడు. భార్య తోడుండగా పనిమనిషిని ఎందుకు వెతుక్కున్నాడు?

"మీరు నన్నెందుకు వివాహం చేసుకోవాలనుకుంటున్నారు?"

ఈ ప్రశ్నకి అతడు కాస్త దెబ్బతిన్నట్టు కనిపించాడు. "మిమ్మల్ని చూడగానే మీరు నాకు తగినవారు అనిపించింది."

ఆమెకి సమాధానం నచ్చలేదు. చూడగానే నచ్చటం అంత ఆరోగ్యకరమైన ఆలోచనకాదు. ప్రేమకి అందం ఒక్కటేనా పునాది? "రేపు వివాహమయ్యాక నాలో మీకు నచ్చని గుణాలు ఎన్నో బయటపడవచ్చు. అప్పుడు?"

"వివాహంలో ఆ రిస్కు ఎప్పుడూ వుంది విద్యాధరీ."

"దానికన్నా - ఒకరి గురించి ఒకరు పూర్తిగా తెలుసుకున్నాక ఒక నిర్ణయానికి వస్తే బావుంటుంది కదా".

అతడి మొహంలో రిలాక్సేషన్ కనిపించింది. "గుడ్ ! అదే నేనూ చెప్పాలనుకుంటున్నది" అన్నాడు.

"అయితే మీ గురించి చెప్పండి."

"ఏం చెప్పను? నా గురించి మీకంతా తెలుసు. ఉద్యోగం వుంది. మంచి ఉద్యోగం. మనిషిని చూశారు. అందంగానే వుంటాననుకుంటున్నాను" అంటూ నవ్వేడు. ఆ నవ్వులో కాస్త గర్వం కనపడింది.

"ఇవన్నీ ప్లస్ పాయింట్స్. మైనస్ చెప్పండి."

అతడు మళ్ళీ నవ్వి "నాకు తెలిసినంతవరకూ ఏమీలేవు."

"మీ భార్య గురించి చెప్పండి."

అతడి చేతిలో స్పూన్ జారిపడింది ".... మీకెలా తెలుసు?" అని అడిగాడు.

ప్రతి మనిషీ తన మైనస్ గురించి ప్రపంచానికి ఏమీ తెలీదనుకుంటాడు. అందరికీ తెలుసుననీ, ఆ మనిషివల్ల తమకున్న ఉపయోగాన్ని దృష్టిలో వుంచుకుని ఆ విషయంపై బయటపడరనీ తన తండ్రి సహేతుకంగా నిరూపించాడు.

"మీ భార్య మీ నుంచి రెండు సంవత్సరాలుగా విడిపోయి వుంటోంది. కారణాలు ఏమైనా గానీ, ఆ విషయం మీరు నాకు చెప్పి వుండాల్సింది."

"ఆమె రాక్షసి".

"అయి వుండవచ్చు. కానీ ఆ విషయం మీ మైనస్‌గా మీరు నాకు చెప్పాలి కదా."

"నెమ్మదిగా చెప్పాలనుకున్నాను" హీనస్వరంతో అన్నాడు.

"ఎప్పుడు? మన ప్రేమ గట్టిపడి, ఇక నేను మిమ్మల్ని విడిచిపెట్టలేను - అన్న నమ్మకం కుదిరాక, ఒక వర్షం రాత్రి నా చేతులు పట్టుకుని నా జీవితంలో జరిగిన విషాద సంఘటన వింటావా విద్యాధరీ అంటూ -ఆ రాక్షసి మీ జీవితాన్ని ఎలా నరకం చేసిందో వివరించి, సానుభూతికి ప్రయత్నించి వుండేవారు."

"నువ్వు మనసులో ఏదో పెట్టుకుని మాట్లాడుతున్నావు."

"లేదు. ప్రేమకి పునాది ఫ్రాంక్‌నెస్ అని చెపుతున్నాను."

"ఆవిడతో విడాకులు తీసుకోగానే మన వివాహం జరుగుతుంది అనుకున్నాను."

"అప్పుడు చెపుదామనుకున్నారా ఈ విషయాన్ని?"

అతను మాట్లాడలేదు. "పోన్లెండి. మీ అభిప్రాయాలు మీవి. వాటిని విమర్శించే హక్కు నాకు లేదు. నేను మాత్రం ఫ్రాంక్‌గా చెప్పెయ్యదల్చుకున్నాను. చాలాకాలం క్రితం నాకో బోయ్‌ఫ్రెండ్ వుండేవాడు. ప్రేమించుకున్నాం. నా ఉద్దేశ్యంలో ప్రేమంటే అంతా.... అర్థమైందిగా. కానీ తరువాత తెలిసింది అతడు రాక్షసుడని - విడిపోయాం."

"అంతా అంటే?"

"ఎందుకు 'అంతా'కి అంత ప్రాముఖ్యత ఇస్తున్నారు. మనిద్దరి అనుభవాలూ ఒకటే. పోతే మీరు వివాహమయ్యాక వదిలేశారు, నేను కాకుండా వదిలేశాను".

అతడు నవ్వేడు. "మీరు కేవలం నన్ను పరీక్షించటానికే ఈ కథ అల్లి చెప్పారని నాకు తెలుసు."

ఆమె కూడా నవ్వి "బాగా కనుక్కున్నారే" అంది. "ఇక ఆ విషయం వదలిపెట్టండి. అసలు విషయం చెప్పేస్తాను. మా బావ ఒకతను వున్నాడు. రూర్కెలాలో పనిచేస్తున్నాడు. అతడిని చేసుకోవాలని మా అమ్మ ఆఖరి కోరిక."

"మరి మీరు?"

"అతనంటే పెద్ద ఇష్టంలేదు, అయిష్టం లేదు. మిమ్మల్ని చూశాక అయిష్టంపాలు కాస్త ఎక్కువైంది."

అతడి మొహం విప్పారింది "థాంక్స్" అన్నాడు.

ఆమె ఆలోచనగా "కానీ అతన్ని చేసుకోవటం తప్పదేమో" అని, తల విదిలించి "నేనెటూ నిర్ణయించుకోలేకపోతున్నాను" అంది.

ఆమె చేతిమీద చెయ్యివేసి అనునయంగా, "నా స్నేహంతో మీరు ఊరట పొందుతారని నాకనిపిస్తుంది విద్యాధరీ" అన్నాడు. ఇంతలో బేరర్ వచ్చాడు. వృద్ధుడు జీవితపు కష్టనష్టాలు ముడుతల రూపంలో మొహంలో ఇముడ్చుకున్నవాడు. ప్లేట్లు సర్దుతున్నాడు. ఆమె చేతిని వెనక్కి లాక్కొంది.

బేరర్ వెళ్ళిపోయాక, "ఒక్క ప్రశ్నకి జవాబు చెప్పండి విద్యా. మీరు నాతో స్నేహంగా వుండగలరా? మీకు ఫ్రాంక్‌నెస్ ఇష్టం అన్నారని అడుగుతున్నాను. జీవితంలో అన్నీ కోల్పోయిన వాడిని. మీరు తరువాత ఏ నిర్ణయం తీసుకున్నాసరే నాకు మాత్రం మీ స్నేహం కావాలి" అభ్యర్థిస్తున్నట్టు అన్నాడు.

ఆమె మౌనంగా వుండిపోయింది. "మీరు జీవితాన్ని చాలా తేలికగా తీసుకుంటారనుకుంటాను."

ఆమె అన్యమనస్కంగా "అవును, చాలా తేలిగ్గా" అంది.

అతడి కాలు ముందుకు జరిగి ఆమె కాలిని స్పృశించింది. తన తండ్రి కూడా పనిమనిషిని ఈ విధంగానే అప్రోచ్ అయివుంటాడా? ఏ కాలంలోనైనా ప్రేమికులు యుగయుగాలుగా ఒకర్నొకరు ఏ విధంగా గుర్తించుకుంటారో దేవుడు ఈ ఆటని చూచి విరక్తిగా నవ్వుకుంటూ వుండి వుంటాడా....

అతడి కాలు ఆమె శరీరాన్ని సుతారంగా అదిమింది.

ఆమెకు దుఃఖం వస్తోంది.

నాకు దుఃఖాశ్రువులు సముద్రంమీద వర్షంలా కురుస్తాయి. ఒక్కటైనా స్వాతిముత్యమవుతుందేమోనని జీవితకాలం ఎదురుచూస్తూ వుండగా ఇంటి ప్రాంగణంలో వృద్ధాప్యం నిలబడి పరిహసించింది.

ఆమె మౌనాన్ని అంగీకారంగా భావించి అతడు ఎదుటి కుర్చీలోంచి లేచి పక్కకి వచ్చి కూర్చుని "ఏమిటి ఆలోచిస్తున్నావు?" అని అడిగాడు.

మనసు గది చీకటి గురించి పైకి అనలేదు. లోపలే అనుకుంటూన్నట్టు ఆలోచన.

అతడు ఆమె భుజాలచుట్టూ చేయివేసి, "ఐ లవ్ యూ విద్యా" అన్నాడు. ఆమె అక్కడ లేదు.

ఎనిమిదేళ్ళ వయసులో అర్ధరాత్రి హఠాత్తుగ కళ్ళు విప్పితే -తెరిచి వున్న తలుపుల మధ్య నుంచి, తల్లిని ఆక్రమించుకుంటూ, "వద్దనకు ప్లీజ్! నువ్వు నా రాణివి, నా దేవతవి" అన్న మాటలు - "పగలంతా నేను అవసరం లేదు. అప్పుడేమో రాక్షసిని, ఇప్పుడేమో దేవతని. ఇదిగో ప్రొద్దున్న మీరు కొట్టిన దెబ్బ ఇంకా మంట పెడుతూంది" - అనే అమ్మ జవాబు. "సారీ. కావాలంటే కాళ్ళు పట్టుకొంటాను. క్షమించు" అన్న వేడికోలు.

ఉచ్ఛ్వాసానికీ నిశ్వాసానికీ మధ్య బుసకొట్టే కోర్కె మనిషిని తన పాదాక్రాంతం చేసుకుంటూంది. ఈ దాహం ప్రేమకి వర్తిస్తుందా? ఏ కారణమూ, ఏ అవసరమూ, ఏ అనుమానమూ లేకుండా మనిషి మనిషిని ప్రేమించలేడా?

బుగ్గమీద స్పర్శకి ఆమె ఈ లోకంలోకి వచ్చింది. అప్పటికే చక్రధర్ ఆమె బుగ్గమీద ముద్దుపెట్టుకోవటం పూర్తి చేశాడు. అక్కడ ఉన్న చీకటిలో వాళ్ళు ఆ గార్డెన్‌లో మిగతా వారికి కనపడే అవకాశం లేదు.

దిగులు వేడికి హిమవన్నగం కరిగి బంగాళాఖాతంలో కలిస్తే గుండె లోతుల్లోంచి ఉప్పెనంత దుఃఖం వచ్చినట్టుంది. ఆ చీకట్లో ఆమె భావాల్ని అతడు గమనించలేదు. మరింత దగ్గిరకి తీసుకుంటుండగా ఆమె విదిలించుకోవటానికి ప్రయత్నం చేసింది.

అంతలో బేరర్ వచ్చాడు. చక్రధర్ ఆమెని వదిలే ప్రయత్నం ఏమీ చేయలేదు.

"అమ్మగారు ఏడుస్తున్నారు. వదిలిపెట్టండి బాబూ" అన్నాడు బేరరు.

"నీ కెందుకోయ్ నీ పని నువ్వు చూసుకోరాదూ?"

ఆ వృద్ధుడు చక్రధర్‌వైపు సూటిగా చూస్తూ "ఇటువంటి చోట అట్లాటి పనులు చేస్తే మేం ఒప్పుకోం. ముందు ఆమెని వదలండి" అన్నాడు.

చక్రధర్ లేచి నిలబడి, వూహించని వేగంతో అతని చెంపమీద కొట్టాడు.

క్షణాల్లో అక్కడి పరిస్థితి మారిపోయింది. గొడవ పెద్దదైంది. దూరంగా గార్డెన్‌లో కూర్చున్న కష్టమర్లు పోగయ్యారు. తలోమాట అంటూండగా మేనేజర్ పరుగెత్తుకుంటూ వచ్చాడు.

చక్రధర్ తన విజిటింగ్ కార్డు తీసి మేనేజర్ కిస్తూ "డి.జి.పి. ప్రభాకర్‌గారి మేనల్లుడిని నేను. ఈ అమ్మాయి నా స్నేహితురాలు. కంట్లో ఏదో పడితే కర్ఛీఫ్‌తో తీస్తుంటే మీ సర్వర్ యిష్టం వచ్చినట్లు వాగుతున్నాడు" అన్నాడు.

"ఆ అమ్మాయి ఏడుస్తూంది. పబ్లిక్ స్థలంలో యిటువంటివి వప్పుకోము అన్నాను బాబూ, ఆయన నన్ను కొట్టాడు" అన్నాడు బేరర్.

న్యాయం చెప్పాల్సిన బాధ్యత మానేజర్ మీద పడింది. పోలీసు మనుషుల్తో గొడవపడే ధైర్యం అతనికి లేదు. "మీరు కూర్చోండి సార్! వియ్ ఆర్ సారీ" అన్నాడు.

"సారీ కాదు. అతను నాకు క్షమాపణ చెప్పాలి."

మానేజర్ బేరర్‌వైపు చూశాడు. "నన్ను కొట్టింది ఆయన సార్" అన్నాడు బేరర్.

"అమ్మగార్ని చెప్పమనండి. ఆవిడకి యిష్టంలేకపోయినా ఈయన ఆ అమ్మాయిని..." అతడింకా చెప్పబోతుంటే "నోర్ముయ్" అని అరిచాడు చక్రధర్.

వృద్ధుడు కదలకుండా "అమ్మగార్ని చెప్పమనండి" అన్నాడు.

అందరూ ఆమెవైపు చూశారు. ఆమె ఏదో అంటూంటే, "విద్యా వీళ్ళందరికీ ఎక్స్‌ప్లనేషన్ చెప్పవలసిన అవసరం మనకు లేదు. పద" అంటూ బలవంతంగా కారు దగ్గరికి లాక్కెళ్ళాడు.

అక్కడ కెళ్ళాక వెనుకే వచ్చిన మానేజర్ వైపు తిరిగి "నేనెవరో ఆ కార్డులో వుంది. రేపటికి ఆ బేరర్‌ని తీసేసినట్టు నాకు ఫోను రావాలి" అన్నాడు అధికార యుక్తంగా. ఆ మాటల్లో– మీరాపని చెయ్యకపోతే రేపట్నుంచీ మీ రెస్టారెంట్‌కి ఫామిలీస్ రావు. మీ లైసెన్సు ప్రమాదంలో పడుతుంది– అన్న హెచ్చరిక వుంది.

వాళ్ళు వెళ్ళిపోగానే మానేజర్ ఎంక్వయిరీ చేసాడు. ఈ చక్రధర్ ఎవరో అతడి వెనుక ఎంత బలగం వుందో కనుక్కోవటానికి అయిదు నిముషాలు చాలు. అతడి వెన్ను జలదరించింది.

కార్లో విద్యాధరి తలవంచుకుని ఆలోచిస్తూంది. "నువ్వేమీ మనసు పాడుచేసుకోకు. ఆ బాస్టర్డ్ ఉద్యోగం పోతుంది. జరిగినదానికి .... ఐయామ్ సారీ" అన్నాడు చక్రధర్.

మానేజర్ తన వ్యాపారం పోతుందని అతడికి సారీ చెప్పాడు. ఇతడు తన ఈగో దెబ్బతినకుండా సారీ చెప్తున్నాడు. మనుషుల మధ్య "థాంక్స్" "సారీ"లు తప్ప ఇంకే బాంధవ్యాలు లేవా?

చక్రధర్ కారు ఆపగానే ఆమె దిగింది. "జరిగినదంతా మర్చిపో. రేప్రొద్దున్న కలుసుకుందాం. స్వీట్ డ్రీమ్స్" అని అతడు వెళ్ళిపోయాడు.

ఆమె గదిలోకి వెళ్ళి బట్టలు మార్చుకుని లైటార్పి పడుకుంది.

ఆమె మనసంతా శూన్యంగా వుంది.

రాత్రి పది దాటింది. ఆమె తల తిప్పి పక్కకి చూసింది.

కిటికీలోంచి వెన్నెల ఆ పుస్తకంమీద పడుతోంది.

థ్రిల్లర్.

ఆమె మనసులో ఏదో సంచలనం నెమ్మదిగా ప్రారంభమై క్షణాల్లో గుండెనిండా వ్యాపించింది. గోడమీద మల్లెనీడ వికృతంగా వూగుతోంది. గాలికి మొదటి అట్ట దానంతట అదే పక్కకి తిరిగింది.

తనకున్న ఒకే ఒక శక్తివల్ల మనిషి మిగతా ప్రాణుల్ని డామినేట్ చెయ్యగలిగాడు. ఆ శక్తి పేరు "రీజనింగ్."

రీజనింగ్ .... రీజనింగ్ ....

బార్లో పెద్ద మనుషులు, మానేజర్ -అందరూ చక్రదర్‌వైపే ఎందుకు మాట్లాడారు? తమ తమ అవసరాలు, తమ తమ స్థానాలు నిలుపుకోవటానికేగా. తను మాత్రం ఏం చేసింది? అతడు తనను ముద్దు పెట్టుకున్నట్టు చెపితే తన పరువు పోతుందనే రీజనింగ్‌తో - ఆలోచించి....

తన లైసెన్సు పోతుందనే రీజనింగ్‌తో మానేజర్ - ఆలోచించి ....

.... గాలికి కిటికీరెక్క టపటపా కొట్టుకుంటూంది. ఆమె ఒక నిర్ణయానికి వచ్చినదాన్లా లేచి, గదికి తాళంవేసి తిరిగి రెస్టారెంట్‌కి బయలుదేరింది.

పదకొండు అవుతుండగా వచ్చిన విద్యాధరిని మానేజర్ ఆశ్చర్యంతో చూశాడు.

"ఆ బేరర్‌ని ఏం చేశారు?" అని అడిగింది.

"తీసేస్తున్నామమ్మా, ఇప్పుడే ఆయన ఇంటినుంచి ఫోనుచేశారు". అన్నాడు. చక్రధర్ ఎంత పట్టుదల మనిషో, పగబడితే పాములాగా ఎలా మారతాడో ఆమెకి తెలుసు.

"ఆ బేరర్ చెప్పినదంతా నిజమే. నాకిష్టం లేకుండా అతడు నన్ను దగ్గరకు తీసుకోబోతే మీ మనిషి వారించాడు. అతడిని ఉద్యోగంలోంచి తీసెయ్యకండి."

మానేజరు తెల్లమొహం వేసి, "ఆయన – " అంటూ ఏదో చెప్పబోయాడు. అతడి మాటల్ని మధ్యలో కట్ చేస్తూ "ఆయనకి మీరేమి సర్ది చెప్పుకుంటారో మీ ఇష్టం" అంది.

"సరేనమ్మా, మీరు వెళ్ళిరండి. మేము చేసుకుంటాం" అన్నాడు మానేజర్.

"నన్ను పంపించి దీన్ని సెటిల్ చేద్దామనుకుంటున్నారేమో. సరే. నేను చెప్పేది కూడా వినండి. రేపు మళ్ళీ వస్తాను. ఆ బేరర్‌ని మీరుగానీ తీసేసినట్టు తెలిస్తే సరాసరి పోలీస్‌స్టేషన్‌కు వెళ్ళి రిపోర్టు యిస్తాను. అక్కణ్ణుంచే అన్ని పత్రికాఫీసులకీ వెళతాను."

"మీరు చక్రధర్‌గారికి చెప్పండి–"

"ఆ అవసరం నాకు లేదు. ఈ సమస్య బేరరు ఉద్యోగానికి సంబంధించింది."

ఆ మాటలు వినకుండా మానేజర్ గబుక్కున ఫోను తీసి డయల్ చేసి నాలుగు నిముషాలు మాట్లాడి "మీతో మాట్లాడతారట" అని ఇచ్చాడు. ఆమె ఏదో అనబోయేంతలో అట్నుంచి చక్రధర్ స్వరం వినిపించింది. "నీకేమైనా మతిపోయిందా? మళ్ళీ ఆ బార్‌కి ఎందుకు వెళ్ళావ్?"

"మనిషి జీవితంలో రీజనింగ్‌కి నిలబడాలి కాబట్టి."

"ఆర్యూ మాడ్?"

"అతడిని ఉద్యోగంలోంచి తీసేస్తే మ్యాడ్ అవటం ఖాయం."

"రేపు మాట్లాడుకుందాం. ఇంటికెళ్ళు".

"కుదర్దు."

"కానీ నువ్వు?"

"మీరు నన్ను గౌరవంగా బహువచనంలో సంబోధిస్తారా? ప్లీజ్"

"నువ్వెరితో మాట్లాడుతున్నావో తెలుస్తోందా?"

"గంటక్రితం వరకు నన్ను వివాహం చేసుకుందామన్న వ్యక్తితో. అరగంట వరకూ నాతో ఉట్టి స్నేహమైనా ఫర్వాలేదనీ బ్రతిమాలిన మనిషితో, ఇప్పుడు కారణం లేకుండా పంతం పట్టిన ఇగోయిస్ట్‌తో–"

"ఐ విల్ సీ యువర్ ఎండ్."

"వెల్‌కమ్" అని ఆమె ఫోన్ పెట్టేసింది. మానేజర్‌తో – "అతను నా మాట వినటం లేదు. ఏం చేసుకుంటారో మీ ఇష్టం. రేప్రొద్దున్న వస్తాను" అని ఇంటికి వచ్చేసింది.

ఆమె ఈ పన్లన్నీ చేసుకొని తిరిగి వచ్చేసరికి పన్నెండు కావొస్తూంది. గదిలో బల్లమీద పుస్తకం అలాగే వుంది. ఆమె కుర్చీ లాక్కొని కూర్చుని రెండో పేజీలో వ్రాయటం మొదలుపెట్టింది.

"ప్రకృతి మనిషిని మిగతా ప్రాణులకన్నా గొప్ప జీవిని చేయటం కోసం రీజనింగ్ అన్న శక్తి నిచ్చింది. కానీ చరిత్ర సాగేకొద్దీ .... మనిషి సంస్కారవంతుడయ్యే కొద్దీ ఆ శక్తిని 'తన కోసం' ఎలా ఉపయోగించుకోవాలా అన్న స్వార్థంతోనే ఆలోచించసాగాడు. ఈ రోజు నేను మొట్టమొదటిసారి ఆ శృంఖలాలు తెంచుకో గలిగాను."

ఆమె ఆ రాత్రి హాయిగా నిద్రపోయింది.

* * *

3 మే, 1987

సిగ్మా ఇన్వెస్టింగ్ కంపెనీ,

రింగ్‌రోడ్.

పదింటికి ఆమె మామూలుగానే ఆఫీసుకి వెళ్ళింది. ఆమె వెళ్ళేసరికి ఆఫీసంతా అల్లకల్లోలంగా వుంది. అందరూ ఆమెవైపు సానుభూతిగా చూడసాగారు.

చక్రధర్‌కి తనమీద కోపం వస్తుందని తెలుసు. కానీ ఇంత దారుణంగా పగ తీర్చుకుంటాడని అనుకోలేదు. ప్రేమ ఇంత చిన్న చిన్న కారణాలవల్ల పగగా మారుతుందని కూడా ఆమె వూహించలేదు.

ఆమె ఆలోచిస్తూ వుండగానే పోలీస్ వ్యాన్ వచ్చి ఆగింది. ఇన్‌స్పెక్టర్ అదో విధమైన ఫోజుతో ఎవర్నీ చూడకుండా టకటకా బూట్ల శబ్దం చేసుకుంటూ చక్రధర్ గదిలోకి వెళ్ళాడు. ఇద్దరూ ఏం మాట్లాడుకుంటున్నారో బయట వారికి తెలియలేదు.

అయిదు నిముషాల తరువాత ఇన్‌స్పెక్టర్ వచ్చి అకౌంట్స్ మేనేజర్ దగ్గర్నుంచి ఏవో కాగితాలు తీసుకుంటున్నాడు.

అప్పుడొచ్చింది విద్యాధరికి లోపల్నుంచి కబురు. ఆమె లోపలికి వెళ్ళింది.

చక్రధర్ రివాల్వింగ్ ఛైర్‌లో కూర్చుని వున్నాడు. ఆమెని చూసి నవ్వేడు. ప్రతిరోజూ నవ్వే నవ్వుకి దీనికి తేడా వుంది. ప్రతిసారీ ఆహ్వానం వుంది. ఈసారి విజయగర్వం వుంది. తనని కూర్చొమ్మని కూడా అతను అనకపోవటం ఆమె గమనించింది.

"ఇన్‌స్పెక్టర్ ఎందుకొచ్చాడో తెలిసిందా?" ఆమె తెలీదన్నట్టు తలూపింది.

"మన కస్టమరు శోభాచంద్ నిన్న పాతికవేలు పంపించాడు. అతడికి నువ్వు ఇచ్చిన రశీదు మన కంపెనీది కాదు, అలాగే పోలికలు ఉండేలా సృష్టింపబడింది. అది ఫేక్ రసీదు అని అతడికి అనుమానం వచ్చిన నాకు తెల్లవారుజామునే ఫోన్ చేశాడు. నీ టేబుల్ తాళాలు బ్రద్ధలు కొట్టించి నలుగురి సమక్షంలో వెతికించాం. అందులో ఈ నకిలీ రసీదు పుస్తకాలు రెండు దొరికాయి. అంటే ఎంతకాలం నుంచో నువ్విలా కస్టమర్లు ఇచ్చిన డబ్బుని నీ స్వంతానికి వాడుకుంటూ తరువాత జమ చేస్తున్నావన్నమాట."

ఆమె నిర్విణ్ణురాలైంది. చక్రధర్ రాత్రికి రాత్రి ఇంత పెద్ద ప్లాన్ వేస్తాడని ఆమె వూహించలేదు. తెల్లవారుఝామునే అప్పటికప్పుడు నకిలీ రసీదు పుస్తకాలు ప్రింటు చేయించాడన్నమాట. శోభాచంద్ ఎలాగూ వాళ్ళమనిషే.

తూనీగలకి దారంకట్టి అవి బాధపడుతూంటే చూసి ఆనందించే మనస్తత్వం అతడిలో ఆమెకి కనపడింది. లేకపోతే తనలాటి చిన్న ఉద్యోగి మీద కక్ష తీర్చుకోవటానికి ఇంత క్రూరమైన ప్లాన్ అవసరం లేదు. అతడి అంతస్థు, పలుకుబడితో పోల్చుకుంటే చాలా చిన్న ప్రాణి తను.

"నేను చిన్న చిన్న విషయాల్లో కూడా చాలా నిక్కచ్చిగా వుంటాను. నా ఈగో దెబ్బతినటం అసలు సహించను. నిన్న ఏమన్నావ్ నువ్వు? నా భార్య నన్ను వదిలెయ్యటం నాకు మైనస్ పాయింటా? నాతో గడపకుండానే నీకు నా మైనస్‌లు ఎలా తెల్సినాయ్?" నవ్వేడు.

నిన్న రాత్రి తన చేతుల్ని అతడి చేతుల్లోకి తీసుకున్నది ఇతడేనా అన్న అనుమానం కల్గింది. అంత ప్రేమ ఇంత ద్వేషంగా ఎలా మారింది?

తన తల్లిదండ్రులు రాత్రిళ్ళు ఇలాగే దగ్గరయ్యేవారు. పగలు దున్నపోతుల్లా పోట్లాడుకునేవారు. ప్రేమవున్న చోట ద్వేషం ఎలా వుంటుందో పగలు ఒకరిపట్ల ఒకరు అంత ద్వేషంగా ఉన్న వాళ్ళు రాత్రిళ్ళు ఎలా దగ్గరవగలరో ఆమెకి అర్థమయ్యేది కాదు.

మనుష్యుల సంగతి సరే -మిత్ర రాజ్యాలై హిరోషీమాని నాశనం చేసిన రెండు దేశాలూ తరువాత బద్ధశత్రువులు ఎలా అయ్యాయి. మాది క్యాపిటలిజం - మీది కమ్యూనిజం అన్న వాదనవల్లా ?

"ఇక నీకు ఆలోచించుకోవటానికి వ్యవధిలేదు. ఆ బేరరు గురించి మర్చిపోవాలి నువ్వు, అది మొదటి షరతు" అన్నాడు చక్రధర్.

ఆమెకు తను పూర్తిగా ఓడిపోతున్నానని తెలుసు. ప్రాధేయ పూర్వకంగా అంది. "పాపం అతడు ముసలివాడు. మీకేం అపకారం చేశాడు?"

"నేను మంచివాళ్ళకి మంచివాడిని, ఎదురు తిరిగితే నా అంత చెడ్డవాడు ఎవరూ వుండరు".

ఇతడు కూడా -ఆఖరికి ఇతడు కూడా తను మంచివాడినని అనుకుంటున్నాడు. తన ఈగోని ఒక 'అర్హత'గా పేర్కొంటున్నాడు.

"ఇంతకీ నా రెండో షరతు వినవేం?"

"ఏమిటది?"

"సంవత్సరంపాటు అందీ అందనట్లు ఊరించినందుకు ప్రతిఫలంగా ఊరించింది అందించాలి-"

ఆమె తెల్లబోయి "నేను ఊరించానా?" అంది. అతడు అడిగిన దానికన్నా, అతడి ఆర్గ్యుమెంటు ఎక్కువ షాకు కల్గించింది.

"మరి?...మొదట్నుంచీ నాకు నీ మీద ఇంట్రెస్టు వుందని నీకు తెలీదా?"

ఇంటరెస్టు వున్న ప్రతిమొగాడ్నీ స్త్రీ ఎదుర్కోదు. అపాయకరంగా పరిణమించేదాకా చూసీ చూడనట్టు వదిలేస్తుంది. ఈ గుణాన్ని అతడు తన వాదనకి పునాదిగా వాడుకుంటున్నాడు. రేపు ఇతడు ఈ వాదనని ప్రపంచం ముందు పెడితే సగం జనాభా ఇతనికి ఓటువేసినా ఆశ్చర్యం లేదు.

ఆమెని భరించలేనంత నిస్సత్తువ అవరించింది. ఈ ప్రపంచంలో నిర్దిష్టమైన మంచితనం అంటూ ఏమీలేదు. ప్రతి చర్యకీ ఒక రీజనింగ్ వుంటుంది. గాంధీని చంపినవాడికీ, చార్లెస్ శోభరాజ్‌కీ, సత్వంత్‌సింగ్‌కీ, తన తండ్రికీ - అందరికీ తమని తాము సమర్థించుకోవటానికి ఒక వాదనా, దాన్ని సపోర్టు చెయ్యటానికి ఒక గ్రూపూ వుంటాయి. అదే 'థ్రిల్లర్' పుస్తకంలో -

ఇంట్లో -మంచంపక్క టేబిల్‌మీద పెట్టిన వుంచిన ఆ పుస్తకం గుర్తు రాగానే ఆమెలో ఏదో తెలీని ధైర్యం ప్రవేశించింది.

"మిస్టర్ చక్రధర్ – న్యాయం నావైపున వున్నదని నీకూ తెలుసు. ఎప్పటికైనా నేనే గెలుస్తాను."

అతడు సాడిస్టిక్‌గా చప్పట్లు చరిచి "గుడ్" అన్నాడు. "... కానీ అప్పటికి నీకు జైల్లోనే ముసలితనం వస్తుంది. బయటెక్కడా ఉద్యోగం దొరకదు. ఈలోపులో పోలీసులు నిన్ను దోచుకోరని కూడా నమ్మకం లేదు. అందులోనూ నీ అంత అందమైనదానిని–" అతడి నవ్వు ఆగిపోయింది. "థియరిటికల్‌గా ఆలోచించకు. నువ్వు 'ఊ' అంటే నీ స్టేటస్ మార్చేస్తాను!"

కొత్తగా కలంపట్టిన రచయిత్రులతో తన తండ్రి కూడా ఇదే అనేవాడు. వాళ్ళందరూ ఇప్పుడు లబ్ధ ప్రతిష్టులై సమాజానికి నీతిపాఠాలు వల్లిస్తున్నారు. సుఖంగా భర్తల్తో సంసారాలు చేసుకుంటున్నారు. కత్తి అంచున నిలబడి ఒక నిర్ణయం తీసుకోవలసి వచ్చినప్పుడు వాళ్ళు చేసుకున్న ఆత్మవంచన గురించి ఆ తరువాత జీవితంలో ఒక్కసారైనా... తాము చేసుకున్న ఆత్మవంచన గురించి ఆలోచిస్తారా? ఆనంద సంతోషాలు బహుశా వాళ్ళకి ఆ అవకాశాన్నీ, ఆలోచించే టైమ్‌నీ ఇచ్చివుండవు. పునాది బురదలోంచి తీస్తేనేం – భవంతి నిర్మింపబడ్డాక....

"అయిదు నిముషాల టైమిస్తున్నాను, ఆలోచించుకో, ఐదు నిముషాల్లో నువ్వు తిరిగిలోపలికి రాకపోతే–" ఆగిఅన్నాడు. "బైట పోలీస్ వ్యాన్ నీ కోసం ఎదురుచూస్తూంది".

ఆమె ఏమీ తోచని దానిలా ఒక క్షణం అలాగే నిలబడిపోయింది. ఆమె కాళ్ళు ఆమెకి సహకరించటంలేదు. అతడు నవ్వేడు. అలా మాటి మాటికీ అతడు నవ్వే నవ్వు ఆమెకి కంపరం కలిగిస్తూంది. ఆమె తలుపు దగ్గరకు వచ్చింది.

తలుపు తీస్తూండగా అతనన్నాడు. "సరిగ్గా అయిదు నిముషాల్లో రావాలి. నువ్వు వచ్చేసరికి నేను కళ్ళు మూసుకుని వుంటాను. పాపం నీకు నీ నిర్ణయం నోటితో చెప్పటం కష్టం అవుతుందని నాకు తెలుసు. పెదాలమీద ముద్దుపెట్టుకో. అదే మన అగ్రిమెంటు...."

సాడిస్ట్ ... సాడిస్ట్ –

ఆమె బయటకు వచ్చేసింది. అందరూ ఆమెనే చూస్తున్నారు.

వచ్చి కుర్చీలో కూలబడింది. గుండెల్లో గరగర, బాగా ఏడవాలని వుంది. ఫాల్స్ ప్రిస్టేజి మన కిష్టమైన పన్లని కూడా హాయిగా చేసుకోనివ్వదు. స్నేహితురాలు దగ్గిరగా వచ్చి "ఏం జరిగింది?" అని అడిగింది. అందులో సానుభూతికన్నా– ఏం జరిగిందో తనే ముందు తెలుసుకుని అందరికీ చెప్పాలన్న ఆతృత ఎక్కువుంది.

"ఏం లేదులే" అంది విద్యాధరి మొహం తిప్పుకుని. ఆవిడ ఆశాభంగం చెంది వెళ్ళిపోయింది.

విశాలమైన హాలు. దాదాపు ఇరవైమంది దాకా ఆ హాల్లో వున్నారు. ఆ హాల్లో అంత నిశ్శబ్దం ఎప్పుడూ లేదు. టైప్ చేయవలసిన వాళ్ళుకూడా చేయకుండా ఏదో మిషమీద కాగితాలు సర్దుతున్నారు. పోలీసు ఇన్స్పెక్టరు మానేజర్ ఎదురుగా కూర్చుని సిగరెట్ వెలిగించి లోపల్నుంచి వచ్చే చక్రధర్ సిగ్నల్ కోసం చూస్తున్నాడు – చట్టం అన్యాయం నుంచి అనుమతి కోసం చూస్తున్నట్లు.

ఆ గదిలో టెన్షన్ పూర్తిగా నిండి వుంది. 'నా' అనేవాళ్ళు ఎవరూ లేకపోవటం ఎంత నరకమో విద్యాధరికి తెలిసింది. కనీసం మనసు విప్పి చెప్పుకోవటానికి కూడా ఎవరూలేరు. తన చేతులు కంపిస్తున్నట్లు గమనించి, వాటిని అదుపులో పెట్టుకోవటానికి వృథాప్రయాస చేసింది. తనని ఎలా తీసుకెళతారు? చేతికి బేడీలు వేసా? మామూలుగానేనా? పోలీస్స్టేషన్లో ఎంతకాలం వుంచుతారు? .... ఆమెకి కోర్టు ప్రొసీజర్లు తెలియవు. వెంటనే జైలుశిక్ష వేస్తారా? లాయర్ని ఎలా కలుసుకోవాలి? లాయర్ కివ్వటానికి డబ్బు కూడా లేదు. అయినా అంతవరకూ రాదు. పోలీస్ వ్యాన్ ఎక్కుతూ వుండగానే గుండె ఆగిపోవచ్చు. అలా ఆగినా బావుణ్ణు అనుకుంది.

నాలుగు నిముషాలు గడిచాయి. చక్రధర్ గదికి అవతలి వైపున్న ఎయిర్ కండిషనర్, హాల్లో ఫ్యాన్లు, ఈ చప్పుడు తప్ప మరింకేదీ వినిపించటం లేదు.

విద్యాధరి చాలా సామాన్యమైన మెంటల్ స్టాటస్ వున్న అమ్మాయి. కేవలం బేరర్ సమస్య ఒకటే అయితే, ఇంత మానసికమైన వత్తిడి భరించలేక పట్టు వదిలేసేదేమో. కాని నైతిక విలువలపట్ల ఆమెకున్న నమ్మకం ఆ సాడిస్టు కోరిన కోరికల్ని వప్పుకోనివ్వటం లేదు. అలా అన్చెప్పి, 'ఏం జరిగితే అది జరుగుతుందని' అని ధైర్యంగా వుండగలిగే మొండితనమూ ఆమెకి లేదు. ఆ క్షణం ఆమెకి ఒక్కటే అనిపించింది. ఎవరూ చూడకుండా ఒక్కసారి భోరున ఏడిస్తే బావుణ్ణు అని.

అతడు పెట్టిన గడువుకి ఇంకా అరనిముషం వుందనగా ఆమె పక్కనుంచి "హల్లో" అని వినిపించింది.

తల వంచుకుని, హాండ్బ్యాగ్ని గట్టిగా పట్టుకుని పెదవుల్ని బిగపట్టి ఏడుపు ఆపుకోవడానికి ప్రయత్నిస్తూన్న ఆమె తలెత్తింది.

అతడొక బెంగాలీబాబులా ఉన్నాడు. లాల్చీ పైజామా, భుజానికి వేలాడే కలకత్తా సంచి, చిన్న గెడ్డం, చురుకైన కళ్ళు – అయిదడుగుల అయిదంగుళాలు

ఎత్తు, ఆకుజోళ్లు – జీవితం అంటే పెద్ద లక్ష్యంలేనట్టు నుదుటి మీదకు పడుతూన్న జుట్టు.... సాధారణంగా జర్నలిస్టులు ఎలా వుంటారో అలా వున్నాడు. అన్నిటికంటే ఎక్కువగా అతడి మొహంలో అదోలాటి తేజస్సు కనపడుతూంది. అతడి తీక్షణమైన కళ్ళు నవ్వినప్పుడు మాత్రం దయని వర్షిస్తున్నట్టు వున్నాయి.

చిరునవ్వుతో "ఇంకో పావునిముషమే వుంది. లోపలికి వెళదాం రండి" అన్నాడు. ఆమె అయోమయంగా అతడివైపు చూసింది. అతడి కళ్ళు పదండి– వెళదాం అన్నట్టు వున్నాయి.

ఆమెలేచి, అతనెవరు– తననెందుకు రమ్మంటున్నాడు– లాటివేమీ ఆలోచించకుండా అతడితోపాటు చక్రధర్ గదివైపు నడిచింది. చక్రధర్ పర్సనల్ సెక్రటరీ అతడు తలుపు తోస్తూండగా, "ఏయ్ మిస్టర్ మీరెవరు?" అంటూ అబ్జెక్టు చెయ్యబోయాడు. అతడు సెక్రటరీవైపు ఒక క్షణం మాట్లాడకుండా చూసి తలుపు తోశాడు. అతడి ధైర్యానికి సెక్రటరీ ఏమీ మాట్లాడలేకపోయాడు.

ఇద్దరూ లోపలికి ప్రవేశించారు.

చక్రధర్ కళ్ళు మూసుకుని వున్నాడు. తలుపు చప్పుడు వినపడగానే అతని మొహంమీద తను గెల్చానన్న భావంతో నవ్వు కదలాడింది. కళ్లు మూసుకునే ముద్దుకోసం మొహం ముందుకు జరిపాడు.

"మీ ఎడమకాలు చెప్పు తీయండి" అన్నాడు అతడు కామ్‌గా. విద్యాధరి అదిరిపడింది.

అతడు ఆమెవైపు తలతిప్పి "తియ్యండి" అన్నాడు. అతడి కంఠస్వరానికి చక్రధర్ కళ్ళు విప్పకపోవటం ఆమెని మరింత అయోమయంలో పడేసింది. అతడు ప్రోత్సహిస్తున్నట్టు తలూపాడు. ఒకరకమైన ట్రాన్స్‌లో వున్న దానిలాగా ఆమె కాలిచెప్పు తీసి పట్టుకుంది.

"వెళ్ళి బాదండి" అన్నాడు తాపీగా. "దీనివల్ల శిక్షలో పెద్ద మార్పుండదు. అయినా ఇక్కడ సాక్షులెవరూ లేరు."

ఆమె గాలిలో తేలుతున్నట్టు వెళ్ళి అతడి చెంపలమీద ఎడా పెడా వాయించింది. అంతా ఎవరూ వూహించని రీతిలో క్షణాల్లో జరిగిపోయింది.

ఇంకేదో మధురమైన దాన్ని వూహిస్తున్న చక్రధర్ అకస్మాత్తుగా జరిగిన ఈ సంఘటనకి ఉలిక్కిపడి కళ్ళు విప్పి చేతులు అడ్డు పెట్టుకునే లోపులోనే నోటిమీద కూడా రెండు దెబ్బలు పడ్డాయి. 'దీనివల్ల శిక్షలో పెద్ద మార్పుండదు' అన్న అతడి మాటలు ఆమెలో తెగింపు ధైర్యాన్నిచ్చింది. చక్రధర్ లేచి, "ఏయ్ ఏమిటిది....

ఆపు" అని కేకలు వేసేలోపులో మరో నాలుగు బాదింది. చక్రధర్ ఆమెను పట్టుకోవటానికి ముందుకు రాబోతూ వుంటే అతడు వెనక్కి తోశాడు. చక్రధర్ వెళ్ళి కుర్చీలో పడ్డాడు. పడుతూ "పోలీస్ పోలీస్" అని అరిచాడు.

"సౌండ్‌ప్రూఫ్. నీ మాటలు బయటకు వినిపించవు" అతనన్నాడు. చక్రధర్ చప్పున బెల్ నొక్కాడు. ఎవరూ రాలేదు. ఇంటర్‌కమ్‌లో హడావిడిగా 'సెక్రటరీ - సెక్రటరీ' అని పిలిచాడు. ఎవరూ రాలేదు. విద్యాధరితోపాటు వచ్చిన వ్యక్తి వినోదం చూస్తున్న ప్రేక్షకుడిలా దీన్నంతా చూస్తున్నాడు. చక్రధర్ ఇంకా బెంబేలు పడ్డవాడిలా లేచి బయటకు వెళ్ళబోతూంటే అతడు మళ్లీ తోశాడు. చక్రధర్ కుర్చీలో కూలబడి- "ఇంతకు ఇంతా ఫలితం అనుభవిస్తావ్" అని అరిచాడు ఇంగ్లీషులో - దానికి ముందొక బూతుమాట కలిపి.

ఈలోపులో ఆ యువకుడు తాపీగా కుర్చీ లాక్కుని కూర్చుంటూ విద్యాధరిని కూడా కూర్చోమన్నట్లుగా సైగ చేశాడు. ఆమె కూర్చోలేదు. ఆమెకు నెమ్మది నెమ్మదిగా మైకం విడిపోతున్నట్టు అనిపించింది. తనేం చేసిందో తల్చుకుంటే ఆమెకి ఇదంతా కలో నిజమో అర్థంకావటంలేదు. ఎర్రగా కందిన చక్రధర్ మొహం మాత్రం ఇదంతా కల కాదని నిరూపిస్తూంది. ఈ లోపులో అతను విద్యాధరిని చూపిస్తూ- "ఈ అమ్మాయిమీద కేసు ఉపసంహరించుకోవాలి. అంతేకాదు, ముందుకు వంగి ఆమె కాళ్ళమీద శిరస్సు అన్చి క్షమాపణ వేడుకోవాలి. నువ్వు చేసిన పన్లకు ఈ విధంగా నీకు శిక్ష విధించేటందుకు నిర్ణయించాను" అన్నాడు.

"బాస్టర్డ్! నువ్వు నిర్ణయించటం ఏమిటి? అసలెవరు నువ్వు ?"

అనవసరమైన సంభాషణలకి ప్రాముఖ్యత ఇవ్వటం ఇష్టం లేనట్టుగా అతడు నొసలు చిట్లించి, "నేనూ నీ లాజిక్‌నే ఉపయోగిస్తాను. పోనీ సంవత్సరంనుంచీ నీ చేతలకి అడ్డుచెప్పక పోవటం ఆమె తప్పుగా ఆర్గ్యూచేశావు. ఆమెకన్న నువ్వు పవర్‌ఫుల్ కాబట్టి ఆమెని అరెస్టు చేయించేవరకూ తీసుకెళ్ళి నీ ఆధిపత్యం నిరూపించుకోవడంలో తప్పులేదని వాదించావు. ఇప్పుడు ఆమె తరఫున నేను మరింత పవర్‌ఫుల్‌గా వచ్చాను. కాబట్టి...." అంటూండగా ఫోన్ మ్రోగింది. అతడు "ష్...." అనగానే ఫోన్ దానంతట అదే ఆగిపోయింది. బెల్ ఆగాక తిరిగి అన్నాడు- "నీ లాజిక్ ప్రకారమే నిన్ను ఆమె పాదాక్రాంతుణ్ణి చేసే హక్కు నాకుంది. నిముషం టైమిస్తున్నాను. వంగి నమస్కారం పెట్టు."

"ఈ నిమిషంలోనే నిన్నూ" -అంటూ చక్రధర్ లేచి తలుపువైపు వెళ్ళబోతుంటే అతడు చొరవగా పట్టుకుని చక్రధర్ కోటు జేబులోంచి ఒక ఫోటో తీసి అతడికి అందిస్తూ "ఇంకా నలభై సెకండ్లు టైముంది" అన్నాడు.

ఆ ఫోటో చూడగానే చక్రధర్ మొహం వెలవెల బోయింది. అతడు అంతగా బెదిరిపోవటం ఆమె ఎప్పుడూ చూడలేదు. "ఇది.... ఇదేమిటి?" అన్నాడు కంపిస్తూన్న స్వరంతో.

"ఆ నకిలీ రశీదు పుస్తకాలు నువ్వే పెట్టేవని కేసు ఉపసంహరించుకునేలా చేసే ఏకైక ఆయుధం".

"ఈవిడ... ఈవిడ ... నా తల్లి..."

"డిటైల్స్ వద్దు. సభ్యసమాజం హర్షించదు. పరిణామాలు ఆలోచించు. ఈ ఫోటో పది కాపీలు తీసి పదిమందికీ పంచిపెట్టడం జరిగిందనుకో -"

"ఈ ఫోటో ఎవరు తీశారు? ఎప్పుడు తీశారు? నీ జేబులోకి ఎలా వచ్చింది."

"ఇంకా ఇరవై సెకన్‌లు."

చక్రధర్ వంగి ఆ యువకుడి కాలర్ పట్టుకుని "నువ్వెవరు?" అని అడిగాడు.

"ఇంకా పదిహేను సెకన్‌లు."

ఆ గదిలో హఠాత్తుగా అలముకున్న నిశ్శబ్దానికి విద్యాధరి వెన్ను చలితో వణికింది.

"ఇంకా అయిదు సెకన్‌లు. ఒక నిజమైన వ్యాపారవేత్త ఒక నిర్ణయం తీసుకోవటానికి ఇంత టైమ్ అవసరం."

చక్రధర్ ఆలోచిస్తున్నట్టు కనిపించాడు. ఆ ఫోటో ఎంతో దారుణమైనది అయివుంటుందనీ, అందువల్లే పులిలాంటి వాడు పిల్లిలా అయిపోయాడని ఆమె భావించింది. అయితే ఆ ఫోటోలో ఏమున్నదీ ఆమెకూ అర్థంకాలేదు.

"ఇంకొక్క సెకను".

చక్రధర్ వంగి నమస్కారం పెట్టాడు. ఆమెకిదంతా డ్రమెటిక్‌గా తోచింది. టెన్షన్ అంతా పోయి నవ్వొస్తూంది.

"ఈమె నిక్కణ్ణుంచి ట్రాన్స్‌ఫర్ చేయవు. వీలైతే రేపు చిన్న ప్రమోషన్ కూడా ఇస్తావు. నేను మాత్రం నిన్ను వాచ్ చేస్తూ వుంటాను. సరేనా" ఆమెతో కలసి అతడు గది బయటకి వచ్చేశాడు. చక్రధర్ ఇంకా షాక్‌నుంచి తేరుకోలేదు.

"ఇదంతా నాకేమీ అర్థంకావటంలేదు. మీరెవరు?" అని అడిగింది వచ్చి సీట్లో కూర్చున్నాక. అతడు ఎదుటి సీట్లో కూర్చునే ప్రయత్నమేమీ చెయ్యలేదు.

"నా పేరు అనుదీప్. అంతకన్నా వివరాలు చెప్తే మళ్ళీ షాక్ తింటారు. వద్దులెండి."

"మీకు ఆఫీసు విషయాలు అన్నీ ఎలా తెలిసినయ్?"

అతను నవ్వి ఊరుకున్నాడు.

"ఆ ఫోటోలో ఏముంది?"

"ఇంకొకరి వ్యక్తిగత జీవితాల చీకటి గురించి మనం చర్చించటం అంత బావోదు విద్యాధరిగారూ."

ఆమె సిగ్గుపడి "సారీ" అంది. అయినా ఆమె కుతూహలం తగ్గలేదు.

"పోనీ, ఈ ఒక్క ప్రశ్నకి సమాధానం చెప్పండి. అటువంటి ఫోటో మీ జేబులోకి ఎలా వచ్చింది?"

అతడు చొరవగా ఆమె బ్యాగ్ తెరిచి, అందులోంచి ఒక పువ్వుతీసి ఆమెకిస్తూ "ఇదెలా వచ్చిందో అదీ అలాగే" అని నవ్వేడు! ఆమె తలమునకలయ్యే ఆశ్చర్యంతో తన చేతిలోని మల్లెపూవు వంక చూసింది. అదొక అద్భుతంలా తోచింది. అసలా యువకుడే ఒక చిత్రాతి చిత్రమైన మనిషిలా తోచాడు. ఇంకా ఏదో అడగటానికి తలెత్తేసరికి అతడు అక్కడ లేడు.

ఆ తరువాత సంఘటలన్నీ చాలా తొందర తొందరగా జరిగిపోయాయి. ఇన్‌స్పెక్టర్ వెళ్ళిపోయాడు. ఏదో జరుగుతుందని ఊహించిన ఆమె కొలీగ్స్ అందరూ తమ తమ పనుల్లో నిరాసక్తంగా మునిగిపోయారు. సాయంత్రం వరకూ చక్రధర్ ఆమెని పిలువలేదు. ఆమె దాని గురించి పట్టించుకోలేదు కూడా. ఈ సమస్య ఇక సమసిపోయినట్టే భావించింది. చక్రధర్ వాలకం చూస్తే అతడిక తన జోలికి వచ్చేటట్టు కనిపించలేదు.

ఆ రాత్రి ఆమె తన పుస్తకంలో వ్రాసుకుంది.

"ఈ రోజు చాలా థ్రిల్లింగ్ సంఘటన జరిగింది. దీని గురించి వివరాలు వ్రాసుకోవటం అనవసరం. ఎందుకంటే నా జీవితాంతం ఈ సంఘటన సజీవంగా మిగిలిపోతుంది."

ఆ రాత్రి ఆమె చాలాసేపటివరకూ నిద్రపోలేదు. జరిగిందంతా నిజమని ఆమెకి ఇంకా నమ్మకం కుదరలేదు.

నమ్మకం కుదిరే సంఘటన ఆ మరుసటి రోజు జరిగింది.

*　　*　　*

అశ్వనీ ఆడిటోరియం.

రాత్రి 7-30.

విద్యాధరి అసహనంగా కుర్చీలో కదిలింది. ఆమె చివరి వరుసలో కూర్చుని వుంది. అసలారోజు అంత రష్‌గా వుంటుందని ఆమె వూహించలేదు. అయిదున్నరకే వచ్చినా, అప్పటికే హాలు నిండింది. ఆరు అయ్యేసరికి గేట్లు మూసేశారు. ఏడుంపావుకి బైట జనం గొడవ. లోపలికే వినిపించేటంతగా గుమికూడారని బయట అరుపులనుబట్టి తెలుస్తూంది.

ఆ రోజు ఒక సినిమా యాక్టర్ ఫంక్షనుంది. ఆ యాక్టర్ గత సంవత్సరమే సినిమా ఫీల్డులోకి ప్రవేశించాడు. ఒక చిత్రంలో కొజ్జా వేషం వేసి సాటి మనిషి అంగవైఫల్యాన్ని భూతద్దంతో చూపించి ప్రేక్షకుల్ని కవ్వించటానికి ప్రయత్నం చేశాడు. మరొక చిత్రంలో పోలీసు వేషం వేసి, ప్రజలకు పోలీసులమీద వున్న న్యూనతాభావాన్ని మాటల రచయిత కాష్ చేసుకోగా, ఆ పాత్రకి కొంచెం ప్రాచుర్యం లభించింది. అంతే గత ఏడాదిగా అతడు నటించిన చిత్రాలు ఆ రెండే, అతడికోసం అంతమంది జనం వస్తారని ఆమె వూహించలేదు.

ఆమె వచ్చింది, దేవులపల్లి బాలగంగాధరచలాన్ని చూడటం కోసం. ఆయనకి తొంభై ఏళ్ళుంటాయి. గొప్ప సాహిత్యవేత్త. పది సంవత్సరాల క్రితం తన తండ్రి ఒక పత్రిక్కి సంపాదకుడు. వీళ్ళిద్దరికి హస్తిమశకాంతరం తేడా వుండేది. ఆయన సంపాదకత్వం చదువుతూ వుంటే "ఈయనకి తెలియని విషయం లేదా" అనిపించేది. భావుకత్వం ఉండేది. విజ్ఞానం వుండేది. ప్రజలమీద, వారి సమస్యల మీద ఆర్ద్రత కూడిన వేదన వుండేది. అది ఆ పత్రికలో రిఫ్లెక్టు అయ్యేది. ఫలితంగా ఆయన పత్రిక మూతపడింది. విద్యాధరి తన తండ్రి నిర్వహించే పత్రిక 'యువతీ యువకుల పత్రిక' అన్న పేరు క్రింద మానసిక వ్యభిచారాన్ని ప్రోత్సహిస్తూ 'సమాజంలో జరిగే అత్యాచారాల్ని బయటపెడుతున్నాము' అన్న శీర్షిక క్రింద యవ్వనాన్ని రెచ్చగొట్టే బొమ్మలు వేస్తూ - ప్రాచుర్యం పొందింది. రాత్రిపూట రచయితలతో కూర్చుని (వీళ్లే సీసాలు తెచ్చేవాళ్ళు) తన గొప్పతనాన్ని ఉపన్యసించేవాడు.

"చూశారా మనకెంత ఫాలోయింగో..." అనేవాడు. శ్రోతలు తలలూపేవారు గాన్ని వింటూ, లోపల్నుంచి తను అనుకునేది "నాన్నా! నువ్వు మూర్ఖుడివా? లేక ఆత్మ లేదు కాబట్టి ఆత్మవంచన అన్న పదమే ఎరుగని అజ్ఞానివా? నీకు ఇంట్లోనే ఫాలోయింగ్ లేదు? నీ భార్య బ్రతికున్నంతకాలమూ నీతో పోట్లాడేది. నీ కూతురు నిన్ను ప్రతి అణువూ అసహ్యించుకుంటూంది. ఇక నీకేమి ఫాలోయింగ్? ఇప్పుడు

నీకు సీసాలు సప్లై చేసేవాళ్ళు, నువ్వొక మేధావివని, స్నేహసంపన్నుడవనీ పొగిడే రచయిత్రులూ, రేపు నీ పొజిషన్‌లో ఇంకొకరు వచ్చినా ఆ పని చేస్తారనే తెలుసుకోలేని ఆలోచనా రహితుడివా? తెలిసీ, దీపం వుండగానే ఇల్లు చక్కబెట్టుకోవాలనుకునే లౌక్యుడివా? లౌక్యుడివే ఐతే మనకెంత ఫాలోయింగో అన్న ఆత్మవంచన ఎందుకు చేసుకుంటావు? ఫాలోయింగ్ అంటే అదికాదు నాన్నా. 'క్రిక్కిరిసిన మనుష్యుల మధ్య ఫాన్ లేక ఉక్కపోసే స్థితిలో ఒక తొంభై ఏళ్ళ వృద్ధుణ్ణి చూడటం కోసం నేను వచ్చాను చూడూ -అదీ ఫాలోయింగ్ అంటే.... కొజ్జావేషాలు వేసేవాడు కూడా తన కోసం వచ్చిన ఈ జనాన్ని చూసి ఇదంతా తన ప్రతాపమే అనుకుంటే ఎలా? అర్ధరాత్రి నిద్రలో కూడా ఎవరి మేధస్సు మన ఆలోచన్లని ఆరోగ్యవంతం చేస్తుందో, తమతమ రంగాలకి ఎవరైతే అకుంఠిత దీక్షతో తమ జీవితాల్ని అర్పిస్తారో! వాళ్ళకుండేది... అదీ ఫాలోయింగంటే."

.... ఇంతలో సభ మొదలయింది.

సినిమా నటుడు వచ్చే రైలు లేటవటంవల్ల ముందు సమావేశం ఏర్పాటు చేశారు. ఎవరో రాజకీయవేత్త అరగంట మాట్లాడి జనాన్ని చావబాదాడు. తరువాత గంగాధరాచలంగారికి సన్మానం జరిగింది. ఆయన చెప్పబోయేదానికి ఉత్సాహంతో ముందుకు వంగింది. అయితే ఆయన ఎక్కువ మాట్లాడకుండా కృతజ్ఞతలు రెండు ముక్కల్లో చెప్పి ముగించారు.

సభ ముగిసింది. స్టార్ అట్రాక్షన్ ఒక్కటే మిగిలివుంది. రైలు ఇంకొక గంటవరకూ రాదని తెలిసి నిర్వాహకులు గాత్ర కచేరి ఏర్పాటు చేశారు.

ఆమె స్టేజి వెనక్కి వెళ్ళి ఆ వృద్ధుడిని కలుసుకోవటానికి ప్రయత్నం చేసింది. జనం చీమల్లా లోపలికి తోసుకువస్తున్నారు. వెళ్ళటం కష్టమైంది. అయినా ప్రయత్నం చేసి లోపలికి వెళ్ళింది. ఆమె మనసు కుతకుతా వుడుకుతూంది. ఇంత కష్టపడివస్తే ఆయన రెండు ముక్కలు మాట్లాడి దిగిపోవటం ఆమెకు అసలు నచ్చలేదు. ఆ విషయమే నిలదీయాలనిపించింది. నేను మీ అభిమానిని - ఆ రోజుల్లో మీరు వ్రాసింది ప్రతిదీ దాదాపు కంఠతా బట్టేదాన్ని- వగైరా ఉపోద్ఘాతం ఏమీ చెప్పలేదు. ఇప్పటికే కొన్ని వేలమంది ఆయన దగ్గిర ఆ మాట అని వుంటారు.

"మీ దగ్గిర్నుంచి మేమెంతో ఎక్స్‌ఫెక్టు చేసి వచ్చాం. మీరెంతో మాట్లాడతారని వస్తే ఇదా మీరు చేసేది" అంది ....! కోపంతో ఎర్రబడ్డ ఆ మొహాన్ని చూసి ఆయన క్షణంలో ఆమె భావాలన్నిటినీ అర్థం చేసుకున్నట్టుగా నవ్వేరు. ఎంతో అభిమానం

లేకపోతే ఆ అమ్మాయి రాగానే అంతలా అటాక్ చెయ్యదని ఆయన ఒక చూపులో గ్రహించినట్టు- ఆయన చిరునవ్వుతోనే "నేనేం టాపిక్ మాట్లాడతానని అనుకున్నావమ్మా" అని అడిగారు.

ఆమె జవాబు చెప్పబోయింది కానీ, వెంటనే ఏం సమాధానం చెప్పాలో తోచలేదు.

"సీజర్ గురించి మాట్లాడనా? పీలే గురించి మాట్లాడనా? సర్రియలిజం గురించి మాట్లాడతాననుకున్నావా- అబ్‌స్ట్రాక్టునెస్ గురించి మాట్లాడతాననుకున్నావా? బీదోవెన్ గురించా -సాహితీ బోర్‌వెల్స్ గురించా, యులిసిస్ గురించా?"

ఆయన మాటల్లో సగం తనకే అర్థంకాలేదు. చూడనంతసేపూ వున్న అభిమానం చూసేక సగం చచ్చిపోయింది. ఆమె నమస్కారం పెట్టింది. ఆయన వెళ్ళిరమ్మన్నట్టు తలూపాడు. చాలా డిస్సపాయింట్‌మెంట్‌తో ఆమె వెనుదిరిగింది.

హాలు బయటకు వెళ్ళటానికి దారిలేదు. గేటు మూసేశారు. విద్యాధరికి ఏం చెయ్యాలో పాలుపోలేదు. అలాగే చివరి వరస పక్కగా నిలబడింది. జనంలో తొక్కిసలాట... గేటు తెరవమని బయట్నుంచి అరుపులు.

స్టేజిమీద ఒకాయన కూర్చుని గాత్ర కచేరి చేస్తున్నాడు. ఆయన పాట వినకుండా కేవలం తలచూస్తే హెయిర్ కటింగ్ షాపులో మర్దన చేసేవాడు గుర్తొచ్చాడు. ఒక అలౌకికానందంతో ప్రజల నుద్దేశించి కాక, మైకు నుద్దేశించి పాడుతున్నాడు. ఎందుకో తెలీదు కానీ చేత్తో తొడని బాదుతున్నాడు. అప్పుడప్పుడు పక్కనున్న మృదంగం వాడివైపు బావుందా అన్నట్టు చూస్తున్నాడు. వాడు బావుంది అన్నట్టు మృదంగం మీద కొట్టి చూపిస్తున్నాడు. వెనుక కూర్చున్న ఒకావిడ, మరి దాన్ని ఏమని వూహించుకుంటుందో తెలీదుకానీ వళ్ళో తంబూరలాంటిది పెట్టుకొని కళ్ళు మూసుకుని ఈ ప్రపంచంతో నిమిత్తం లేనట్టు మీటుకుంటూంది.

విద్యాధరికి వెళ్ళి ఆ నలుగుర్ని తందామన్నంత కోపం వచ్చింది.

"న....న....న....న....ననూ...

ఊఊఊ ఊ..... ననూ ....

బ్రో.... వా ..... బ్రోవా ..... బ్రోపవ్ ఆఆఆ .... ఆ....ఆ

నను బ్రోవామని ..... నను .... నను ....."

జనం ఒక్క ఉదుటున గోల చేశారు. ఎవరో టమాటా లాటిది విసిరారు. గాత్రం ఆగిపోయింది. అంతలో బైట కలకలం. "మీ ఆవిడకి నేనే మొగిడ్ని" సినిమాలో పోలీసు వేషం వేసిన నటుడు లోపలికి వస్తున్నాడు. ఆర్గనైజర్స్ ఏమీ పనిలేకుండా హడావుడి పడుతున్నారు. జనం ఆ నటుడిని దగ్గరగా చూడాలని

పోటీ పడుతున్నారు. తనొచ్చాకే ఎన్టీ రామారావు పడిపోయాడన్న లెవెల్లో ఆ నటుడు నవ్వుతూ చెయ్యి వూపుతున్నాడు. అంతలో అకస్మాత్తుగా కరెంట్ పోయింది.

ఒక్కసారిగా పెద్దగోల బయల్దేరింది. బయట వున్న జనం లోపలికి తోసుకొచ్చారు.

ఆడవాళ్ళు అవసరమైన దానికన్నా ఎక్కువ భయం ప్రదర్శించి మేము కూడా వున్నామన్న సంగతి మర్చిపోయారా అని తెలియజేశారు. రౌడీమూక విజృంభించింది. ఎందరి మెడల్లో గొలుసులు తెగాయో, ఎంతమంది వక్షోజాలు నలిగాయో తెలియలేదు. ఆడవాళ్ళవైపు వెళ్ళటం కోసం జనం, "పడిపోయిన నటుడి మీదనుంచే" పరుగెత్తారు-అవసరం రెలిటివ్‌టర్మ్ కదా....

విద్యాధరి పరిస్థితి మరీ ఘోరంగా వుంది. ఆమె మగవాళ్ళ మధ్య ఉంది. ఆమె లోపలికి వెళ్ళి వచ్చాక సీటు కూడా లేకపోవటంతో చాలాసేపు నిలబడవలసి వచ్చింది. ఆమెకు సహజంగా మంచి ఫిజిక్ వున్నది. దాంతో అందరి కళ్ళూ ఆమెమీదే వున్నాయి. అందులోనూ చివరివరస, వెలుతురులో మర్యాదస్తులు చీకట్లో ధైర్యం పుంజుకుని ఆమెకు దగ్గరయ్యారు.

నడుము దగ్గర చెయ్యి పడగానే ఆమె కెవ్వున అరిచింది. కాని అప్పటికే అలాంటి అరుపులు చాలా వినిపిస్తున్నాయి. "జనరేటర్ లేదా - పెట్రమాక్స్ లైట్లు లేవా" లాటి అరుపులు దూరం నుంచి వినపడుతున్నాయి. ఈ లోపులో ఇంకొక చెయ్యి విద్యాధరి మెడమీద నుంచి క్రిందికి జారింది.

ఈసారి ఆమె అరవలేదు.

చల్లగా జడపిన్ను తీసి పట్టుకుంది. రేప్ తప్పనిసరి అయినప్పుడు కళ్ళు మూసుకుని ఆనందించు అన్నది పాత సూక్తి. రేప్ తప్పనిసరి అయినప్పుడు కనీసం రెండు వృషణాలన్నా చితక్కొట్టు అన్నది ఆధునిక స్త్రీ నీతి. ఇంకో రెండు నిమిషాల్లో కరెంటు ఎలాగూ వస్తుంది. ఈలోపులో తన మాంసాన్ని స్పృశించి సంతృప్తి పడదామనుకున్న హీనుడి చేతిమీద లోతుకంటూ పొడిచేస్తే ఆ గుర్తు వాడికి జీవితాంతం గుర్తుంటుంది కదా.

ఇంతలో చెయ్యి మరింత క్రిందకి జారింది.

కన్ను పొడుచుకున్నా కానరాని చీకటి.

విద్యాధరి కుడిచేతిలో పిన్నుని కత్తిలా పట్టుకుని క్రిందికి జారుతూన్న ఆ పురుషహస్తాన్ని పొడవబోతుండగా "అత్యాచారం చేయకండి విద్యాధరి, అది నా చెయ్యి" అని చెవి దగ్గరగా వినిపించింది. ఆమె అదిరిపడింది. ఆ స్వరం ఎక్కడో విన్నట్టుంది. వెంటనే స్ఫురణకొచ్చింది.

అది అనుదీప్‌ది!

అతడు అక్కడికెలా వచ్చాడో చీకట్లో తెలియక ఆమె దిగ్భ్రమురాలైంది.

ఈలోపులో జనం కుమ్ములాట ఎక్కువైంది.

అతడామెని మరి మాట్లాడనివ్వకుండా చెయ్యి పట్టుకుని ఇటూ అటూ జనాన్ని పక్కకి తోసుకుంటూ బయటకు పరుగెత్తాడు. ఆమె అతడిని అనుసరించింది. లోపల్నుంచి ఆడవాళ్ళ అరుపులు యింకా వినిపిస్తూనే వున్నాయి. పోలీస్ క్లబ్ వరకూ వచ్చేసరికి ఆమె స్థిమితపడింది. అంతలో కరెంట్ కూడా వచ్చింది.

"మీరెప్పుడొచ్చారు లోపలికి?" అని అడిదింది.

"మీరు వచ్చినప్పుడే"

"మరి పలకరించలేదేం?"

"ఎందుకు?"

ఆమె హర్ట్ అయింది.

"ఏమంటున్నాడు చక్రధర్? అఫ్‌కోర్స్. మీ జోలికి యిక రాడులెండి."

ఇద్దరూ నడక సాగించారు.

"కొద్ది అవకాశం దొరికితే మనుష్యులు ఇంత మృగాల్లా అయిపోతారనుకోలేదు."

"మొత్తంమీద నా చేతికి కొద్దిదూరంలో పెద్ద ప్రమాదం తప్పింది."

"నేను జడపిన్ను తీస్తున్నట్టు మీకెలా తెలిసింది."

"మీరేం చేసినా నాకు తెలుస్తుంది. అది సరేకానీ రిక్షా ఎక్కుతారా? విద్యాధరపురం వరకూ వెళ్ళాలి కదా!"

ఆమె విస్మయంతో, "మా ఇల్లు యెక్కడో మీకెలా తెలుసు?" అంది.

"నాకు మీ గురించి అంతా తెలుసు విద్యాధరీ. అంతకన్న ఎక్కువ అడక్కండి. ఆ చనువుతోనే అప్పుడప్పుడు ఏకవచనంతో సంబోధిస్తూ వుంటాను. దాని గురించి కూడా ఏమీ అనుకోకండి."

"కానీ..."

"ప్లీజ్..."

ఆమె ఇంకేం మాట్లాడలేకపోయింది.

అతడు టాపిక్ మారుస్తూ "లోపలికి వెళ్ళారుగా. గంగాధరచలం ఏమన్నారు?"

ఆమె నవ్వి "మీరు నన్నే గమనిస్తున్నట్టున్నారే" అంది.

"కొద్ది దూరంలో నిలబడి మిమ్మల్ని చూస్తూ వున్నాను. నిజానికి మీ కోసమే నేనీ ప్రోగ్రాంకు వచ్చాను."

స్టేజిలోపల కలుసుకున్నప్పుడు ఆయన ఏమన్నారో చెప్పింది. "నేను చాలా డిస్సప్పాయింట్ అయ్యాను. ఆయన చాలా మాట్లాడతారనుకున్నాను. ఏదో సంజాయిషీ యిచ్చారు కానీ... నేనంతగా కన్విన్స్ అవలేదు."

అతడు రెండు చేతులూ ఫాంటు జేబులో పెట్టుకుని నడుస్తూ తాపీగా ప్రశ్న వేశాడు. "అరుణస్వామి మొదలియార్ ఎవరో తెలుసా మీకు?"

"లేదే!"

"ఆ గాత్ర కచేరి చేసినాయన"

"మైగాడ్! ఆయనా... ఎడా పెడా వాయించేశాడు మమ్మల్ని" అంటూ నవ్వసాగింది. అతడు నవ్వలేదు.

"తమిళనాడులో ఆయన నడుస్తూ వుంటే కాళ్ళ క్రింద పువ్వులు జల్లుతారు. మీ ఆడిటోరియంలో కనీసం పదిమంది అయినా ఆయనంటే ప్రాణాలిచ్చేవాళ్ళు వుండి వుంటారు. ఇప్పుడు చెప్పండి విద్యాధరీ! మీరు పెద్ద "బోర్" అనుకున్న ఆయన గాత్రం, ఆ పదిమందికీ ప్రాణప్రదం. అలాగే మీకు ప్రాణప్రదమైన గంగాధరాచలంగారి ఉపన్యాసం కొజ్జా నటుడిని చూడటానికి వచ్చిన వాళ్ళకి పెద్ద బోర్. అవునా?"

ఆమె దిగ్భ్రమతో అతనివైపు చూసింది. అతడామెవైపు చూడటం లేదు. తారు రోడ్డుమీద తమతోపాటే పాకుతున్న నీడల్ని చూస్తూ అన్నాడు–

"ఆయనకి ఎవరూ విలువ ఇవ్వలేదే అని మీరు బాధపడ్డారు. కానీ మొదలియార్ గాత్రానికి ఆ కొజ్జా జనంతోపాటూ మీరూ నవ్వేరని గుర్తించలేదేం? వాళ్ళకన్నా ఒక మెట్టు పైనున్నారని మీరనుకున్నారు. మీపైన ఇంకో మెట్టు వుందని గమనించలేదు."

విద్యాధరి వివర్ణమైన మొహంతో... "ఐయామ్ సారీ" అంది. "నేనంత దూరం ఆలోచించలేదు."

"ఆలోచించుకుంటూ దూరం వెళ్ళగలిగితే మనిషికందని సుదూర తీరాల్లో సత్యం కనపడుతుంది విద్యాధరీ."

విద్యాధరికి గంగాధరాచలం మాటల్లో సత్యం బోధపడింది. "సీజర్ గురించి మాట్లాడనా? యులిసిస్ గురించా" అన్నారు. ఎవరో యాక్టర్‌ని

చూడటానికి వచ్చిన వాళ్ళముందు తన పాండిత్య ప్రకర్ష ఎందుకని అనుకుని వుంటారు. లేకపోతే ఆ మేధావికి మాట్లాడాలంటే సబ్జెక్టు దొరకదా?

మరి తనకి ముందు ఎందుకంత కోపం వచ్చింది ?

రీజనింగ్ ఆలోచించే శక్తిలేక...

ఇతడు విడమరచి చెప్పేదాకా-

"మీరెవరు?" అంది చప్పున తలెత్తి.

"అనుదీప్."

"అదికాదు. మీరేం చదువుకున్నారు? ప్రస్తుతం ఏం చేస్తున్నారు!"

"పెద్దగా చదువుకోలేదు. ఆరేడు సంవత్సరాల క్రితం ఒకమ్మాయిని ప్రేమించాను. దాంతో చదువు ఆగిపోయింది."

ఆమె నవ్వుతూ "మరింతకాలం ఏం చేశారు?" అని అడిగింది.

"ప్రేమ ఎందుకు ఉద్భవిస్తుంది.... అన్న విషయం మీద రీసెర్చి చేశాను."

ఆమె పకాలున నవ్వేసింది. "తెలుసుకున్నారా మరి?"

"తెలుసుకున్నాను."

"ఏమిటి?"

"ఇల్లొచ్చింది. తాళం తీయండి చెపుతాను".

ఆమె గది తాళం తీసింది. ఇద్దరూ లోపలికి ప్రవేశించాక "అలా తీరిగ్గా కూర్చుని ఇప్పుడు చెప్పండి" అంది కుర్చీ చూపిస్తూ.

"చెప్పను, వ్రాస్తాను."

"ఎక్కడ?"

"గత రెండ్రోజులుగా మీరు థ్రిల్లర్ పుస్తకంలో ఏమీ వ్రాయటం లేదు. అదివ్వండి వ్రాసి చూపిస్తాను".

ఆమె ఆ మాటలకి నిశ్చేష్టురాలై "ఆ పుస్తకం గురించి మీకెలా తెలుసు?"అని అడిగింది. అతడామె మాటలకి సమాధానం చెప్పకుండా చొరవగా ఆమె పుస్తకాల రాక్‌లోంచి ఆ పుస్తకాన్ని తీసి, కలంతో వ్రాశాడు-మే 5 అన్న తారీఖు వేసి-

"ప్రేమ ప్రేమని ప్రేమిస్తుంది అన్నాడో కవి. నేను కనుక్కున్నది ఏమిటంటే అది కూడా అబద్ధమూ, స్వార్థమేనని...! నిజమైన ప్రేమ అవతలివైపు నుంచి ప్రేమ లేకపోయినా ప్రేమించటం ఆపదని....!"

"కలం బాగా వ్రాస్తూంది సుమా" అన్నాడు అతడు వ్రాయటం పూర్తిచేసి.... "నేను మరణించిన మరుక్షణం నా రక్తమంతా నీ పెన్నులో ఇంకుగా మారనీ మోడరన్ సాకీ.... అని నేనో గేయం వ్రాస్తే ఎలా వుంటుంది?" నవ్వేడు.

ఆమె మాట్లాడలేదు.

"తథాస్తు... అనండి, నిజంగా అలాగే అవుతుంది."

"మీరెవరు?"

"మళ్ళీ అదే ప్రశ్న?"

"నాక్కావాలి సమాధానం... చెప్పండి మీరు చెప్పకపోతే వదిలిపెట్టనీ రోజు. నాకు భయంగా వుంది. ఆందోళనగా కూడా వుంది. మీకు నా విషయాలన్నీ ఎలా తెలిసినయ్? మీరు "ష్" అనగానే ఫోను ఎలా ఆగిపోయింది? అసలెవరు మీరు..."

"నేను వివరంగా చెప్తాను. కానీ అలా చెప్పటం కూడా నీ నుంచి ఏదో పొందాలన్న స్వార్థమే కదా..."

"ఫిలాసఫీ వద్దు. అసలు మీరెవరు?"

"ఆరేడు సంవత్సరాల క్రితం మీరు స్టెల్లా కాలేజీలో గ్రాడ్యుయేషన్ పూర్తి చేశారు గుర్తుందా? రోజూ బస్‌లో కాలేజీకి వెళ్ళేవారు."

"అవును, అయితే..."

"ఒకరోజు మిమ్మల్ని బస్‌లో చూశాను. ఏడు సంవత్సరాల క్రితం నేనొక అమ్మాయిని ప్రేమించి, ఆ కారణంగా చదువు ఆపుచేశానని చెప్పానే... అది మిమ్మల్నే విద్యాధరీ..."

ఆమె స్థబ్దురాలై.... చాలాసేపటి వరకూ మాట్లాడలేక, చివరికెలాగో నోరు పెగల్చుకుని, "మిమ్మల్ని ... మిమ్మల్ని నేనెప్పుడూ చూడలేదే" అంది. కాలేజీలో చదివేరోజుల్లో ఆమె వెనుక చాలామంది బాడీగార్డులు వుండేవారు. కానీ ఇతన్ని నిజంగానే ఎప్పుడూ చూడలేదు. బహుశా పోలికలు బాగా మారిపోయి వుండాలి లేదా తనే మర్చిపోయి వుండాలి.

అతనన్నాడు... "రియల్ లవ్ ఎట్ ఫస్ట్ సైట్ అంటే మీకు తెలుసా?"

అతడేం చెప్పబోతున్నాడో వూహించి, ఆమె కాస్త తేలిగ్గా "తొలిచూపులో ప్రేమ" అంది.

"నేను అడుగుతున్నది ఇన్‌ఫాట్యుయేషన్ గురించి కాదు. 'రియల్ లవ్' గురించి."

"నిజమైన ప్రేమ" అందామె అనువాదకురాలిలా. "... అందరికీ తెలిసిందే అది."

"కాదు. తొలిచూపులో నిజమైన ప్రేమ ఉద్భవించటం అనేది అంత సులభంగా జరగదు. కొదిమందికే జరుగుతుంది. కొన్ని సంవత్సరాలుగా మనం ఎవరికోసమైతే వెతుకుతున్నామో, ఆ తెలియని వ్యక్తి హఠాత్తుగా మనకి కనపడినప్పుడు హఠాత్తుగా ప్రేమ ఉద్భవిస్తుంది. అన్నిటికన్నా ముఖ్య విషయం ఏమిటంటే హృదయం స్పందించటంతోపాటు మనిషి ఫిజియాలజీలో కూడా మార్పొస్తుంది. ప్యూపిల్స్ అంటే తెలుసుగా, కనుపాపలు అవి బ్రైట్ అవుతాయి. అలా వచ్చిన వెలుగు వల్ల ఆ మనిషి మొహంలో అంతవరకూ లేని అందమూ, తేజస్సూ కొత్తగా వస్తాయి. అదీ లవ్ ఎట్ ఫస్ట్ సైట్ అంటే..."

"నేను నమ్మను."

"మీరేకాదు, తొంభైశాతం నమ్మరు. ఎందుకంటే వాళ్ళకి జీవితంలో ఏ స్టేజీలోనూ అలాంటి అనుభవం వచ్చి వుండదు కాబట్టి-"

ఆమెకు ఇదంతా గమ్మత్తుగా తోచింది. అతనిని ఏడిపించాలని కూడా బుద్ధి పుట్టింది. ముందుకువంగి, "మొదటిసారి బస్‌లో చూశారు. మరి తరువాతేం చేశారు?" అని అడిగింది.

"నాల్రోజులపాటు మనిషి మనిషిగా లేను. ఎప్పుడూ మీ ఆలోచనే. అప్పటికే మీ చుట్టూ చాలామంది అబ్బాయిలు తిరుగుతున్నారని నాకు తెలుసు. వాళ్ళందరికీ మీరు "రోమియో..." "తూనీగలు" "బాడీగార్డులు" అని బిరుదులిచ్చారని కూడా నాకు తెలుసు. నేనూ వాళ్ళలో ఒకడిని అవటం నాకిష్టం లేకపోయింది."

"మరేం చేశారు?" అంది నవ్వు ఆపుకుంటూ.

"ఏం చేశానో చెప్పటానికి ముందు నేనో ప్రశ్న అడుగుతాను మీరు చెప్పండి. ఆ రోజే నేను నా ప్రేమ గురించి చెప్పివుంటే మీరేం చేసేవారు?"

"నాకీ ప్రేమ దోమల మీద నమ్మకం లేదు."

"కరెక్టు. ఎవడో వచ్చి- బస్‌లో మిమ్మల్ని చూశాను. ప్రేమిస్తున్నాను అంటే ఏ అమ్మాయికి అంత గొప్ప అభిప్రాయం కలగదు. ఇంక రెండో దారి ఏమిటంటే- ఈ ప్రేమనీ దోమనీ మనసులోనే దాచుకుని మామూలుగా పరిచయం ప్రారంభించి మనసులో కోర్కె మనసులోనే దాచుకుని ఒకరి అభిప్రాయాలు మరొకరు తెలుసుకున్నట్లు కొంతకాలానికి- 'మనం పెళ్ళి చేసుకుందాం. నువ్వు లేకపోతే

నేను బ్రతకలేను' అని చెప్పాలి. అది కూడా ఒకరకంగా ఆత్మవంచనే కదా! నిజమైన ప్రేమంటే అవతలివాళ్ళ బలహీనతల్ని కూడా ప్రేమించాలి. మరోరకంగా చెప్పాలంటే ఒకసారి ప్రేమంటూ కలిగితే, జీవితాంతం కలసి వుండాలి. లేకపోతే చచ్చిపోవాలి. మరి ఆ మాట నిజమా కాదా అని తెల్సుకోవటానికి నాకు ఇన్నాళ్ళు పట్టింది విద్యాధరీ -మీరు లేకుండా నేను బ్రతకలేను."

ఆమెకి వెంటనే వచ్చిన అనుమానం -ఇతడు పిచ్చాసుపత్రి నుంచి వచ్చాడేమో అని.

"మరి నేను లేకుండానే ఈ ఆరేడేళ్ళూ బ్రతికారు కదా" అంది.

"లేదని ఎవరన్నారు? ఇంతకాలమూ మీరు నాతోనే- నా ఊహల్లోనే వున్నారు. నా ప్రేమ నిజమని నమ్మకం కుదిరాకే నేనిలా మీ దగ్గరికి వచ్చి చెపుతున్నాను."

"మరి నేను కాదంటే?"

"చెప్పానుగా, చచ్చిపోతాను."

ఆమె లేచి "చాలా రాత్రయింది. మీరింక వెళతారా? నా గదిలో ఇంతరాత్రి వరకూ వుంటే ఎవరైనా చూస్తే బావోదు" అంది.

అతడు లేవలేదు. "నాకు తెలుసు. మీకు ప్రేమపట్ల లక్ష అనుమానాలున్నాయని. ఇందులో మీ తప్పుకూడా లేదు. మీ చుట్టూ వున్న పరిసరాలూ, మీ బాల్యమూ మీ మీద అలాటి ముద్రవేశాయి" అన్నాడు.

* * *

ఆ అమ్మాయి ఎందుకో నిద్రలోంచి హఠాత్తుగా మెలకువ వచ్చి కళ్ళు విప్పింది. గదిలో అమ్మ ఒక్కతే నిద్రపోతూంది. నాన్న లేడు. రాత్రి పన్నెండు దాటి వుంటుంది. ఆ పాప పక్క మీద నుంచి ముందు గదివైపు నడిచింది.

ఆ గదిలో కూడా ఎవరూ లేరు.

ఆ పాప వయసు ఎనిమిదీ... పదీ మధ్య వుంటుంది.

ముందుగది పక్కనే పైకి మెట్లున్నాయి. పాత సామానులు పడేస్తారు అక్కడ. అక్కణ్ణుంచి గుసగుసలు వినిపిస్తున్నాయి. కుతూహలంతో ముందుకు వెళ్ళింది. వాళ్ళిద్దరూ ఆమెని చీకట్లో గమనించలేదు.

ఆగిపోయింది.

ఎదుటి దృశ్యం అంత చిన్నపిల్లకి అర్థం అయిందో లేదో కానీ – భయంతో అరిచింది. ఒకటి.... రెండు .... మూడుసార్లు.

నాన్న క్రిందనుంచి పనిమనిషి లేవబోతోంది. ఈ లోపులో వెనుకనుంచి తల్లి వచ్చింది. చీకటి రహస్యం అర్థం చేసుకోవటానికి ఆవిడకి క్షణంకన్నా ఎక్కువసేపు పట్టలేదు. చీపిరికట్ట తీసుకుని ఇష్టమొచ్చినట్టు ఇద్దర్నీ కొట్టింది. ఎన్నో సంవత్సరాలుగా ఆమెలో భర్తపట్ల పేరుకుపోయిన కసి ఇంకా తీరలేదు. కత్తిపీట తీసుకు వచ్చింది. పనిమనిషి అరుస్తోంది. ఆమె భర్త ఆమెని ఎదుర్కొన్నాడు. ఆమె తిరగబడింది. ఆమె చేతుల్లోంచి కత్తిపీట అతడి చేతుల్లోకి మారింది. మెరుపుకన్నా వేగంగా ఆమె మెడ తెగింది.

ఆ పాప కళ్ళప్పగించి చూస్తోంది.

ఒక్కసారిగా ఇల్లంతా శ్మశాన నిశ్శబ్దం ఆవరించింది.

క్రింద తల్లి శరీరం నేలమీద కొంచెంసేపు గిల గిలా కొట్టుకుని ఆగిపోయింది.

కేసు జరగలేదు. చీకట్లో కాలుజారి కత్తిపీటమీద పడ్డట్టు వాస్తవం రూపుదిద్దుకుంది. భయంతో ఆ పాప నిజాన్ని ఎవరికీ చెప్పలేదు. కానీ అది ఆమె మనసులో వికృతంగా పెరిగి చెట్టులా ఊడలు పరుచుకుంది. మనుష్యులు గుసగుసలాడుతున్నారు. సత్యం బయటకు పొక్కింది. ఎవరూ చెప్పలేదు. సమాజాన్ని బాగుపర్చే రచయితలూ, నైతిక బాధ్యతల్ని తమ మీద వేసుకున్న రచయిత్రులు ... న్యాయం గురించి మాట్లాడే మేధావులూ అంతా తంద్రిచుట్టూ మామూలుగానే గుమిగూడుతున్నారు. ఆ పాపలో మాత్రం అందరిమీదా కసీ...

హ్యూమన్ రిలేషన్స్ మీదే కసీ!!!

* * *

"ఏమిటీ ఆలోచిస్తున్నారు?"

ఉలిక్కిపడి "ఏమీలేదు" అంది విద్యాధరి.

"మీ తల్లిదండ్రుల ప్రవర్తన మీ బాల్యంలోనూ, మీ చుట్టూ వున్న మొగవాళ్ళ ప్రవర్తన మీ యవ్వన కాలంలోనూ చాలా పెద్ద ప్రభావాన్ని చూపించాయి కదూ?"

"మీకెలా తెలుసు?"

"మిమ్మల్ని చూసినప్పుడు తెలియలేదు. తర్వాత తెలిసింది."

"ఎలా? ఎప్పుడు?"

"అది చెప్పటానికి ముందు, మళ్ళీ మొదటికి వెళ్ళాలి. నా గురించి కొంచెం చెప్పాలి. నేను కూడా మీలాగే అనుక్షణం చాలా అనుమానాల్తో బాధపడుతూ వుంటాను. ఇలా అయితే ఎలా? అలా అయితే ఎలా? లాంటి ప్రశ్నలు నన్నే

ప్రశ్నించుకుంటూ వుంటాను. నేను మిమ్మల్ని చూడగానే ప్రేమించానని చెప్పాను కదా. ఆ విషయం మీకు డైరెక్టుగా చెపితే- మీరు ఎన్నో ప్రశ్నలు అడుగుతారు. నీ ఉద్దేశ్యం ఏమిటి అంటారు? నన్ను ప్రేమించటానికి నీకున్న అర్హతలేమిటి అంటారు!! నేనేదో చెపుతాను. అన్నీ 'ప్లస్'లే చెపుతున్నావు. 'మైనస్' లేమిటి అని అడుగుతారు." అతడు నవ్వి తిరిగి అన్నాడు- "అందుకే విషయం చెప్పకుండా, నా ప్రేమ నిజమయినదా కాదా అని తెలుసుకోవటం కోసం నేనొకపని చేశాను."

"ఏమిటది?"

"ఇక్కడ గది ఖాళీ చేశాను. నా సామాన్లూ, బట్టలూ ఇంటికి పంపించేశాను..."

"పంపించి?" అందామె అనుమానంగా.

"వింధ్య పర్వతాల్లోకి వెళ్ళాను."

ఆమె దిగ్భ్రాంతితో ".... వెళ్ళి" అని అడిగింది.

"ఏడు సంవత్సరాలపాటు తపస్సు చేశాను" అతను కామ్‌గా అన్నాడు.

ఆమె ఆదిరిపడింది. "నేను నమ్మను" అంది.

"నమ్మాలి. చాలామంది ఋషులూ, రాజులూ రకరకాల కారణాల వల్ల ఆ రోజుల్లో తపస్సు చేసేరట. నేను మాత్రం ప్రేమ కోసం తపస్సు చేశాను. నేను ప్రేమించటానికి అర్హమైన వాడినా కానా అని తెలుసుకోవటం కోసం తపస్సు చేశాను. ఏ కండిషన్లూ లేకుండా ఆ అమ్మాయి నన్ను ప్రేమించేలా చెయ్యి స్వామీ అని కళ్ళు మూసుకుని ప్రార్థించాను. కళ్ళు విప్పి తిరిగి నాగరిక ప్రపంచంలోకి వచ్చేసరికి అప్పుడే ఏడేళ్ళు గడిచిపోయాయి- అని తెలిసింది. లక్కీగా మీకింకా వివాహం కాలేదు."

నిశ్చయంగా అతడు పిచ్చివాడని తెలిసిపోయింది. ఆమెకి ఈసారి భయం వెయ్యలేదు. ఆట పట్టించాలనిపించింది.

"ఇంత గొడవెందుకు పడ్డారు? పెళ్ళి ప్రసక్తి తీసుకురావల్సింది."

"ఎప్పుడు? అప్పుడా?"

"అప్పుడే".

"అది స్వార్థం. నేను మిమ్మల్ని ప్రేమిస్తున్నాను కాబట్టి మీరు నన్ను ప్రేమించాలని రూలు లేదు. పెళ్ళి అన్న తాయిలం ఆశ చూపించి ప్రేమించమనటం అస్సలు భావ్యం కాదు. అది స్వచ్ఛమైన ప్రేమ అవదు..."

"మీరుచెప్పిన రీజనింగ్ కరెక్ట్ అవుతే అసలీ ప్రపంచంలో ఎవరూ ఒకర్నొకరు ప్రేమించుకోరు."

"అందుకే.... ఆ రీజనింగ్‌కి అతీతమైన ప్రేమ వుందో లేదో తెలుసుకోవటం కోసం తపస్సు చేశాను."

"మరి దేవుడు కనపడ్డాడా?"

"కనపడ్డాడు."

"ఏమన్నాడు?"

"ఒక మనిషి మనసులో ప్రేమని ఉద్భవింప చేయగలిగే శక్తి తనకి లేదనీ, అలా వుంటే ప్రపంచ యుద్ధాలే ఆపుచేసి వుండే వాడిననీ అన్నాడు. నన్నే ట్రై చేసుకొమ్మన్నాడు."

దూరంగా పదకొండు గంటలు వినిపించాయి.

"చాలా రాత్రయింది. ఇక..." అంటూ లేచింది.

అతడు కూడా లేచి "మరి నా సంగతి" అంటూ "ఏమిటి చెవి దగ్గర చూసుకుంటున్నారు?" అని ప్రశ్నించాడు.

"పువ్వులేమైనా వున్నాయేమో అని" అంది నవ్వి.

అతడి మొహం ఎర్రబడింది. "నా మాటలు నమ్మరా?"

"నేను కాదు ఇంగితజ్ఞానం వున్న వాళ్ళెవరూ నమ్మరు."

"నేను నిరూపించనా? నా ప్రేమయొక్క తీవ్రత గురించి?"

"నిరూపించండి చూద్దాం."

"సరే– నేను వెళ్ళొస్తాను. ఈ రాత్రి తలుపులన్నీ గట్టిగా వేసుకుపడుకోండి. మీ శరీరంమీద నా స్వహస్తాలతో ప్రేమలేఖ వ్రాస్తాను. తెల్లారేసరికి లేచి చూసుకోండి."

"అసంభవం".

"వెళ్ళొస్తాను." అని అతడు నిశ్శబ్దంగా అక్కణ్ణుంచి వెళ్ళిపోయాడు.

ఆమె అలాగే చాలాసేపు నిలబడింది.

ఏం చెయ్యాల్లో తోచలేదు. జరిగినదంతా ఒక కలలాగా, విచిత్రంగా అనిపించింది. ఇదంతా నిజమని నమ్మబుద్ధి కాలేదు.

బట్టలు మార్చుకుని లైలార్పి పక్కమీద వాలిపోయింది.

తెల్లవారుఝాము నెప్పుడో నిద్రపట్టింది.

మెలకువ వచ్చేసరికి ఎనిమిదయింది.

ఆఫీసుకి టైమైపోతూందని హడావుడిగా లేచింది. అంతలో క్రితం రాత్రి సంభాషణ గుర్తొచ్చింది. అ ప్రయత్నంగా చేతులవైపూ అద్దంలో మొహాన్నీ చూసుకుంది. ఎక్కడా ఏమీలేదు. అతడేదో అంటే తనుకూడా ఓ మూర్ఖురాలిగా దాన్ని నమ్మటం ఏమిటా అని నవ్వుకుంది.

అరగంట తరువాత ఆమె స్నానానికని బాత్‌రూమ్‌లో ప్రవేశించి బట్టలువిప్పి దండెంమీద పడేసింది. నీళ్ళు పోసుకోబోతూ అప్పుడు చూసింది.

ఆమె నోట్లోంచి సన్నటికేక అప్రయత్నంగా వెలువడింది.

ఒక అనూహ్యమైన చిత్రాన్ని చూస్తున్నట్టు ఆమె తనని తాను చూసుకుంటూ చిత్తరువులా నిలబడిపోయింది.

నాభికి అంగుళం క్రింద ఎవరో పెన్నుతో వ్రాసినట్టు అందమైన చిన్నటి అక్షరాలు లిఖించబడి వున్నాయి.

"Tresspassers not allowed
property belonging
to ANUDEEP"

ఈమె ఎంతలా భయపడిందంటే వంటిమీద నీళ్ళు పోసుకుంటే కూడా ఏదైనా అవుతుందేమో అని అనుకుంది. కానీ అదృష్టవశాత్తు అలా జరగలేదు. అక్షరాలు చెరిగిపోయాయి.

స్నానం ఎలా పూర్తిచేసిందో తెలియదు.

భయంపోయాక మాత్రం ఆమె మనసునిండా కుతూహలం నిండింది. అతడు తన వంటిమీద ఎలా వ్రాశాడు? ఇంతవరకూ చరిత్రలో తామర పత్రాలమీద, కలువపూవుల మీద ప్రేమ లేఖలు వ్రాసి పంపినవారిని గురించి చదివింది గానీ శరీరం మీద వ్రాసిన వారి గురించి ఎక్కడా వినలేదు.

అయినా అతడు వ్రాసిన ప్రదేశం -

అది తల్చుకోగానే ఆమె మొహం సిగ్గుతో ఎర్రబారింది.

దేవుడు తపస్సు- ఇదంతా నిజంకాక ఏ అర్థరాత్రో అతడు ఎలాగో ఒకలాగ తన గదిలో ప్రవేశించి ఈ అక్షరాలు వ్రాసివుంటే మాత్రం...

ఆపైన ఇక ఆలోచించలేకపోయింది. 'ఛీ-ఛీ' అనుకుంది మనసులో చాలాసార్లు అది గుర్తొచ్చినప్పుడల్లా, ఆఫీసుకొచ్చిన తరువాత కూడా ఆమె ఆలోచనల నుంచి తప్పించుకోలేక పోయింది.

చక్రధర్‌నుంచి ఇప్పుడు ఏ రకమైన ఇబ్బంది వుండటం లేదు. పోతే, ఆ ఫోటో చూపించి తనని బెదిరించిన వ్యక్తి ఎవరో తెలుసుకోవటానికి చాలా కుతూహలం చూపించాడు. తనకు తెలిస్తేకదా చెప్పటానికి-

సాయంత్రం మూడింటికి అతను వచ్చాడు. అదే లాల్చీ పైజమా, భుజానికో బ్యాగు... మొహంనిండా చిరునవ్వు- "హల్లో నేను వ్రాసింది చదువుకున్నారా?"

ఆమె ఏమీ ఎరగనట్టు... "ఏం వ్రాశారు? నాకు ఏమీ తెలీదు" అంది.

"అయితే బహుశా మీరు చూసుకుని వుండరు. ఏం వ్రాశానూ- ఎక్కడ వ్రాశానూ అన్నీ చెప్పమంటారా?"

"అక్కర్లేదు. మీకు లేకపోయినా నాకుంది కాస్త సిగ్గు."

"అయితే చూసుకున్నారన్నమాట".

తను దొరికిపోయినట్టు అర్థమైంది ఆమెకు.

"సరే మీకు మానవాతీతశక్తులున్నాయనీ ఒప్పుకుంటాను. ఇక వెళ్ళి రండి" అంది కోపం, విసుగు మిళితమైన స్వరంతో.

"మరి నా ప్రశ్న?"

"ఏం ప్రశ్న?"

"అదే... నా ప్రేమ...."

ఆమె చురుగ్గా చూసి- "చూడండి- ఏ అమ్మాయి అయినా చలాగ్గా వుండే అబ్బాయినీ, సరదాగా మాట్లాడే అబ్బాయినీ ఇష్టపడుతుంటే తప్ప మీలాటి ఋషుల్నీ మునుల్నీ కాదు" అంది.

"మరి సీరియస్‌గానూ రిజర్వ్‌డ్‌గానూ వుండే అబ్బాయిల్ని ఏ అమ్మాయీ ప్రేమించచదాండీ?" అమాయకంగా అడిగాడు.

"కొంతమంది అమ్మాయిలు అలాటివాళ్ళని యిష్టపడితే పడవచ్చు" అంది.

అతడు చప్పున ముందుకు వంగి - "మీకెలాటి వాళ్ళు యిష్టం?" అన్నాడు.

ఆమె చేతులు జోడించి "చూడండీ. నేనిలాటివి ఎప్పుడూ ఆలోచించలేదు, మీరిక వెళ్ళిరండి" అంది.

అతడు కదల్లేదు. "మిమ్మల్ని బస్‌లో చూసినప్పుడే దగ్గిరకి వచ్చి 'నేను సరదాగా మాట్లాడే అబ్బాయిని అని వుంటే మీరేం చేసి వుండేవారు? లాగిపెట్టి కొట్టివుండేవారు. అవునా?"

ఆమె తలెత్తి చూసింది. అతనన్నాడు...

"సరదాగా మాట్లాడటమే ప్రేమకి క్వాలిఫికేషన్ అవుతే ఈపాటికి మీరు వందా రెండొందల మందిని ప్రేమించి వుండాల్సింది."

"మహాప్రభో, మీరు చెప్పేది నాకు ఒక ముక్క అర్థం కావటంలేదు. ప్రేమ ఒక్కరిమీదే జనిస్తుంది. వందా రెండొందల మీద కాదు."

"అయితే పెళ్ళయిన తరువాత జీవిత భాగస్వామిని ప్రేమించటం అన్నిటికన్నా ఆరోగ్యకరమైన ప్రేమ-"

"ఇప్పటికి తెలుసుకున్నారు కదా గుడ్."

"అంటే ఆ రోజు బస్‌లో మిమ్మల్ని చూడగానే, 'మిమ్మల్ని ప్రేమించాను. పెళ్ళి చేసుకుంటాను. ఏ మ్యారేజి హాలు బుక్ చేయించమంటారు' అని అడిగివుంటే మీ రొప్పుకునేవారా?"

విద్యాధరి అతడివైపు జాలిగా చూసి, "తపస్సు చేసిచేసి మీకు మతి పోయింది."

"కాదు అనలైజేషన్ వచ్చింది. వివాహమే ప్రేమకి బేస్ అయితే ఈ దౌర్భాగ్య ప్రపంచంలో యింతమంది దంపతులు అనుక్షణం ఎందుకు దెబ్బలాడుకుంటూ వుంటారు అన్న విషయం గురించి ఆలోచించాను. దాన్నే మీరు తపస్సు అనండి. ధ్యానం అనండి. ఏదైనా అనండి. ఏడు సంవత్సరాలు దాని గురించే ఆలోచించాను. ఒకే ఇంట్లో ఉంటూ ఇద్దరు మనుష్యులు ఒక గృహంలో జీవించవలసి వచ్చిన రెండు క్రూరమృగాల్లా ఎందుకు ఒకర్నొకరు చంపుకోవటానికి ప్రయత్నిస్తారు?"

ఆమెకి ఈ సంభాషణ అకస్మాత్తుగా ఆసక్తిదాయకంగా తోచింది.

"మరి మీ ప్రశ్నకి సమాధానం దొరికిందా?" అని అడిగింది.

"దొరికింది."

"ఏమిటి?"

"భార్యగానీ, భర్తగానీ తమ ప్రవర్తనకి అనుగుణంగా కొన్ని వాదనల్ని సమకూర్చుకుంటారు. ఆ రెండు వాదనల 'క్లాషే' - పోరాటానికి నాంది. బాగా కీచులాడుకునే దంపతుల్ని ప్రశ్నించి చూడండి. ఎవరి రీజన్ వారికుంటుంది. ఇద్దరూ కేవలం అవతలివారి ప్రవర్తనవల్లే తమ సంసారం ఇలా తగలబడిందని వాపోతూ వుంటారు."

"గౌతమ బుద్ధుడు సర్వజనావళికి శాంతి సూత్రం కనుక్కున్నట్లు మీరు కూడా దంపతులు సుఖంగా బ్రతకటానికి ఏదైనా చిట్కాలు కనుక్కున్నారా?" కాస్త చురుకుదనం ధ్వనిస్తూ వుండగా అడిగింది నవ్వుతూ.

"బుద్ధుడు బాధకి కారణం అన్వేషించటం కోసం సర్వం త్యజించి తపస్సుకి వెళ్ళాడు. నేను-కేవలం మీరు ప్రేమించాలనే స్వార్థంతో తపస్సు చేశాను. నా లక్ష్యం చాలా చిన్నది."

ఒక పిచ్చివాడితో అనవసరంగా టైం వేస్ట్ చేస్తున్నాననే భావం ఆమెకే కలిగింది. అప్పటికే ఆఫీసులో అందరూ కుతూహలంగా చూస్తున్నారు. చక్రధర్ అకస్మాత్తుగా మంచివాడుగా మారినప్పటి నుంచి విద్యాధరి విలువ ఆ ఆఫీసులో పెరిగిపోయింది. కేవలం చక్రధర్ బారినుంచి తనని రక్షించాడన్న కృతజ్ఞతే లేకపోతే అసలు అతడితో యింతసేపు మాట్లాడి వుండేదికాదు. ఇంతకన్నా అందమైన మాటలతో- మంచి వాదనలతో ఆమెను లొంగదీయటానికి చాలామంది యువకులు ప్రయత్నించారు. ఇంతకన్నా అందమైన వాళ్ళు -డబ్బున్నవాళ్ళు అందులో వున్నారు. ఆమె ఛరిష్మా అలాటిది...

"మీ లక్ష్యం చిన్నదని మీరే ఒప్పుకున్నారు కదా. నిజంగా తపస్సు చేసినట్టు మీరు చెపుతున్న మాటలు నిజమైనా కూడా, ఆ తపస్సువల్ల మీరు సాధించింది ఏమీ లేదు. బస్‌లో చూసినప్పుడు అడిగివుంటే మీకేమి సమాధానం చెప్పి వుండే దాన్నో- ఇప్పుడు అదే చెపుతున్నాను. ప్రేమ అనేది అడిగి తీసుకునేది కాదు. దానంతట అదే పుట్టాలి. కావాలంటే ఈ ప్రపంచంలో ఇంతమంది ప్రేమికులున్నారు. వారిని అడగండి."

"పెళ్ళికి ముందే దొరికే ప్రేమకి బేస్ ఏమిటి? ఈ ప్రపంచంలో తనని అర్థం చేసుకునేవాళ్లు ఎవరూ లేరని ఒకరు అనుకుంటూ వుంటారు. ఇంట్లో తల్లి-తండ్రి- అక్క- తమ్ముడు వేర్వేరు లెవెల్స్‌లో ఆలోచించేవాళ్ళు కావటంతో 'తనకి' అంటూ ఎవరూ లేరని ఒకరు ఒంటరితనం ఫీలవటం- ఆ సమయంలో ఆపోజిట్ సెన్స్‌నుంచి మరొకరు పరిచయం కావటం- అతడికి కాల్గెట్ టూత్‌పేస్ట్ ఇష్టమవుతే తనకి అదే ఇష్టం కావటం, ఆ తరువాత Availability of time and Private Place ..... ఇదేగా ప్రేమంటే- ఈలోగా, పెద్దలు వీళ్ళని విడదీస్తే తమంత అమిత ప్రేమ మరొకటి లేదని డైరీల్లో వ్రాసుకుని ఇంకొకరితో కాపురం చెయ్యటం..."

"తపస్సు చేసి చేసి మీ మెదడు కుళ్ళిపోయింది" అందామె కోపంగా. "మీరు ఆలోచించినట్టు ఎవరూ ఆలోచించలేదు."

"ఎవరి సంగతో నాకు తెలీదుగానీ- మీరేం ఆలోచించారు?"

ఆమె తెల్లబోయి "ఎప్పుడు?" అంది.

"సంవత్సరం క్రితం ప్రొఫెసర్ రంగనాథంతో మీరేమన్నారో గుర్తు తెచ్చుకోండి" అన్నాడు తాపీగా.

* * *

ఆ రోజు ఆమె గదికి వచ్చేసరికి పది దాటింది. సాహితీ గోష్టి ఉంటే వెళ్ళింది. తమ జీవితంలో ఏనాడూ ఒక్క మంచి వాక్యం కూడా వ్రాయని పదిమంది కలిసి కా.ల.క్షే.ప.ం. (కావ్య లక్షణ క్షేమ పరిరక్షణ సంఘం) అనే సంఘాన్ని స్థాపించి ప్రతి నెలా ఒక సమావేశం ఏర్పాటు చేస్తారని తెలిసి వెళ్ళింది. సామాజిక స్పృహలేని సాహిత్యం నశించాలని చాలామంది వ్యక్తులు బల్లగుద్ది మాట్లాడారు. అదంతా అయ్యేసరికి తొమ్మిదిన్నర, ఇంటికొచ్చేసరికి పది. తన జీవితంలో అతి నిష్ప్రయోజనమైన ఆ రెండు గంటల కాలాన్నీ తిట్టుకుంటూ ఆమె గది తలుపు తాళం తీసి తెరవబోతూ వుండగా బయట పంపుదగ్గర చప్పుడయింది. ఆమె చీకట్లో అటు చూసేసరికి ఏదో ఆకారం కదిలినట్టు అనిపించింది.

ఆమె భయంతో అరవబోయింది. కానీ ఆ ఆకారం అక్కణ్ణుంచి కదలకపోయేసరికి ముందు పందేమో అనుకుంది. తరువాత అది మనిషి అని తేలింది. దగ్గరికి వెళ్ళి చూస్తే అది ఇంటి యజమాని కొడుకు రామారావు.

వాళ్ళు ఇంటి మేడమీద వుంటారు. తండ్రి, కొడుకులు ఇద్దరే. కొడుక్కి ఇంకా పెళ్ళికాలేదు. తండ్రి యూనివర్సిటీలోనో ఎక్కడో ఫిలాసఫీ ప్రొఫెసరు. ఆయన భార్య చనిపోయి పది సంవత్సరాలైంది. కొడుకు గాలికి పెరిగాడు. ఏదో గవర్నమెంటు ఆఫీసులో పనిచేస్తూ వుంటాడు. సాయంత్రం అయ్యేసరికి పూర్తిగా తాగి రాత్రి ఎప్పుడో ఇంటికొస్తాడు. పట్టించుకొనేవాళ్ళెవరూ లేకపోవటంతో అలా తయారయ్యాడు.

విద్యాధరికి ఏం చెయ్యాలో తోచలేదు. పై తాళం తాలూకు చెవి ఎక్కడుందో తెలీదు. ఎవర్ని పిలవాలో తెలియలేదు. ధైర్యం చేసి అతడిని తన గదిలోకి తీసుకొచ్చింది. వంటిమీద స్పృహ లేదు. నీళ్ళలో పడి చొక్కా తడిసిపోయింది. అస్సలు స్పృహలో లేడు. గదంతా డ్రింకు వాసన.

ఆమె అతడిని తన పక్కమీదే పడుకోబెట్టింది. చొక్కా విప్పి ఆరేసి క్రింద చాప వేసుకుని పడుకుంది. ఆమె ఇదంతా గొప్ప మానవతాభావంతో చేసింది. ఇంతకీ అతడలా ఆ రాత్రి నీళ్ళ తొట్టెలో పడి తెల్లార్లు వుండకుండా కాపాడింది.

రాత్రి జరిగినదంతా ప్రొద్దున్న లేచి వినగానే అతడు తల మునకలయ్యేటంత ప్రేమలో పడిపోయాడు. తామిద్దర్నీ కలపటానికి కేవలం దేవతలు కల్పించిన

సంఘటనలే తప్ప మరేదీ కాదన్నాడు. ఈ మాత్రం 'ఆసరా' తనకి ముందే దొరికివుంటే తనిలా అయిపోయేవాడే కాదన్నాడు. అవటానికి కారణం ఇంట్లో చిన్నప్పటినుంచీ ఆప్యాయత దొరకకపోవటమే అట.

అతడు చెప్పినదంతా ఆమె విన్నది. మొదళ్ళనుంచీ, వెంట్రుక చివర్లవరకూ సెల్ఫ్‌పిటీతో కృంగిపోతున్న అతడి గోడంతా శ్రద్ధగా విని "ఇంతకీ మీరేం చెప్పబోతున్నారు" అని అడిగింది.

"నన్ను కాపాడుకోవలసింది ఇక నువ్వే. నీ చేతుల్లో నా జీవితాన్ని పెట్టి నేనిక నిశ్చింతగా వుంటాను."

"జీవితం అంటే తాళం చెవుల గుత్తికాదు. మరొకళ్ల చేతుల్లోపెట్టి హాయిగా నిద్రపోవటానికి. ముందు మిమ్మల్ని సంస్కరించుకోండి. దానివల్ల మీ వ్యక్తిగతం పెరుగుతుంది. అప్పుడు ఆలోచిద్దాం ప్రేమ- పెళ్ళి సంగతి..."

"ఈ క్షణం నుంచి తాగుడు మానేస్తున్నాను విద్యాధరీ!"

"మంచిది... సంవత్సరం తర్వాత ఆలోచిద్దాం పెళ్ళిసంగతి."

వారంరోజుల తరువాత, అతడు దొంగతనంగా తాగి పట్టుబడ్డాడు. బహుశా సంవత్సరకాలం తరువాత వచ్చే ప్రేమకంటే తాగుడే ఎక్కువ సుఖమన్న సంగతి ఆ వారంరోజుల తాగుడు విరహంలోనూ గ్రహించి వుంటాడు. "నువ్వే నన్ను రక్షించుకోలేక పోయావు విద్యాధరీ, నీ నుంచి దూరమే నన్ను తాగేలా చేసింది మళ్ళీ...." విద్యాధరి అతడివైపు అసహ్యంతో చూసింది. తన ప్రవర్తనకి మనిషి ఎంత అందంగా రీజన్ అల్లుకుంటాడో తెలియ చెప్పటానికి అది పరాకాష్ట.

ఆ తరువాత ఎక్కడైనా "ప్రేమ జాలివల్ల కలుగుతుంది" అన్న వాక్యాన్ని చదివి ఆమె మనసారా నవ్వుకునేది.

ఆ మరుసటిరోజు రాత్రి రామారావు తండ్రి వచ్చి ఆమెకి క్షమాపణ చెప్పుకున్నాడు. "నా కొడుకుని అర్ధరాత్రి రక్షించినందుకు కృతజ్ఞతలమ్మా! వాడు అంతా చెప్పాడు. నీ పట్ల ఏదైనా అసభ్యంగా ప్రవర్తించి వుంటే వాడి తరఫున క్షమాపణ నేను వేడుకుంటున్నాను."

"అబ్బే అటువంటిదేమీ లేదండి. ప్రేమంటే అవతలివారికి తన బలహీనతలు చెప్పుకుని ఏడవటమే అనుకుంటున్నాడతను. అవతల్నించి ఓదార్పు ఆశించటం ప్రేమ అవదనీ- స్వార్థమవుతుందనీ నేను చెప్పానంతే".

ఆమె మాట్లాడినదానికి ఆదిరిపోయి చూశాడు ఆయన. ఆయన ఫిలాఫీలో ప్రొఫెసరు. జీవితంలో ఇలాంటి అమ్మాయిని చూసి వుండడు.

"ఇంత గొప్పగా మాట్లాడటం ఎవరు నేర్పేరమ్మా?"

"మా నాన్న కృత్రిమత్వం నేర్పింది. నా ఒంటరితనం నేర్పింది." పైకి అనలేదు. మనసులో అనుకుంది.

ఆయన పచార్లు ఆపి "నిజమేనమ్మా బలమైన వ్యక్తిత్వం ముఖ్యం. జాన్‌పాల్ సా‌ర్త్రే చెప్పినా, రస్సెల్స్ చెప్పినా అదే చెపుతారు. తల్లిపోయాక వాడిలా తయారయ్యాడు. తాగుడు నేర్చుకున్నాడు" అన్నాడు.

"కానీ భార్యపోయాక మీరలా అవలేదే"

"నువ్వన్నట్టుగా అందరికీ పరిస్థితుల్ని ఎదుర్కోవటం సాధ్యంకాదు. కానీ రామకృష్ణ పరమహంస ఏమన్నాడు? దుఃఖం దాచుకుని ఆనందం పంచమన్నాడు. నీ దుఃఖాన్ని నువ్వే పంచుకుంటే అహంబ్రహ్మస్మి. నిస్వార్థము నిర్వేదమునకు దారి. అలా అని నిర్వేదన నిర్లిప్తతకు దారి కాదు."

ఆమె అతడివైపు చూసింది.

"ఏమిటమ్మా అలా చూస్తున్నావు?"

ఆమె నవ్వటానికి ప్రయత్నించి, "మీ లక్షణాల్లో సగం మీ అబ్బాయికి వచ్చి వుంటే బాగుపడి ఉండేవాడు" అంది.

"నిన్ను చూస్తుంటే ముచ్చటేస్తుందమ్మా. మనసులో ఏమీ దాచుకోకుండా చక్కగా మాట్లాడతావు."

"పరమహంస గురించి మీరు చెప్పేది వింటూంటే నేను ఫిలాసఫీ ఎందుకు చదవలేదా అని బాధగా వుంది."

"నా దగ్గర పుస్తకాలున్నాయి. తీసుకువెళ్ళు ఏమీ అభ్యంతరం లేదు."

"బాబోయ్ నాకంత టైమ్‌లేదు" నవ్వింది. "మీరు చెపుతూ వుండండి. నేను వింటాను. అఫ్‌కోర్స్, మీకు టైముంటేనే."

"ఫిలాసఫీ అంటే నిరాశపూరితమైన వేదాంతం అని చాలా మంది అనుకుంటుంటారు కానీ వేదాంతం అంటే ఆశావాదమమ్మా. చూడు నేనెప్పుడూ ఎంత ఆశావాదంతో బ్రతుకుతుంటానో. జీవితాన్ని అనుభవించాలమ్మా. ఏవో కలతలున్నాయని కృంగిపోకూడదు. నా ఫిలాసఫీ అది."

"అందుకే మీరు నాకు నచ్చారు."

ఆయన దగ్గరగా వచ్చి తలమీద చెయ్యివేసి హృదయానికి దగ్గరగా తీసుకుని "ఈ రోజునుంచీ నీ బాధ్యత నేను స్వీకరిస్తున్నాను" అన్నాడు.

'అది చెప్పడం కోసం తలమీద చెయ్యివేసి దగ్గరికి తీసుకోనవసరం లేదు' అని ఆమె అనబోయింది. అంతలో ఆయనే "మనిద్దరిమధ్యా ఏదో పూర్వజన్మ

సంబంధం వుందని నిన్ను చూడగానే నాకు తోచింది. ఆ మాట ఇన్నాళ్ళకి నిజమైంది" అన్నాడదోరకమైన తాదాత్మ్యతతో. ఈసారి "అమ్మా" అనలేదు.

"దయచేసి నన్నొదలి పెడతారా?" అందామె కాస్త కటువుగా. ఆయన చప్పున "నువ్వు నా కూతుర్లాంటి దానివి" అన్నాడు సర్దుకుంటూ.

"మీ ఫిలాసఫీలో ఫ్రాయిడ్ గురించి వుందో లేదో నాకు తెలీదుకానీ ఇంత వయసున్న కూతుర్ని ఇలా హృదయానికి హత్తుకుని ఏ తండ్రీ మాట్లాడడు. మీకన్నా మీ అబ్బాయే నయం. అతనిది సెల్ఫ్ సింపతీ అయితే మీది వాక్చాతుర్యంతో ఎవర్నైనా ఆకట్టుకోగలననే ధైర్యం."

"ఏం మాట్లాడుతున్నావ్ నువ్వు?" అరిచాడు.

"చూడండి. కూతురా అని దగ్గరికి తీసుకున్నప్పుడు మీ చెయ్యి ఎక్కడ నిమిరిందో నాకూ మీకూ తెలుసు. ఆత్మవంచన లేకుండా డిస్కస్ చేద్దామా?"

ఆయన బిత్తరపోయి, క్షణంలో తేరుకుని, "ఇదిగో అమ్మాయ్! తల్లీ తండ్రీ- చివరికి ఒక అడ్రసంటూలేని నీకు ఈ గది ఇవ్వటం మాది బుద్ధి తక్కువ. ఏదో మీ నాన్న పెద్దమనిషి కాబట్టి ఇచ్చాను!"

"బ్రతికున్న రోజుల్లో మా నాన్న కూడా ఇలాగే చేసేవారు. పరిస్థితి ఎదురు తిరిగితే మీలాగే మాట్లాడేవాడు."

"నోర్ముయ్. తండ్రి గురించి అలా మాట్లాడటానికి సిగ్గు లేదు. రేపే మా గది ఖాళీ చెయ్-"

"చెయ్యను. అలాంటి ప్రయత్నం మీరు ఏదైనా చేస్తే రెంట్ కంట్రోలర్ దగ్గరికి వెళతాను."

"రాక్షసి ఎంతకు తెగించావ్- ఇంకా నయం మా అబ్బాయి అదృష్టవంతుడు కాబట్టి నీ వలలో పడలేదు."

"కొంచెం అమాయకురాలినై వుంటే నేను మీ వలలో పడి వుండేదాన్ని. ఒక ఆడదాన్ని ట్రాప్ చేయడానికి మొగవాళ్ళు ఇన్ని రకాలుగా ప్రయత్నిస్తారని నాకు తెలీదు. ఇంతకన్నా ఫ్రాంక్‌గా నాతో పడుకుంటావా అని అడిగివుంటే సంతోషించి వుండేదాన్ని."

విద్యాధరి గుండెల్లోంచి దుఃఖం తెరలు తెరలుగా వస్తోంది. అదీ రంగనాథం గురించి కాదు. మనుష్య జాతి గురించి.... మారే రంగుల గురించి. "అయిదు నిముషాల క్రితం నేను అపురూపమైన తెలివి తేటలున్న దానిని. నేను నవ్వితే మనోహరంగా వుంటుంది. కానీ నేను మీ మనసు చీకటి కోణాన్ని స్పృశించేసరికి

కిరాతకుల్ని, రాక్షసిని! వెళ్ళండి.... గెటౌట్...." హిస్టీరిక్‌గా అరిచింది ఆమె తర్జని చూపిస్తూ.

* * *

"ప్రేమించేవరకూ ఇద్దరికీ కాల్గెట్ టూత్‌పేస్ట్ నచ్చుతుంది. ప్రేమ ఫలించాక (లేక విఫలమయ్యాక) ఒకరు ఫోర్‌హాన్స్, మరొకరు సిగ్నల్ కొనుక్కుంటారు. సంవత్సరం క్రితం మీరా ముసలాయనతో అన్న మాటలే తిరిగి నేనంటే మీకంత కోపం దేనికి?" నవ్వుతూ అడిగాడు అనుదీప్.

"మీకీ విషయాలన్నీ ఎలా తెలిసినయ్? ఆయన చెప్పాడా?"

"అంత లజ్జాకరమైన పని ఆయన చేస్తాడని నేననుకోను పైగా ఆయనిప్పుడు వైస్-ఛాన్సలర్ కూడా. నాకెలా తెలిసింది అన్నది సమస్య కాదు, సమస్య మన ప్రేమ గురించి! రామారావుకి ఏవో బలహీనత లుండబట్టి మీ ప్రేమకి అనర్హుడయ్యాడు. రంగనాధం డైరెక్టుగా ప్రపోజ్ చేసి మీతో చివాట్లు తిన్నాడు. ఈ పరిస్థితుల్లో నేను నా ప్రేమని వెల్లడిచేసి వుండాల్సిందా చెప్పండి? అందుకే తపస్సు చేశాను. "భగవంతుడా! ఈ ప్రపంచంలో ఒక మనిషి. మరో మనిషితో ప్రేమను గురించి చెప్పాలంటే ఏం చెయ్యాలి? అవతలి మనిషి తనని ఏ అనుమానం లేకుండా ప్రేమించాలంటే ఎలా ప్రపోజ్ చెయ్యాలి? చెప్పు భగవాన్" అని అడిగాను.

"అది చెప్పటానికి భగవంతుడు అవసరం లేదు. నేనే చెపుతాను."

అతడు ఆశగా ముందుకు వంగి "చెప్పండి" అన్నాడు.

"మీరు సర్వకాల సర్వావస్థల్ని తెలుసుకోగలిగే మునులు కదా. నేనేం చెప్పబోతానో మీరే గ్రహించండి స్వామీ-" అంది నాటకీయంగా.

"అయితే మీ చెయ్యి ఒకసారి ఇవ్వండి. నాడి చూసి గ్రహించెదను గాక" అన్నాడు.

"ఇది ఆఫీసు, అందరూ వెళ్ళిపోయారు. మీరిక ఈ సుత్తి ఆపుచేస్తే నేనూ వెళ్ళిపోతాను."

"ఓహో! అసలు మీరు ఏదైనా ప్రయివేటు స్థలమున మీ నాడి చూపించటానికి కుతూహల పడుతున్నారన్నమాట. మంచిది. అటువంటిది ఏర్పాటు చేసెదను."

"షటప్" అని ఆమె వెళ్ళిపోయింది.

ఆమెకెందుకో ఆ సాయంత్రమంతా ఏదో తెలియని ఉత్సాహంతో పెదవుల మీద నవ్వు నాట్యమాడుతూనే వుంది. అయితే అది అనుదీప్ పట్ల ప్రేమవల్ల వచ్చిందికాదు, కారణం సరీగ్గా తెలీదు.

ఆ రాత్రి ఆమెకో కల వచ్చింది.

ఒక రాజకుమార్తె చేతిరుమాలు సింహాలు పోరాడే వినోద స్థలంలో జారిపోతుంది. ఆమెకి ఎంతో ప్రియమైన చేతిరుమాలు అది. ఆమె ప్రియుడు మరేమీ ఆలోచించకుండా ఆ ఎరీనాలోకి దూకి సింహాలతో పోరాడి ఆ రుమాల్ని భద్రంగా తీసుకొచ్చి ఆమెకి అందజేస్తాడు. అతడి శరీరమంతా రక్తంతో నిండివుంటుంది. తన కోసం అంత సాహసం చేసిన ఆ రాకుమారుడిపట్ల పెల్లుబికే ప్రేమతో ఆమె అతడిని స్పృశించగానే అతడి గాయాలు మాయమవుతాయి.

విద్యాధరీకి మెలకువ వచ్చింది. ఆ కల గమ్మత్తుగా తోచింది. దాని గురించే ఆలోచిస్తూ చాలాసేపు ఉండిపోయింది. అప్పటికి రాత్రి పన్నెండు దాటింది.

బల్లమీద ఆ పుస్తకం అలాగే వుంది. ఆమె దాన్ని చేతుల్లోకి తీసుకొని వ్రాయటం ప్రారంభించింది....

"ప్రేమంటే ఏమిటో ఇప్పుడు ఇన్నాళ్ళకి నాకు అర్థమైంది. ఒకరి గురించి ఒకరు దేన్నైనా వదులుకోగలగటమే ప్రేమ."

"అలాగా" అని వినిపించింది వెనుకనుంచి.

ఆమె కెవ్వున అరిచి వెనుదిరిగి చూసింది.

వెనుక ఎవరూలేరు.

తన భ్రమకి తానే నవ్వుకొని పక్కమీద పడుకుంది.

ఆ రాత్రి కూడా ఆమె చాలా హాయిగా నిద్రపోయింది.

* * *

మే, 12

రాత్రి ఎనిమిది గంటలు.

అలంకార్ టాకీస్.

గత కొన్ని రోజులుగా అనుదీప్ కనపడకపోవటం గురించి ఆమె ఎంత కాదనుకున్నా ఆలోచిస్తూనే వుంది. అంత అర్థంతరంగా అతడు ఎక్కడ మాయమయ్యాడో ఆమెకి తెలియలేదు. మొదటిరోజు అంత పట్టించుకోలేదు గానీ రోజులు గడుస్తూంటే అతడి ఆలోచన్లు బాగా సతాయించసాగాయి.

అతడిమీద చిరుకోపం ఉన్నమాట నిజమే. కానీ అతడి అల్లరి - అతడు మాట్లాడే విధానం ఆమెకి తెలియకుండానే ఆకట్టుకున్నాయి. మళ్ళీ అహం మరోవైపు. నేనూ చిన్నపిల్లలా ఆలోచిస్తున్నానేమిటి అనుకునేది. 'పదహారు-ఇరవై మధ్యలో ప్రేమలో పడితే స్నేహితుడు కాస్త కనపడకపోతే ఆడపిల్లల మొహం ఎలా "డల్" అవుతుందో, అలాటి ఆడోలసెన్స్ నుంచి నేనెప్పుడో బయటకి వచ్చాను కదా' అని కూడా అనుకుంది.

తెరమీద విలన్ హీరోచేత తెగ బాదించుకుంటున్నాడు. ప్రక్కనున్న స్నేహితురాలు బాగా ఎంజాయ్ చేస్తూంది. విలన్‌ని బాదిన సందర్భంలో హీరోకి హీరోయిన్ వంకాయలగుత్తిని ప్రెజెంట్ చేసింది, పాట ప్రారంభమయింది.

"బయటికి పోదామా- తలనొప్పిగా వుంది" అంది విద్యాధరి. ఆకాశం విరిగిపడినట్టు స్నేహితురాలు ఉలిక్కిపడి "బయటికా?" అంది.

"అవును. ఇంటికి-"

"నీకేమైనా మతిపోయిందా?"

"ఈ సినిమా పూర్తిగా చూస్తే అది ఖాయం."

ఇంతలో ఎవరో కుర్చీల వరుసలోంచి నడుస్తూ వచ్చి పక్క సీట్లో కూర్చున్నారు. విద్యాధరి యిబ్బందిగా చూసింది- అన్ని సీట్లు ఖాళీగా వుండగా అతడొచ్చి పక్కన కూర్చోవటం....

ఆమె కదలటం చూసి అతడు ఆమె వైపుకి తిరిగి రహస్యమైన గొంతుతో, "మళ్ళీ జెడపిన్ను తీసే ప్రయత్నం ఏమీ చేయకండి విద్యాధరిగారూ.....నేనే- " అన్నాడు.

ఆమె గుండె ఓ క్షణం ఆగి కొట్టుకోవటం ప్రారంభించింది.

"అనుదీప్" అంది.

"ఆ పాటకన్నా మీ కంఠం బావుంది."

స్నేహితురాలు కూడా అంత మంచి పిక్చర్‌ని వదలి తమవైపు ఇంటరెస్టింగ్‌గా చూడటం గమనించి విద్యాధరి మౌనం వహించింది.

ఇంటర్వెల్ వచ్చింది.

స్నేహితురాలు వీళ్ళిద్దర్నీ వదిలి వెళ్లలేక తప్పదన్నట్టు టాయిలెట్ వైపు వెళ్ళింది.

"చెప్పండి ఎలా వున్నారు?" అనుదీప్ అడిగాడు.

"ఇంతకాలం ఏమయ్యారు?"

"ఆస్పత్రిలో వున్నాను."

"అరె, ఏమైంది" నిజాయితీగా అడిగింది.

"మీరన్నారు కదా! ప్రేమలో ఏదైనా సరే ఇచ్చెయ్యాలి అని-"

"అయితే-"

"నా కిష్టమైంది నా చెయ్యి-"

"అందుకని."

"మీరు ఆ పుస్తకంలో డైరీ వ్రాసుకున్న రోజు రాత్రే నా కిష్టమైన ఆ చేతిని మీ కోసం వదులుకున్నాను-"

ఆమె ఏదో అనుమానం, సందిగ్ధం కలిసిన స్వరంతోనే "అంటే-" అని అడిగింది.

"చేతిని కట్ చేసుకున్నాను విద్యాధరిగారూ" అంటూ చొక్కాని కాస్త పక్కకి తొలగించాడు.

భుజం దగ్గర్నుంచీ కుడిచెయ్యి లేదు.

ఆమె కళ్ళు విస్ఫారితం చేసుకుని చూసింది.

నిజంగానే... కుడి... చెయ్యి.... లే....దు!

భుజంనుంచీ బాండేజి కట్టబడి- శూన్యంగా వుంది-

ఆమె కెవ్వున అరిచింది.

భయోద్వేగాలు ముప్పిరికొనగా -స్వరతంత్రులు తెగిపోయేలా అరుస్తూనే వుంది.

హాల్లో జనం అంతా అటు తిరిగేరు. గేట్‌మెన్‌లు పరిగెత్తుకుంటూ వస్తున్నారు. అంతా గందరగోళంగా తయారయింది.

సాధారణంగా సినిమాహాలు లోపల ఏదైనా గొడవ జరిగితే, వెంటనే లైట్లార్పి, పిక్చర్ మొదలు పెట్టేస్తారు. విద్యాధరి అరుపులకి ప్రొజెక్టర్ దగ్గరున్న ఆపరేటర్, క్రింది తరగతిలో ఆడవాళ్ళ మధ్య ఏదో గొడవ జరుగుతూ వుందనుకుని, ఆ విధంగానే చేశాడు.

ఒక్కసారిగా హాలులో లైట్లు ఆరిపోయేసరికి, గేట్‌మెన్‌లు కూడా కన్‌ఫ్యూజ్ అయ్యారు. ఈ లోపులో విద్యాధరి సర్దుకుంది.

అకస్మాత్తుగా భుజం దగ్గిర్నుంచి చెయ్యి లేకుండా వున్న ఆ వ్యక్తిని చూసి ఆమె గుండెలవిసిపోయిన మాట నిజమే. కానీ సర్దుకోవటానికి ఎక్కువ టైమ్ పట్టలేదు. అదీగాక అతడు అనుదీప్. తనకి పరిచయం వున్నవాడు.

ఈ భావం రాగానే ఆమె చప్పున అరవటం మానేసింది.

ఈ లోపులోనే జనం అక్కడ మూగారు.

ఒంటరిగా ఇద్దరమ్మాయిలు సినిమాకి వచ్చి- అలా అందులో ఒకమ్మాయి అరిచిందీ అంటే సానుభూతికేమి తక్కువ? ఉత్సుకత కాదా వెల్లువ!!! రకరకాలుగా ప్రశ్నలూ, జాలి, సానుభూతి మనసులో "ఒంటరిగా ఎందుకు రావాలి" అన్న వెటకారం, షో మొదట్లోనే వచ్చి వారి పక్కన కూర్చోలేకపోయామే అన్న ఆశాభంగం, అన్నిటికన్నా ముఖ్యంగా ఏం జరిగిందో తెలుసుకోవాలనే తపన....

అనుదీప్ పెట్టిన భయంకన్నా ఈ గొడవే ఎక్కువ బాధాకరంగా పరిణమించిందామెకు. ఏదో సర్ది చెప్పింది.

ఎలాగయితేనేం చివరికి జనం సర్దుకున్నారు.

"ఏం జరిగింది?" అని ప్రశ్నించింది స్నేహితురాలు. ఆ ప్రశ్నలో ఏం జరిగిందో పాపం అన్న స్నేహపూరితమైన వాకబుకన్నా ఏం జరిగిందో తెలుసుకుని పదిమందికీ పంచాలన్న ఆకాంక్ష ఎక్కువ వుంది.

"ఏదో పాకింది" అంది విద్యాధరి.

"వ్హాట్"

"అవును. కాళ్ళ మధ్యనుంచి ఏదో పాక్కుంటూ వెళ్ళింది. నిశ్చయంగా పామే."

స్నేహితురాలు భయంగా, అనునయంగా చూస్తూ -

"ఛా ..... పాము ఎలా వస్తుంది సినిమా హాల్లోకి?" అంది స్వగతంగా

విద్యాధరి మాట్లాడలేదు.

ఒక నిముషం గడిచింది. హీరో హీరోయిన్ని పాములమధ్య నుంచి రక్షించే ప్రయత్నంలో ఒక పాము కరవగా మరణించాడు. హీరోయిన్ నాగదేవతని ప్రార్థించగా ఆ దేవత కన్యారూపంలో వచ్చింది. సెక్సూ-దైవభక్తీ సమానంగా కలిపిన దర్శకుడు అన్ని వర్గాలనుంచీ ఆదరణ పొందాడు. అతని పెదవుల్ని ముద్దు పెట్టుకున్న నాగకన్య వెంటనే ప్రేమలో పడి, భూలోకంలోనే వుండిపోదల్చుకుంది. రెండువేల పాముల బ్యాక్ డ్రాప్‌లో హీరో, సెకండ్ హీరోయిన్ డాన్స్ ప్రారంభమయింది.

"మరి ఈ విషయం అందరికీ ఎందుకు చెప్పలేదు?" అంది స్నేహితురాలు తెరమీద పాములకేసి భయంగా చూస్తూ.

అనుదీప్ ఆలోచనల్తో సతమతమవుతున్న విద్య, అనాసక్తంగా "ఏమని చెప్తాం? అలా చేస్తే హాలు ఖాళీ అయి యజమానికి నష్టం రాదూ?" అంది.

"మరి ఇప్పుడెవర్నన్నా కరుస్తే?"

"కరవ్వు. అదిగో చూడు. పాము కరచినా, తిరిగి ప్రార్థిస్తే అవి విషాన్ని వెనక్కి పీల్చుకుంటాయని ఈ సినిమాలో ఎంత బాగా చెప్తున్నారో.... ఈ సినిమాలో గొప్ప నీతికూడా వుంది గమనించావా?"

"ఏమిటి?"

"మొగవాడి విషం అతని పెదవుల్లో వుంటుంది. అన్నట్టు ఈ హాల్లో అటూ ఇటూ తిరుగుతున్న పాము సపోజ్ నిన్ను కరిచిందనుకో, పాము కాటుకు ప్రథమచికిత్స తెలుసా?"

"లేదు" అంది స్నేహితురాలు భయంగా.

"పాము కరవగా వెల్లకిలా పడుకుని నాగదేముణ్ణి ప్రార్థించాలి. అందమైన కుర్రవాడి రూపంలో అతనొచ్చి మనని ముద్దు పెట్టుకుంటాడన్నమాట- అన్నట్లు నువ్వుకూడా కా...ల...క్షే....ప....ం... సంఘం సభ్యురాలివేగా?"

"అవును. ఏం?"

"ఊరికే మీటింగులు పెట్టి ఊదరగొట్టే బదులు ఈ సినిమాల్ని ప్రభుత్వం బాన్ చేయాలని ఉద్యమం లేవదీయకూడదు? వాళ్ళు వప్పుకోకపోతే ఇలాగే సినిమాహాళ్ళల్లో పాముల్ని రహస్యంగా వదిలితేసరి! రెండుసార్లు పామొచ్చిందని తెలిస్తే పాముల సినిమాకి ఎవరూ రారు. అలాగే బూతుల సినిమాల్ని ప్రతిఘటించడానికి ఇంకో మార్గం ఏమిటంటే...."

"సినిమా బోరుకొడ్తూంది వెళ్దామా" కాళ్ళకేసి చూసుకుంటూ స్నేహితురాలు అంది.

"మరి అదే కదా నేను చెప్పింది కూడా" అంది విద్యాధరి లేస్తూ.

ఇద్దరూ బయటకు వస్తూంటే విద్యాధరి రహస్యం పంచుకుంటున్నట్టు "టైటిల్సప్పుడు ఇలాగే పాకింది. అప్పుడే అడిగాను, వెళ్ళిపోదామా అని. నువ్వు వినలేదు" అంది.

"నిజమా! అమ్మో. ఎంత గండం తప్పిందో, అదృష్టం బావుంది" అంది గుండెలమీద చేయివేసుకుంటూ.

"మీ కాలక్షేపం సంఘంవాళ్ళు అదృష్టాన్ని నమ్మరనుకుంటానే?"

"పోన్లే ఇక ఆ సంగతి వదిలిపెట్టు-" రిక్షా పిలుస్తూ అంది. వాళ్ళిద్దరూ రిక్షా మాట్లాడుతూ వుండగా ఒక పోలీసు వాళ్ళ దగ్గరికి వచ్చి "మాడమ్. ఒక నిముషం" అన్నాడు.

ఆడవాళ్ళిద్దరూ భయం భయంగా చూసుకున్నారు.

"మా కమీషనర్‌గారు పిలుస్తున్నారు" అంటూ కారువైపు చూపించాడు. ఇద్దరూ అనుమానంగా అటు వెళ్ళారు.

కార్లో వున్న వ్యక్తిని గుర్తుపట్టగానే విద్యాధరి మొహం విప్పారింది. ఆయన ధర్మారావు.

ఇరవై సంవత్సరాల క్రితం యస్సైగా చేసే రోజుల్లో ఇంటికొస్తూ వుండేవాడు. తండ్రికి పరిచయం. కథలూ, ఒకటి రెండు నవలలూ వ్రాశాడు. తండ్రి తాలూకు లంచగొండితనాన్ని ఎదిరించి ఆ గ్రూప్‌లోంచి తప్పుకున్న ఇద్దరు ముగ్గురు రచయితల్లో ఆ రోజుల్లో అతనొకడు. ఇప్పుడు కమీషనర్ అయ్యాడన్నమాట. అప్పుడు ఇంటికొస్తే చాక్లెటిచ్చి ఎత్తుకునేవాడు. అంకుల్ అని పిలిచేది. మరి ఇప్పుడు అలా పిలవాలో లేదో తెలీదు.

"నువ్వు విద్యాధరివి కదూ" అన్నాడాయన. పక్కనే ఆయన భార్య వుంది.

విద్యాధరి తలూపి "అవునంకుల్" అంది అప్రయత్నంగా.

"కారెక్కు. ఎక్కడికెళ్ళాలి?"

ఆమె చెప్పింది. ఇద్దరూ కారు ఎక్కారు. స్నేహితురాలు జంక్షన్‌లో దిగిపోతానంది.

"ఎందుకు సినిమా మధ్యలో అలా అరిచారు?" అన్నాడాయన. "ఇంటర్వెల్‌లోనే గుర్తుపట్టాను, మీ నాన్న చచ్చిపోయినప్పుడు వచ్చానుగా. పోలికలు గుర్తున్నాయి పలకరిద్దామనుకుంటే అరవటం ప్రారంభించావు. పక్కనెవడో కూర్చున్నాడు. కదూ, నువ్వు అరవటం మొదలు పెట్టగానే జారుకున్నాడు. అంతా గమనిస్తూనే వున్నాన్లే. మా యస్సైని పట్టుకొమ్మని పంపేను. స్టేషన్‌కి తీసుకొస్తూ వుంటాడు. అసలేం జరిగింది."

విద్యాధరి పూర్తిగా వినలేదు. "అనుదీప్‌ని పట్టుకోవటానికి యస్సై వెళ్ళాడు" అతడు చెప్పిన వాక్యం దగ్గరే ఆమె గుండె వేగం హెచ్చింది.

లాకప్‌లో అనుదీప్....!

అసలా ఆలోచనే భరించలేకపోయింది.

ఆమె పైకి అలా వుందిగానీ మనసంతా కల్లోల జలపాతంలా వుంది. స్నేహితురాల్తో పాముల మీద జోకులు వేస్తూంది గానీ అనుదీప్ గురించీ, అనుదీప్ భుజం దగ్గర్నుంచీ శూన్యంగా వున్న ప్రదేశం గురించి ఆలోచిస్తూ వుంది. తనేదో సరదాగా అనుకుంది గాని దాని పరిణామం ఇంత ఘోరంగా వుంటుందని ఊహించలేదు. ఆమెకి అతడిమీద కోపం కూడా వచ్చింది. మరోవైపు జాలి. కత్తితో కోసుకుని వుంటాడా? గొడ్డలితో నరికేసుకుని వుంటాడా? లేక రైలు క్రింద

భుజంవరకూ పెట్టేసి వుంటాడా? అసలంత బాధ ఎలా భరించి వుంటాడో... తెగిన చెయ్యి.... రక్తపు మడుగు....

ఆమె శరీరం జలదరించింది.

సజావుగా సాగిపోతున్న తన జీవితంలోకి తుపానులా ప్రవేశించి అల్లకల్లోలం సృష్టించటం.... అంతవరకూ బాగానే వుంది. థ్రిల్లింగ్‌గా కూడా వుంది. కానీ ఈ చెయ్యి తెగ్గొట్టుకోవటం....

ధర్మారావు ఆమె ఆలోచనలో వుండటం చూసి చెప్పటానికి ఆమె తటపటాయిస్తుందని గ్రహించాడు. ఈ లోపులో స్నేహితురాలు జంక్షన్‌లో దిగిపోయింది.

"విద్యాధరపురంలో ఎవరితో వుంటున్నావు?" అడిగాడు. ఆమె తల్లి చిన్నిప్పుడే చచ్చిపోయిందని ఆయనకి తెలుసు.

"ఒక్కదాన్నే .... రూమ్‌లో."

"అయితే ఇప్పుడెందుకమ్మా గదికి? మా ఇంటికిరా. భోజనంచేసి వెళ్దువుగాని–" అప్పటివరకూ నిశ్శబ్దంగా వున్న కమీషనర్ భార్య అంది. నిజానికి విద్యాధరికి గదికి వెళ్ళాలని లేదు. ఈ రాత్రికి అనుదీప్ ఆలోచనల్తో నిద్రపట్టదు. ఒంటరితనం మరింత బాధాకరం.

ఆమె మౌనం వహించటం చూసి కమీషనర్ డ్రైవర్‌కి చెప్పాడు. కారు ఇంటివైపు మళ్ళింది.

ధర్మారావుకి ఇద్దరు కొడుకులు, ఒక కూతురు. ఒక కొడుకు, కూతురు ఇంజనీరింగ్ చదువుతున్నారు. మరొకతను బి.యస్సీ. ముగ్గురూ ఇంట్లోనే వున్నారు. విద్యని స్నేహపూరితంగా ఆహ్వానించారు. రెండు నిముషాల్లో వారిలో కలిసిపోయింది ఆమె.

ఆ కుటుంబాన్ని చూస్తుంటే ఎంతో ముచ్చటగా అనిపించింది. పిల్లలందరూ విచ్చిన గులాబీల్లా ఫ్రెష్‌గా వున్నారు. మగపిల్లలు విద్యని అక్కలాగే చూసుకున్నారు. కృత్రిమత్వం–ట్రాప్ చెయ్యటం కోసం కన్విన్సింగ్‌గా మాట్లాడటం–ఇలాంటివేమీ లేవు. అన్నిటికన్నా ఎక్కువగా ఆ కుటుంబ సభ్యుల మధ్య పెనవేసుకున్న ఫ్రెండ్‌షిప్ ఆమెకి అపురూపంగా తోచింది. తల్లిదండ్రులు బ్రతికున్న రోజుల్లో ఏ ఒక్కరోజు కూడా ఇలాంటి "దినం" తమ ఇంట్లో లేదు.

ధర్మారావు అన్నాడు– "మీ నాన్నా నేనూ ఒకప్పుడు చాలా మంచి స్నేహితులమమ్మాయ్. ఆ రోజుల్లో నేను కథలు వ్రాసేవాడిని."

"తెలుసు" అంది విద్యాధరి నవ్వి. ఆమెకి ఆయన చెప్పని విషయాలు కూడా చాలా తెలుసు.

భోజనాలు పూర్తయ్యాయి.

"మా యస్సై ఇంకా ఫోన్ చెయ్యలేదు ఎందుకో.... ?" సాలోచనగా అన్నాడు.

అప్పుడప్పుడే సర్దుకుంటున్న ఆమె మనస్సు మళ్ళీ విచలితమైంది. అనుదీప్‌ని ఈపాటికి లాకప్‌లో పెట్టి వుంటారు.

"నా పక్కన కూర్చున్న అబ్బాయి తప్పేమీ లేదంకుల్" అంది తొందర తొందరగా.

ఆయన విస్మయంగా చూసి, "మరెందుకు అరిచావు?" అన్నాడు. పాము తాలూకు కథ చెప్పింది.

ఆయన అంతా విని నవ్వేసి, "చూడమ్మాయ్! నా పోలీసు అనుభవంలో అబద్ధాలు చెప్పేవాళ్ళని కనీసం లక్షమందిని చూసి వుంటాను. అసలు జరిగిందేమిటో చెప్పు" అన్నాడు.

విద్యాధరి సిగ్గుపడింది. పిల్లలూ, ఆయన భార్యా కుతూహలంతో చూస్తున్నారు.

ఆమె ముందు కొద్దిగా ప్రారంభించింది. తరువాత అది ఆగలేదు. ఈ విషయాలన్నీ ఎవరికైనా చెప్పాలన్న కోర్కె ఆమె మనసులో ఎంతగా వున్నదీ తల్చుకుంటే ఆమెకే ఆశ్చర్యం అనిపించింది. ఒక మనిషి తన అనుభవాల్నీ ఆలోచనల్నీ మరో మనిషితో పంచుకోవాలన్న తాపత్రయమే హ్యూమన్ రిలేషన్స్‌కి పునాది కాబోలు.

తన శరీరంమీద అతడు ప్రేమలేఖ వ్రాయటం మినహా- మిగతా అంతా చెప్పింది. ఏడు సంవత్సరాల క్రితం తనని చూడటం, తపస్సుకి వెళ్ళటం వగైరా....

పిల్లలు అద్భుతమైన థ్రిల్లర్ సినిమాని చూస్తున్నట్టు ఆమె చెప్పినదంతా విన్నారు. ఆమె చెప్పటం పూర్తి అవుతూ వుండగా ఫోన్ మ్రోగింది. కమీషనర్ లేచి పక్కగదిలోకి వెళ్ళాడు. కుర్రవాళ్ళు ఇంకా ఆ అనుభూతి నుంచి తేరుకోలేదు.

"ఇదంతా నేను నమ్మలేను. ఇంపాజిబుల్" అన్నాడు ఇంజనీరింగ్ చదువుతున్న కుర్రవాడు.

"నిజంగా అతడి చెయ్యి భుజం దగ్గిర్నుంచీ లేదా అక్కా?" అడిగాడు రెండోవాడు. విద్యాధరి తలూపింది. తనతోపాటూ ఈ అనుభవాన్ని వాళ్ళు పంచుకోవటం ఆమెకి రిలీఫ్‌గా వుంది.

"అబ్బ నిజంగా అంత అలా ప్రేమించే వాళ్ళుంటారా?" తనలో అనుకోబోయి పైకి అని, మళ్ళీ తల్లి తన మాటలు విన్నదేమో అని భయంగా చూసింది కమిషనర్‌గారి అమ్మాయి.

"నేను అమ్మాయినైతే అలాటి వాడికోసం ప్రాణాలైనా ఇచ్చేసి వుండే వాడిని" గర్వంగా అన్నాడు రెండోవాడు.

"ఊరికే కబుర్లు" వెక్కిరించింది చెల్లెలు.

తల్లి వాళ్ళని మందలిస్తూ "ఈ వయసులో ఏమిట్రా ఆ మాటలు" అంది. పిల్లలు ముసిముసిగా నవ్వుకున్నారు వాళ్ళలో వాళ్ళే. ఈ లోపులో కమిషనర్ ఆ గదిలోకి వస్తూ "ఇంకెక్కడి నుంచో ఫోను. మా యస్పై కాదు–" అని వచ్చి కూర్చుంటూ, "అయితే వాడు నీ గురించి చెయ్యి తెగ్గోసుకున్నాడంటావ్?" అన్నాడు.

"అవునంకుల్, కళ్ళారా చూశాను."

ఆయన నవ్వేడు. "మెస్మరిజం అన్నమాట ఎప్పుడన్నా విన్నావా? దాని అర్థం తెలుసా?"

"పేరు చాలాసార్లు విన్నాను, అర్థం సరీగ్గా తెలీదు."

"మ్యాజిక్ హిప్నాటిజం– ఈ రెండింటికన్నా ఒక మెట్టుపైది. మనదేశంలో మెస్మరిస్టులు చాలా తక్కువ. వేళ్ళమీద లెక్క పెట్టవచ్చు. ఇదొక అద్భుతమైన కళ కాబట్టి, దాంతో ఎన్నో అద్భుతాలు చెయ్యవచ్చు. కాబట్టి మెస్మరిస్టులందరూ దాదాపు బాబాలుగా తయారయ్యారు. అవతలివాళ్ళ మనసుని చాలా సులభంగా వశీకరణలోకి తెచ్చుకుంటారు. అంగిలోంచి శివలింగం తీసినా గాలిలోంచే సృష్టించినట్లు మనకి భ్రమ కలుగుతుంది. అంతలా మనసుని కంట్రోలు చేస్తారన్నమాట. ఈ కోణంనుంచి – ఇప్పటివరకూ జరిగిన సంఘటనలన్నీ ఆలోచించు. నీకే బోధపడ్తుంది." ఆమె అనుమానాలన్నీ ఒక్కసారిగా మంచు విడిపోయినట్టు విడిపోయాయి.

తన శరీరంమీద అక్షరాలు వ్రాయలేదు అతడు. కేవలం అవి వున్నట్టు తనకి భ్రమ కలిగించాడంతే. అలాగే తన బ్యాగ్‌లోంచి పువ్వు తీయటం.... చక్రదర్‌కి ఫోటో చూపించటం.... అంతా తన భ్రమే.

ఆమెకి వళ్ళు మండిపోసాగింది. తనని అతడు ఇంత బాగా ఫూల్‌ని చేస్తాడనుకోలేదు. మూర్ఖురాలిలాగా అతడు చెప్పేసిందంతా నమ్మేసింది. ఏడు సంవత్సరాలు తపస్సు చేశానంటే నిజమేనేమో, అనుకుంది.

"రేపు నువ్వు అతడిని చూడు, చెయ్యి మళ్ళీ వుంటుంది" అన్నాడు ధర్మారావు. "ఈ మెస్మరిజానికి సైంటిఫిక్ రీజనింగ్ ఇంకా కనుక్కోనబడలేదు. కాని ఏదైనాసరే, ఎప్పుడో ఒకప్పుడు హేతువాదానికి నిలబడవలసిందే."

విద్యాధరి తలూపింది. మనసులో మాత్రం – "అనుదీప్! ఇంతకు ఇంతా నిన్ను ఫూల్‌ని చెయ్యలేకపోతే నా పేరు విద్యాధరే కాదు" అనుకుంది.

ఆ రాత్రి వాళ్ళ బలవంతం మీద అక్కడే ఉండిపోయింది. నగరాల్లో వంటరిగా వుండే వర్కింగ్ వుమెన్ ఆ మాత్రం ఆరోగ్యకరమైన ఆహ్వానం దొరికితే అదో పండగలా మురిసిపోతారు. ఆమె కారోజు చాలా సంతోషంగా అనిపించింది. వాళ్ళందరితో కలిసి గడపటం ఒక్కటే కారణం కాదు. అనుదీప్ చెయ్యి తెగలేదు అన్నది కూడా కారణం కావచ్చు. అతడి మీద కోపం వున్నది. అది వేరే సంగతి. ఒక వ్యక్తిమీద ఒకే సమయంలో కోపమూ ప్రేమా వుండటం విడ్డూరమేమీ కాదు కదా! చాలా మందికి ఇది అనుభవంలోకి వచ్చే ఉంటుంది.

రాత్రి చాలాసేపటి వరకూ కమీషనర్ గారి కూతురు కబుర్లు చెప్పింది. విద్యాధరి మాత్రం పరధ్యానంగా వింటూ నిద్రలోకి జారుకుంది. మేల్కొన్న సగం కాలాన్నీ, నిద్రలో సగభాగాన్నీ అనుదీప్ ఆలోచనలే తినేశాయి.

*　　　*　　　*

"అమ్మాయి చక్కగా ఉంది కదండి–" అంది ధర్మారావు భార్య పిల్లలు తమ గదుల్లోకి వెళ్ళిపోయాక.

"ఏమిటి, ఏదో ఎత్తువేస్తున్నా వప్పుడే–" నవ్వేడు.

"ఏమిటా మాట్లాడటం?– నేననుకున్న దేమిటంటే – మా అన్నయ్య కొడుక్కు చేసుకుంటే ఎలా వుంటుందీ అని."

"అసలా అమ్మాయి గురించి ఏమీ తెలీదు. అప్పుడే పెళ్ళి వరకు వెళ్ళావా?"

"తెలిసేదేమిటి? పెళ్ళిచూపుల్లో మాత్రం అమ్మాయి గురించి అంతకన్నా ఎక్కువ తెలుస్తుందా? ఎప్పుడూ అది లాటరీయే కదా."

ఆయన ఆదిరిపడ్డట్టు చూసి, "ఇన్నేళ్ళూ లేనిది నీకింత మెచ్యూరిటీ ఎప్పుడొచ్చింది" అన్నాడు.

"అదెప్పుడూ వుంది. కాని ఏ మగాడూ తన పెళ్ళానికి ఆ మాత్రం తెలివితేటలున్నాయని చచ్చినా వప్పుకోడు."

"సర్లే విరుచుకుపడకు. కొంతకాలం పోనీ, అమ్మాయి మనస్తత్వం ఈ లోపులో మరింత తెలుస్తుందిగా. ఈ లోపులో మీ అన్నయ్యకి కూడా ఒకమాట చెప్పివుంచు."

..... భార్య నిద్రపోయాక ఆయన చాలాసేపు విద్యాధరి తండ్రి గురించే ఆలోచించాడు. దాదాపు పాతిక సంవత్సరాల క్రితం అనుభవాలు ఆయన్ని చుట్టుముట్టాయి.

వ్యక్తిగా అతడిని ఎంతగానో ఇష్టపడేవాడు తను. కానీ చర్మవ్యాధి వంటిమీద ఒకచోట ప్రారంభమై శరీరం అంతా పాకినట్టు 'స్టాటస్ దాహం' అతడిని క్రమక్రమంగా ఆక్రమించుకుంది. ప్రతి మనిషికీ కొన్ని బలహీనతలు వుంటాయి. కానీ నైతిక విలువల కోట ఆ బలహీనతల్ని ఒక హద్దుదాటి బయటకు వెళ్ళకుండా కాపాడుతూ వుంటుంది. ఎప్పుడైతే స్వార్థం మనిషిని గెలుస్తుందో ఆ కోట బ్రద్ధలైపోతుంది. అలా బ్రద్ధలవ్వటాన్ని ఆయన ప్రేక్షకుడిగా గమనించాడు. స్నేహితుడిగా హెచ్చరించాడు. మర్యాదగా దూరం తొలిగాడు. అప్పటినుంచీ ఇద్దరికీ సంబంధాలు లేవు. ఇలా జరిగిన దాదాపు పన్నెండు సంవత్సరాలకి మళ్ళీ ఇద్దరు కలుసుకోవటం తటస్థించింది. అప్పటికి ఆయన డి.సి.పి. అయ్యాడు.

"చూశావా నేనెంత సాధించానో! దేశపు ప్రముఖ దినపత్రిక ఎడిటర్నయ్యాను. ఎడిటర్ల కిచ్చే ప్రతిష్టాకరమైన మేగ్సెసే అవార్డుకి ఈ సంవత్సరం నా పేరు రికమెండ్ చేయబడింది. కారు – ఇల్లు – సమాజంలో హెూదా – చుట్టూ పదిమంది – అన్నీ వున్నాయి నాకు. నాకు లేనిదేమిటి?"

"... హెూమ్" అన్నాడు ధర్మారావు నవ్వుతూ. "నీకు 'హెూమ్' లేదు. నేను చెప్పేది హౌస్ గురించి కాదు, హెూమ్ గురించి, అన్నీ మర్చిపోయి విశ్రాంతిగా నిద్రించే గృహం లేదు."

అప్పటికి అతడు అయిదో రౌండ్‌లో వున్నాడు. బిగ్గరగా నవ్వేడు. "ఏమీ సాధించనివాడు అన్నీ సాధించినవాడిని చూసి ఇలాగే ఈర్ష్య పడతాడు." ధర్మారావు ఆ మాటలకి బాధపడలేదు. ఎన్ని విభేదాలున్నా– విడిపోయి అన్ని సంవత్సరాలైనా, వాళ్ళు ఒకప్పుడు మంచి స్నేహితులు.

"ఏం సాధించావు నువ్వు? పదిమంది రచయితల్నీ, రచయిత్రుల్నీ కూడగట్టుకోవటం తప్ప మరేమీ సాధించలేదు. ఆ పదిమందీ నీకు సంతృప్తి ఇస్తున్నారని కూడా నేను అనుకోను. నువ్వు తెలివైన వాడివీ బాగా కష్టపడే వాడివీ అని నాకు తెలుసు. నీ కష్టాన్ని ఇలా అడ్డదారుల్లో కాకుండా ఆరోగ్యకరమైన పద్ధతుల్లో వినియోగించివుంటే నాలాంటి వాళ్ళు నీతోపాటే వుండేవారు. నీతో

వున్నవాళ్ళు ఏ బలహీనతలవల్ల నీతో వుంటున్నారో నీకు తెలుసు. ఇంక నీకు సంతృప్తి ఏముంది? నీ స్నేహితులు తమ స్వార్థం కోసం నీతో స్నేహం చేస్తున్నారని తెలిశాక ఇక నువ్వు స్నేహంలో మాధుర్యం ఏమి ఆస్వాదించగలవు. ఇది కేవలం స్నేహానికే వర్తించదు, ఇంటికి కూడా వర్తిస్తుంది. నీ భార్య, నీ కూతురు ఎవరూ నీకు 'నీ' వాళ్ళు కాదు."

"అబద్ధం...." అరిచాడు.

"అబద్ధంకాదు. నిజం! ఆ ఫైలు ఆ రోజుల్లో నేనే చూశాను. నేను నా జీవితంలో ఉద్యోగ ధర్మానికి ఏనాడైనా అపకారం చేసి వుంటే అది నీ ఒక్క విషయంలోనే. నా భార్య మరణానికి ప్రత్యక్ష సాక్షి అయిన పనిమనిషిని పోలీస్ డిపార్టుమెంటు కొద్దిగా 'నొక్కి' వుంటే ఈపాటికి నువ్వు కటకటాల వెనుక ఉండేవాడివి. ధర్మానికి ధర్మం చేయలేదని నేను ఎంత క్షోభ అనుభవించానో నాకు తెలుసు. అటువంటిది– అనుక్షణం ఇంతపని చేస్తున్న నువ్వు ఎంత మానసిక క్షోభ అనుభవిస్తున్నావో ఊహించగలను. వీలైతే "మెఫెస్టో" అన్న సినిమా చూడు. యమలోకం అనేది ఎక్కడో లేదు మనిషి మనసులోనే వుంటుంది అని చెపుతాడు దర్శకుడు. మనసులో ఏ కల్మషమూ లేనివాడే స్వచ్ఛమైన చిరునవ్వు చిందించగలడు. ఈ స్టేటస్ కాన్షస్ నీలో కలిగాక ఏనాడైనా అలా నవ్వి వుంటావని నేననుకోను. అలా అనుక్షణం దగ్ధమై పోతున్నావు కాబట్టే అయిదు రౌండ్లు తాగినా నువ్వు ఆనందం అనుభవించలేకపోతున్నావు–"

"ఇంతకీ ఆ ఫైల్ క్లోజయిందా?"

"దానికేంగానీ మా కమిషనర్ పబ్లిసిటీ మానియా బాగా ఉన్నవాడు. అతడిని కొంచెం బూస్ట్ చెయ్యాలి. నీ పత్రికలో ఏమైనా చెయ్యగలవా?"

"తప్పకుండా! రేపే ఫోటోగ్రాఫర్ని పంపుతాను. నాలుగు పేజీలు వేసేస్తాను. సెంటర్ స్ప్రెడ్ వేద్దాం."

"చూశావా నీ ఆలోచన్లు ఎంత కృత్రిమంగా సాగిపోతున్నాయో! భయం నిన్నెంతగా డామినేట్ చేస్తోందో."

అతడు చేతిలో గ్లాసు విసిరికొట్టాడు. మొహం జేపురించింది. ఇంత ప్రాక్టికల్ జోక్ భరించలేకపోయాడు. అక్కణ్ణుంచి లేచి విసవిసా నడిచి వెళ్ళిపోతుంటే, ధర్మారావు భుజం మీద చెయ్యివేసి ఆపుచేశాడు.

"ఆఖరి మాట వినిపో. నీ మేలు కాంక్షించే వాడినీ, నీ నిజమైన స్నేహితుణ్ణీ నేను. ఈ రకమయిన జీవితంలో తాత్కాలికమైన ఆనందం వుంటే వుండొచ్చుగానీ అంతర్ సంఘర్షణ తప్పదు. పంథా మార్చుకో.... సాహితీ ప్రపంచంలో నీలా

ఇష్టపడేవాళ్ళు తక్కువ. కబుర్లు చెప్పేవాళ్ళూ, చిందులు తొక్కేవాళ్ళే ఎక్కువ. నీ కష్టానికి ఫలితం ఎప్పుడూ వుంటుంది. దాని ఆనందం ఈ ఆనందంకన్నా వేయిరెట్లు ఎక్కువ."

అతడు విదిలించుకొని వెళ్ళిపోయాడు.

ఆ సంవత్సరం అతడికి మేగ్సెసే అవార్డు వచ్చింది. ఆ తరువాత రెండు సంవత్సరాలకి పులిట్జర్ బహుమతికి పేరు రికమెండ్ చేయబడింది భారతదేశం తరఫున.

ఆ తరువాత కొన్ని సంవత్సరాలకి అతడు మరణించాడు. ఏం అనుభవించాడో ఎవరికీ తెలియదు.

ఆలోచనల్తో ధర్మారావుకి నిద్రపట్టడంలేదు. భార్యవైపు చూశాడు. ఆమె కళ్ళు మూసుకుని నిద్రపోతూ వుంది. చేతులు జోడించి ప్రార్థించాడు.

"భగవంతుడా పోలీసు డిపార్ట్‌మెంట్‌లో ఇన్నేళ్ళుగా పని చేసిన నాకు- ఇప్పటికీ అర్థంకాని ప్రశ్న ఒకటే వుంది. మనిషి తెలిసి ఎందుకు పాపం చేస్తాడు? పైగా తను చేస్తున్న పనికి తన తరఫు నుంచి 'వాదన' ఎందుకు నిర్మించుకుంటాడు? ఈ ప్రశ్నకి నా జీవితకాలంలో సమాధానం దొరికేలా చెయ్యి స్వామీ...."

"ఏమిటి అర్థరాత్రి చేతులు జోడించి ప్రార్థిస్తున్నారు?"

చప్పున కళ్ళువిప్పి, భార్య తనవైపే చూస్తూ వుండటం గమనించి సిగ్గుపడి, "ఏంలేదు" అన్నాడు. ఆవిడ నవ్వింది.

"ఎందుకు నవ్వుతున్నావు?"

"భగవంతుని ప్రార్థించటం కూడా ఒక సిగ్గుపడే చర్యగా అయినందుకు-"

"మైగాడ్"

"ఏం నేనన్నదాన్లో తప్పేమైనా వుందా?"

"లేదు లేదు. సిగ్గుపడటం నా తప్పు. నేను అనుకున్న దేమిటంటే ప్రతి మనిషి మనసులోనూ ఇంతో అంతో స్వార్థం వుండి తీరుతుంది. కానీ అది ఎందుకు మనస్సు ఎల్లలుదాటి చుట్టూ గడ్డ కడుతుందీ అని...."

"మీరేం మాట్లాడతారో ఒక్కొక్కసారి నా కసలు అర్థం కాదు బాబూ."

"నేనొక ప్రశ్న అడుగుతాను సమాధానం చెపుతావా?"

"ఏమిటి?"

"ఈ డిపార్టుమెంటులో ఆస్తులు సంపాదించటం చాలా సులభం. మనం తల్చుకుంటే పాతిక సంవత్సరాల క్రితమే ఈ స్థాయికి ఆర్థికపరంగా చేరుకునేవాళ్ళం. ఆ రోజుల్లో అలా చెయ్యలేదని నువ్వేమైనా బాధపడే దానివా?"

"ఇన్నాళ్ళ తరువాత ఇప్పుడా ఈ ప్రశ్న అడగటం " అని నవ్వుదామనుకుంది. కానీ భర్త ఏదో అంతర్మధనంతో ఈ ప్రశ్న అడిగాడని గ్రహించి, కొంచెం ఆలోచించి, "-లేదు" అంది.

"ఎందుకని?"

ఈసారి ఆవిడ కొద్ది సిగ్గుతో- "మీరు నవ్వనంటే చెప్తాను" అంది.

"ఏమిటది?" అన్నాడాయన ఉత్సుకతతో.

"ఆ రోజుల్లో కథలూ నవలలూ చాలా చదివే దానిని. ధనికొండ హనుమంతురావో, మధురాంతకం రాజారావో ఒక చిన్న కథ వ్రాశారు. ఎందుకో తెలీదు కానీ ఆ కథ అప్పట్నుంచీ నా మనసులో హత్తుకుపోయింది. ఒక చిన్న కాంట్రాక్టరు, ఒక బడిపంతులూ పక్కపక్క ఇళ్ళలో వుంటారు. ఉన్నట్టుండి కాంట్రాక్టరుకి సిరి అందుకుంటుంది. భార్య మెడలో బంగారం నింపుతాడు. ఎమ్మెల్యే అవుతాడు. పాత ఇంటి స్థానే మూడంతస్థుల భవనం నిర్మిస్తాడు. ఇంకేదో ట్రస్ట్ ప్రారంభిస్తాడు. పౌరసత్కారం పొందుతాడు. కాలనీ నిర్మాణాల్లో సిమెంట్‌లో ఇసుక-ఎక్కువ కలిపి కోటీశ్వరుడవుతాడు. అడ్డువచ్చిన ప్రతిపక్షం వాడిని రహస్యంగా తొలగిస్తాడు. ఇన్‌కంటాక్స్ వాళ్ళ నోళ్ళు డబ్బుతో మూయిస్తాడు. ఇలా అంచెలంచెలుగా ఎదుగుతున్న అతడి స్టాటస్‌ని అతడి భార్య ఆ వీధిలోనే వుండే ఇరుగమ్మ -పొరుగమ్మల దగ్గిర, తమ విజయానికి వాళ్ళే ప్రేక్షకులు కాబట్టి- చెప్పుకుంటూ, భర్త గొప్పతనాన్ని పొగుడుతూ వుంటుంది. ఇలా వుంటుండగా ఒకరోజు ఆవిడ భర్త అందాల రామచిలుక నొకదాన్ని పట్టి- ఆ మోజులో చిన్న ఇల్లు నిర్మిస్తున్నాడని తెలుస్తుంది. భార్య బావురుమంటుంది. ఆ వీధిలో అందరి దగ్గరా వాపోతుంది. అందరూ ఆవిడపట్ల సానుభూతి చూపిస్తారు. పక్కనున్న మాస్టారికి మాత్రం ఆవిడ ఎందుకు బాధపడుతుందో అర్థంకాదు. సామాజికపరంగా సంఘానికి ఆ మనిషి అన్ని అన్యాయాలు చేసినప్పుడు వాటిని అతడి తాలూకు విజయాలుగా అభివర్ణించిన అతడి భార్య, ఆ వరదలో తనే కొట్టుకుపోవలసి వచ్చేసరికి ఎందుకంత బాధపడుతుందో ఆయనకు బోధపడదు. నిజానికి అప్పటిరవకూ ఆ కాంట్రాక్టరు చేసిన అక్రమాలతో పోల్చుకుంటే ఇది చాలా చిన్నది.... ఎందుకో తెలీదు ఈ కథ...."

భర్త తనవైపే చూస్తూ వుండటంతో ఆవిడ చప్పున ఆపుచేసింది. ధర్మారావు మనసులో- మబ్బులు విడిపోయిన భావన కలిగింది. ఆవిడని దగ్గరగా తీసుకుని ముద్దు పెట్టుకున్నాడు. "నీలో ఇన్ని తెలివితేటలున్నాయని నేను అనుకోలేదు సుమా."

"నా మొహం. నాకు తెలివేమిటండీ. ఏదో చదివాను. మనసులో నాటుకుపోయింది."

సాహిత్యం సమాజాన్ని మార్చలేకపోవచ్చు. కానీ ఎక్కడో ఎవరో మనిషిని తప్పక ప్రభావితం చేస్తుంది.

ఉదాహరణ ఎక్కడో లేదు. తన భార్యే తన ఉనికికి భంగం రానంతవరకూ మనిషి పక్కవాడి అక్రమాల్ని భరిస్తాడని చెప్పిన చిన్న కథ-

తన భర్త నిజాయితీని మెచ్చుకొనేటంతగా ఆవిడమీద ప్రభావం చూపించింది.

"ఏమిటి మళ్ళీ ఆలోచనల్లో పడ్డారు?"

ఆయన నవ్వి, "అసలు ఈ ఆలోచనంతా దేనిగురించి వచ్చిందో తెలుసా? విద్యాధరి తండ్రి గురించి చెప్పింది. నువ్వు గమనించావా? ఆ అమ్మాయి చెప్పినదాంట్లో నీకేం కనిపించింది?" అని అడిగాడు.

"ఆ అమ్మాయినెవడో పాపం భలే భయపెట్టేశాడండి. అలాంటి వాళ్ళని ఏం చేసినా పాపం లేదు-"

ఆయన అనుకున్నది అదికాదు. విద్యాధరి చెప్పినదాంట్లో in between lines ఆయన చాలా వినగలిగాడు. ఆ అమ్మాయి అదోరకమైన, మానసికమైన ఫోబియాతో బాధపడుతూంది. ఆ ఫోబియా 'భయం' కాదు. నిరంతరమైన అనుమానం.... బహుశా దీనికి కారణం ఆమె ఇంటి వాతావరణం కావచ్చు. తల్లిదండ్రులకి తరచు దెబ్బలాట జరిగే ఇళ్ళల్లో.... మహిళామండలిలో రోజుకి పధ్నాలుగు గంటలు గడిపే తల్లులున్న ఇంట్లో ఇలా తయారవుతారు. అయితే, ఆమె తల్లి చిన్నతనంలోనే చచ్చిపోయింది. కాబట్టి ఈ రెండూ కారణాలయి ఉండవు.

విద్యాధరికి ప్రతీదాన్ని నిశితంగా పరిశీలించే గుణం వున్నదని ఆయన మొదట్లోనే గ్రహించాడు. బహుశ ఈ అమ్మాయి తండ్రిని బాగా గమనిస్తూ వుండి వుండాలి. తండ్రి ప్రవర్తనవల్ల ఏహ్యాభావాన్ని కలిగించుకుని వుండాలి. ఆ తండ్రి యింటికి వచ్చేవాళ్ళందరూ ఎలాటివాళ్ళో ఆయనకు తెలుసు. జార్జెట్ చీరెల చిరునవ్వులు- సీసాల బహుమత్తులో రచనల ప్రచురణకోసం అర్థింపులూ.... చిన్నతనంలో ఆమె ఇంటి ప్రపంచమంతా ఈ రకమైన కృత్రిమత్వంతో నిండివుండి వుంటుంది. మొత్తం మనుష్య జాతిమీదే ఆమెకి అపనమ్మకం ఏర్పడి వుంటుంది. ఈ రకమైన సోషల్ ఆంత్రోపాలజి ఆమెకి ఏవగింపు కలగజేసి వుంటుంది. మనిషికీ మనిషికీ మధ్య బాంధవ్యం కేవలం స్వార్థం తప్ప మరేది లేదన్న బలమైన ముద్ర ఆమెమీద చిన్నతనంలోనే (తన ఇంటి పరిస్థితుల్ని చూసి) పడి వుంటుంది,

ఆయనకి ఆ అమ్మాయిపట్ల జాలివేసింది.

ఇలాటి ఆప్యాయతారాహిత్యంలో పెరిగిన వాళ్ళు ఎవరితోనూ సుఖపడలేరు. ప్రేమకన్నా ముందు, దాని పునాదిపట్ల అనుమానం ఎక్కువగా వుంటుంది. ఏదైనా విస్ఫోటనం జరిగి వారికి ఎవరో ఒక మనిషి పరిచయమై- నిజమైన ప్రేమంటే ఏమిటో నిరూపిస్తే తప్ప.... లేకపోతే ఈ అంతర్ సంఘర్షణ జీవితాంతం వారిని వదలిపెట్టదు. ఒక్క విద్యాధరి సంగతేమిటి? ఆలోచిస్తుంటే తనకే అనుమానం వస్తుంది.

"ఏవోయ్ నువ్వు నన్ను ప్రేమిస్తున్నావా?" అని అడుగుదామనుకున్నాడు. ముప్ఫై సంవత్సరాల కాపురం తరువాత యిప్పుడా ప్రశ్న అడుగుతే వచ్చే పరిణామాల్ని తల్చుకుని భయపడి మానేశాడు. ఆయనకి ఫిడ్లర్ ఆన్ ది రూఫ్‌లో పాట గుర్తొచ్చింది.

"నీవు విప్పిన బనీను తడిపి ఆరేశాను.

నీ పిల్లల నాప్‌కిన్‌లు ఉతికి శుభ్రం చేశాను.

నువ్వు తాగొచ్చినప్పుడు మౌనంగా మేజోళ్ళు విప్పాను.

నీకు జ్వరం వస్తే నేను భోజనం మానేశాను.

నీకిష్టం లేదనీ నేను పచ్చ నైట్‌గౌను వేసుకోవటం మానేశాను.

మూడుసార్లు అబార్షనయినా నీ కోసం నాలుగోసారి మొగపిల్లాడ్ని కన్నాను.

ఇంత చేస్తే - ఇప్పుడు అడుగుతావా-

"Do you love me' అని....."

అంతలో ఆయన భార్య అంది- "విద్య అంటే గుర్తుకొచ్చింది. ఆ సినిమా హాల్లో అల్లరిపెట్టిన అబ్బాయి కోసం వెళ్ళిన విశ్వనాథం ఏమయ్యాడండీ?"

"అవును, కనీసం ఫోన్ కూడా చెయ్యలేదేమిటి? బహుశా తీసుకెళ్ళి లాకప్‌లో పడేసి వుంటాడు. రాత్రి డిస్టర్బ్ చేయటం ఎందుకులే అనుకుని వుంటాడు. రేప్రొద్దున్న వస్తాడేమోలే-"

అన్నాడేగానీ ఆయనకెందుకో అనుమానంగా వుంది.

విశ్వనాథం అలా చెయ్యడే-

* * *

విశ్వనాథం చాలా కోర్కెలున్న మనిషి. డిపార్టుమెంటు లోతు తెలిసినవాడు. అది బంగారు గని అని తెలుసు. ధర్మారావు దగ్గర కొత్తగా వచ్చాడు. ఆటలు సాగటంలేదు. అయినా కాకా పట్టటం మానలేదు. "కమీషనర్ మనిషి" అని

నలుగురికీ తెలిస్తే చాలు, పనులు జరిగిపోతాయి. అప్పటినుంచీ వెంటే తిరుగుతున్నాడు. ఆ దంపతులతోపాటు సినిమాకి వచ్చాడు.

ఇంటర్వెల్లో గొడవ జరిగింది.

దానిపట్ల కమీషనర్ ఇంటరెస్ట్ చూపించటమే కాకుండా, ఆ కుర్రవాడెవడో కనుక్కురమ్మని పంపటంతో రొట్టె విరిగి నేతిలో పడ్డట్టయింది. ఆ కాలంలో చూసి రమ్మంటే కాల్చివచ్చాడు ఆంజనేయుడు. ఇప్పుడు కనుక్కురమ్మంటే విరుచుకు వెళ్ళాలనుకున్నాడు విశ్వనాథం.

అతడు విద్యాధరి దగ్గరికి వెళ్ళేసరికి జనం గుమిగూడారు. ఆ గుంపులో అనుదీప్ అతనికి కనపడలేదు. చారలషర్టు కోసం వెతికాడు. లేదు.

అంతలో అది గుమ్మం దాటుతూ కనిపించింది. అటు పరుగెత్తాడు. అక్కడికి వెళ్ళేసరికి రోడ్డుమలుపు తిరుగుతూ కనిపించింది.

"ఎయ్ మిష్టర్ ఆగు" అని అరిచాడు.

వినపడనట్టే అతడు నడక సాగించాడు. వినపడిందని యస్సైకి తెలుసు. ఒళ్ళు మండిపోయింది. "ఇంతకు ఇంతా అనుభవిస్తావ్‌రా నా కొడకా" అనుకుంటూ వేగం పెంచాడు.

రెండు నిమిషాల్లో అతడిని పట్టుకున్నాడు.

"మిస్టర్ నీ పేరు?"

"ఎందుకు?"

"తిరుగు ప్రశ్నలు కాదు. సమాధానం చెప్పు."

"అనుదీప్"

"నాతో రా"

"ఎక్కడికి?"

"తిరుగు ప్రశ్న వేస్తే నాకు వళ్ళుమండుతుంది. రా..."

ఇద్దరూ సినిమాహాలు దగ్గరికి వస్తూంటే కమీషనర్ కార్లో విద్యాధరి ఎక్కటం, కారు కదలటం కనిపించింది.

ఆ అమ్మాయి కమీషనర్‌గారికి కావల్సిన అమ్మాయి అని తెలుసుకున్నాడు. ఎంత కావల్సింది కాకపోతే తనని స్వయంగా పంపిస్తారు -సినిమా పూర్తిగా చూడకుండా మధ్యలో ఆ అమ్మాయిని తీసుకుని వెళ్ళిపోతారు?

అటువంటి కమీషనర్‌గారి ప్రాపకం సంపాదించటానికి ఇంతకంటే మంచి ఛాన్సు ఏముంది? ఆ అమ్మాయిని సినిమాహాల్లో ఇంతగా వేధించిన ఈ

మనిషికి తగిన గుణపాఠం చెప్తే - కనీసం ఆ అమ్మాయి మెచ్చుకుంటుంది. దానిద్వారా ఆయన ప్రాపకం లభిస్తుంది.

వెళ్ళిపోతున్న కారునుంచి దృష్టి మరల్చి "పోలీస్ స్టేషన్‌కు పద" అన్నాడు.

"ఎందుకు" అని అడిగాడు అనుదీప్.

"నీ పెళ్ళి చేయటానికి" మనసులో అనుకుని, పైకి "... నీతో మాట్లాడాలి, ఆ సినిమాహాల్లో అమ్మాయి గురించి" అన్నాడు.

విద్యాధరి ప్రసక్తి రాగానే మారుమాట్లాడకుండా అనుదీప్ అతడిని అనుసరించాడు.

విశ్వనాథం గర్వంగా నవ్వుకున్నాడు. దాదాపు పావుగంట నడిచి ఇద్దరూ పోలీస్‌స్టేషన్ చేరుకున్నారు. విశ్వనాథం ఆలోచించాడు. ఆ సమయంలో కమిషనర్ ఇంటికి ఫోన్‌చేసి ఇతడిని పట్టుకున్నానని చెప్పటం అనవసరం. ఎవరో తెలిసిన అమ్మాయిని వీడు అల్లరి పెట్టబోతే తనని పంపించారు. ఆ అమ్మాయిని తమతోపాటు ఆ దంపతులు తీసుకువెళ్ళారు.

వీడిని తనే 'సరిచేసి' లాకపులో పడేస్తే రేపు ఆయన వచ్చాక ఆఫీసు టైమ్‌లోనే చెప్పొచ్చు. ఆ అమ్మాయి ఆయనకి మరీ కావల్సిందైతే -వీడు ఆ అమ్మాయిని చాలా రోజుల్నుంచీ ఏడిపిస్తున్న వాడయితే ఏదో ఒక కేసు పెట్టి మూణ్ణెల్లు తోసెయ్యటం అంత కష్టమేమీ కాదు.

స్టేషను చేరుకున్నాక సెంట్రీని మంచినీళ్ళు తెమ్మని, తాగి "ఊ చెప్పు - ఆ అమ్మాయినేం చేశావు?" అని అడిగాడు అధికారం నిండిన స్వరంతో.

అప్పటివరకూ అనుదీప్ మౌనంగా వున్నాడు. ఇన్‌స్పెక్టర్ రమ్మన్నప్పుడు మొదట్లో నాలుగైదు ప్రశ్నలు వేశాడంతే -తరువాత నిశ్శబ్దంగా అనుసరించాడు. ఈ ప్రశ్నకి సమాధానంగా, "ఏ అమ్మాయిని?" అని అడిగాడు.

విశ్వనాథం లాఠీతో బల్లమీద గట్టిగా కొడుతూ "మాదచ్చోద్ - ఏ అమ్మాయో కూడా తెలీదా?" అని అరిచాడు.

"నేనే అమ్మాయినీ ఏమీ చెయ్యలేదు."

"మరేం చెయ్యకుండానే ఆ అమ్మాయి హాలు కప్పు లేచిపోయేలా అరిచిందా?"

"ఏమైనా చేస్తేనే అమ్మాయిలు అరుస్తారని మీరు అనుకోవటం తప్పు. అఫ్‌కోర్స్ - ఎక్స్‌టసీతో ఏమీ చెయ్యకుండానే అమ్మాయిలు అరుస్తారనుకోండి. కానీ చాలాసార్లు ఏమీ చెయ్యకుండానే అరుస్తారు. ఉదాహరణకి బల్లి పడినప్పుడు - ప్రసవవేదన పడుతున్నప్పుడు - భర్త ఆలస్యంగా వచ్చినప్పుడు -"

"నోర్ముయ్, ఆడోళ్ళు ఎప్పుడెప్పుడు అరుస్తారు అని పాఠాలు చెప్పించుకోవటం కోసం కాదు నిన్నిక్కడికి తీసుకొచ్చింది. అవన్నీ మాకు తెలుసు–"

"ఏం తెలుసు మీకు? 'ఎక్స్టసీ' అంటే ఏమిటో చెప్పండి చూద్దాం..?"

విశ్వనాథానికి తెలీదు. అతడి భార్యకూడా ఇన్నేళ్ళ దాంపత్య జీవితంలోనూ ఏనాడూ ఎక్స్టసీతో అరవలేదు. ఆ విషయం కప్పెట్టి – "ప్రశ్నలడగాల్సింది నేను, నువ్వుకాదు అని ఇంతకు ముందొకసారి చెప్పాను" అన్నాడు.

"సరే – అడగండి".

"ఆ అమ్మాయి ఎన్నాళ్ళనుంచి తెలుసు నీకు?"

"ఎవరు? విద్యాధరా?"

"ఆ అమ్మాయి పేరు విద్యాధరి" అని విశ్వనాథానికి అప్పుడు తెలిసింది. "ఔను విద్యాధరే" అన్నాడు.

"గత ఏడు సంవత్సరాలుగా"

"ఏడు సంవత్సరాలనుంచీ వెంటపడి ఏడిపిస్తున్నావన్నమాట."

"లేదు. ఏడురోజుల్నుంచీ... కాస్త ఇటు అటుగా."

"సినిమాహాల్లో ఆమెని ఏం చేశావ్?"

"పొరపాటున 'సినిమా బావుంది కదూ' అన్నాను. అది నేను చేసిన తప్పు. బహుశా నేనా సినిమాకి దర్శకుణ్ణో, నిర్మాతనో అనుకుని వుంటుంది. భయంతో అరవటం ప్రారంభించింది."

"మిస్టర్, నీకిదంతా జోక్‌గా వున్నట్టుంది" అని పోలీస్‌వైపు తిరిగి, "వీడిని లాకప్ రూమ్‌లోకి తీసుకువెళ్ళు" అని ఆజ్ఞాపించాడు. అనుదీప్‌ని పోలీసు లోపలి గదిలోకి తీసుకువెళ్ళాక ఒకసారి వళ్ళు విరుచుకున్నాడు. మళ్ళీ మంచినీళ్ళు తాగాడు. అతడికి చాలా ఉత్సాహంగా వుంది. ఎప్పుడో గానీ ఇలాంటి ఛాన్స్ రాదు. చాలా కాలమైంది. చేతులు దురద పెడుతున్నాయి.

లాఠీ తీసుకుని లోపలికి వెళ్ళాడు.

"బయట నిలబడు" అని పోలీసుకి ఆజ్ఞ ఇచ్చి అనుదీప్ వైపు తిరిగాడు.

"నీతో నిజం ఎలా చెప్పించాలో నాకు తెలుసు."

"నేను నిజం చెప్పనని అనటంలేదే? మీకే నిజం కావాలి? చెప్పండి."

"ఆ అమ్మాయిని ఏం చేశావ్?"

"మీ భార్య సుమతిమీద ఒట్టు. ఏం చెయ్యలేదు."

విశ్వనాథం అతడివైపు అనుమానంగా చూస్తూ "నా పెళ్ళాం నీకెలా తెలుసు?" అన్నాడు.

"కొంపదీసి ఇప్పుడు ఆవిడ్ని మీ అనుమానంతో చంపుతారా ఏమిటి? నాకు కాస్త జ్యోతిష్యం తెలుసు. అంతే-"

విశ్వనాథం బలంగా లాఠీతో అనుదీప్ మెడ పక్కగా కొట్టి "అయితే నీ ఫ్యూచర్ ఏమిటో చెప్పరా బాడ్‌ఖోవ్-" అని అరిచాడు.

అనుదీప్ భుజంనుంచి రక్తం స్రవించసాగింది. పళ్ళ బిగువున బాధని అదిమిపెట్టి నవ్వుతూ, "నా ఫ్యూచర్ సంగతికేంగానీ మీ ఫ్యూచర్ కావాలంటే చెపుతాను" అన్నాడు.

"ఏమిటి నా ఫ్యూచర్?"

"కొద్దిరోజుల్లో మీరు సస్పెండ్ కాబోతున్నారు. ఆ తర్వాత జైలు శిక్ష అనుభవించబోతున్నారు."

ఈసారి లాఠీవెళ్ళి విసురుగా అనుదీప్ మొహంమీద తగిలింది.

"నా భవిష్యత్తు చెప్పినందుకు నీకు ఫీజు ఇవ్వాలిగా. సరిపోయిందా?" అని వెటకారంగా అడిగాడు.

అనుదీప్ కళ్ళు మూసుకున్నాడు. అతడి పెదవులు నిశ్శబ్ధంగా కదిలాయి.

"ఏంట్రా నీలో నువ్వే గొణుక్కుంటున్నావు?"

అనుదీప్ కళ్ళు విప్పాడు. వాటివెనుక బాధలేదు. నిర్మలంగా వున్నాయి అవి. "దేవుడిని ప్రార్థించాను..." అన్నాడు. "భగవంతుడా! ఈ మనుషుల్ని స్థానంవల్లా, ధనంవల్లా, అధికారంవల్లా కలిగే 'అహం' నుంచి రక్షించు... అని వేడుకున్నాను."

"ఏంట్రోయ్. రెండు దెబ్బలుపడేసరికి పొగరు తగ్గి వేదాంతం పెరిగిందా?" అని మరొకటి వేసి "ఇంతకీ ఏం చేశావో చెప్తావా లేదా?" అని అడిగాడు.

"నేనేం చెయ్యలేదు - య్సైగారూ! ఆ అమ్మాయిని గాఢంగా ప్రేమించాను. ఆ విషయమే ఆమెతో చెప్పాను. ఇప్పటివరకూ తను బహుశా పార్కుల్లో ప్రేమ, ఆఫీసుల్లో ప్రేమ గురించి మాత్రమే చదివి వుంటుంది. నా ప్రేమ యొక్క తీవ్రత తెలుసుకోలేకపోయింది. అదిచూసి భయపడింది అంతే."

"అంతేనంటావా?"

"మీరు నమ్మినా నమ్మకపోయినా అంతే-"

"ఏయ్ టూనాట్ టు ... కొంచెం కారం తీసుకురారా, వచ్చి వీడి ఫాంటు విప్పు. ఏదో తీవ్రతంట. చూద్దాం ఎంత తీవ్రత వుందో." ఒక పోలీసు కారంపొట్లాం

తీసుకొచ్చాడు. మరో పోలీసు చొక్కా విప్పాడు. భుజంనుంచి చెయ్యిలేదు, అక్కడవున్న కట్టు చూసి "ఏ దొమ్మిలో నరికార్రా నీ చేతిని?" అని అడిగాడు.

అనుదీప్ జవాబు చెప్పలేదు.

"ఎలా పోయింది నీ చెయ్యి? ఆక్సిడెంట్‌లో అయినా ఇలా తెగదే. ఏ ఆస్పత్రిలో ట్రీట్ చేశారు? ఏ పోలీస్‌స్టేషన్‌లో రిజిష్టర్ చేశారు?"

అనుదీప్ మాట్లాడలేదు. అతడి నిశ్శబ్దంతో యస్సైకి మరింత వళ్ళు మండింది.

"చెప్పవే–" అంటూ లాఠీతో కొట్టిన గాయాలమీద కారంజల్లాడు. భగ్గున మండింది. అనుదీప్ కళ్ళు మూసుకున్నాడు. బాధవల్ల అతడి కంటిలోంచి నీళ్ళు స్రవించసాగాయి. అయితే అది క్షణంసేపే. తరువాత మామూలుగా అయిపోయాడు.

అతడు అలా నిశ్చలంగా వుండటం విశ్వనాథానికి కూడా ఆశ్చర్యంగా తోచింది. భుజం దగ్గర వున్న అంత పెద్ద గాయం మీద కారం రాస్తే మరొకళ్ళయితే ఈపాటికి పైకప్పు ఎగిరి పోయేలా కేకలు పెట్టి వుండేవారు.

"ఏరా బాధగా లేదూ?"

"లేదు"

"లేదా?"

"నా ప్రేమ నిజాయితీతో కూడుకున్నదైతే బాధ వుండకూడదని అనుకున్నాను... పోయింది."

"ఓహో! అంత గొప్పదా నీ ప్రేమ!"

"ప్రేమ ఎప్పుడూ గొప్పదే యస్సైగారూ! ఈ లాకప్ హింసలు మానేసి ప్రేమించటం నేర్చుకోండి. అదొక గొప్ప అనుభూతి."

అప్పటికే రక్తంతో అతని భుజం తడిసిపోయింది. దాని మీద మరింత కారంజల్లి "ఇప్పుడుందా అనుభూతి" అని అడిగాడు.

"చెప్పానుగా... లేదు."

"నీ ప్రేమ అంత గొప్పదైతే వెంటనే చెయ్యి మొలవాలని కూడా కోరుకోరా రాస్కెల్."

"ఏమో... మొలచినా మొలవచ్చు. ప్రేమ సాధించలేనిదంటూ ఏమీలేదు. కావల్సిందల్లా ప్రేమలో దానికి తగ్గ నిజాయితీ వుండటం..."

మరింతకారం జల్లబోయిన విశ్వనాథం చెయ్యి మధ్యలో ఆగిపోయింది. యస్సైగారు చావబాదుతూవుంటే వినోదం చూద్దామని గుమ్మం దగ్గర నిలబడ్డ

ఇద్దరు కానిస్టేబుల్స్ నోళ్ళు ఆశ్చర్యంగా తెరుచుకున్నాయి. అప్పటివరకూ మాటల్తో ప్రతిధ్వనించిన ఆ పోలీస్‌స్టేషన్‌లో ఒక్కసారి సూదిపడితే వినపడేటంత నిశ్శబ్దం ఆవరించింది. అక్కడున్న వాళ్ళందరికీ తాము చూస్తున్నది కలో, నిజమో అర్థంకాలేదు. టూనాట్ టూకైతే కళ్ళు తిరుగుతున్నట్టు అనిపించింది.

భూమిని చీల్చుకుని ఒక చిన్న మొక్క నెమ్మదిగా ప్రాణం పోసుకుంటూ ఎలా పైకి వస్తుందో -అలా అతడి భుజం నుంచి చెయ్యి క్రమక్రమంగా మొలవసాగింది. అనుదీప్ కూడా తన శరీరంలో కలుగుతున్న మార్పుకి ఆశ్చర్యపోతున్నట్టు అతడి ముఖకవళికలు చెపుతున్నాయి. విశ్వనాథం మొహంలో రక్తం ఇంకిపోయింది. పోలీసులు భయభ్రాంతులయ్యారు.

క్రమంగా అతడి చెయ్యి పూర్తి ఆకారాన్ని సంతరించుకుంది.

నిశ్చేష్టులై, శిలా ప్రతిమల్లా నిలబడివున్న ఆ పోలీసుల మధ్య నుంచి అతడు తన చొక్కా తీసుకొని మౌనంగా బయటకు నడిచాడు.

* * *

ఆమెకి ఆ రాత్రి నిద్రపట్టలేదు. కారణాలు రెండు. మొదటిది కొత్త ప్రదేశం కావటం... రెండోది అనుదీప్ తాలూకు ఆలోచనలు.

కొన్ని సంఘటనలు- అవి జరిగినప్పుడు ఎంతో ఉద్వేగపెడతాయి. తరువాత వాటి ప్రభావం అంతగా వుండదు. మరి కొన్ని సంఘటనలు జరిగినప్పుడు ఏమీ ఉండదు. కానీ తరువాత తరువాత వాటి ఆలోచనలు అసలు మనల్ని వదిలిపోవు.

ఆ సినిమాహాలు తాలూకు సంఘటన ఆ రాత్రి ఆమెని ఇలాగే కుదిపివేసింది. ధర్మారావుగారింట్లో అందరితో మాట్లాడుతూ వున్నప్పుడు ఏమీలేదు. కానీ ఒంటరిగా పక్కమీద చేరాక ఆలోచనలు ఈగల్లా ముసురుకున్నాయి. "అవతలి మనిషికోసం ఏదైనా త్యాగం చేయగలగటమే ప్రేమ" అని తను అనుకున్నట్టు కల రావటం ఆ తరువాత అనుదీప్ తన భుజాలు తెగ్గోసుకోవటం.

ఆమెకి నమ్మశక్యం కావటం లేదు.

ఇంత జరిగినా...

అతడంటే ప్రేమ కల్గటంలేదు.

కలగటం లేదా?

లేదు.

నిజంగా?

నిజంగా!

భయం వేస్తోంది. అతడిని చూస్తూంటే ఏదో అద్భుతం చూసినట్టు వుంటుందే తప్ప ప్రేమ కలగటంలేదు. అతడి భుజమే కాదు పీక తెగ్గోసుకున్నా ప్రేమ కలగదు. మరి ప్రేమ కలగాలంటే అతడు ఏంచేసి వుండాల్సింది?

.... ఆలోచిస్తూ ఆమె నిద్రలోకి జారుకుంది.

ఒక రాత్రివేళ ఎవరో తట్టినట్టు అయి మెలకువ వచ్చింది. కళ్ళు విప్పింది. ఎదురుగా అనుదీప్!

ఆమె శరీరం చెమటతో తడిసిపోయింది.

"నువ్వా" అంది కంపిస్తున్న కంఠంతో.

"పద వెళ్దాము."

"ఎక్కడికి?"

"ఇంట్లో వాచ్‌మెన్‌తో సహా అందరూ నిద్రపోతున్నారు. మళ్ళీ గంటలో వచ్చేద్దాం."

"నీకు మతిపోయింది. ఇంతరాత్రి నీతో ఎలా వస్తాననుకున్నావ్?"

"మీ అమ్మాయిలు అనవసరమైన భయాల్తో అద్భుతమైన అనుభవాలు పోగొట్టుకుంటారు. చదువు-తరువాత రాబోయే భర్తకోసం ఎదురుచూపుల విరామం-పెళ్ళి - పిల్లల్ని కని వాళ్ళని పెద్దవాళ్ళని చేసే తాపత్రయం... భావాలు వికసిస్తూంటే కలిగే ప్రొగ్రెస్సీని కూడా నిర్భయంగా అనుభవించలేరు."

"నాకే అద్భుతమైన అనుభవమూ వద్దు మహానుభావా. నన్నిలా బ్రతకనీ..."

"అదిగో మళ్ళీ! అనుభవం అనగానే అదేదో మొగవాడు స్త్రీ పట్ల చేసే దారుణమైన చర్యగా ఎందుకు భావిస్తావు? నమ్మకం ఎందుకు పెంచుకోవు? మీ ఆడవాళ్ళకి నిజంగా భయం ఉంటుందా? లేక భయం నటిస్తారా? నేను అనుభవం అంటున్నది నీవనుకునే ఉద్దేశ్యంతో కాదు. ఒకసారి బయటకి రా... శీతల పవనాలు చూడు పర్వతాల సందుల్లోంచి ఎలా రివ్వున వీస్తున్నాయో... చీకటిని చూడు ధరణిని ఎలా అభిషేకం చేస్తుందో... మైదానాల్లో గడ్డి ఆకాశాన్ని చూస్తూ చేతులూపుతోంది. నదీ పాయలూ, సెలయేళ్ళూ, కంచెమీద పూలూ, రాబోయే సూర్యుడి కోసం కూనిరాగాలు తీస్తూ పొదల రాట్నాలమీద మంచు బిందువుల్ని వడికే చలిచేతులూ-ఇవన్నీ చూడటానికి నాతోరావూ."

ఇద్దరూ నడవటం ప్రారంభించారు.

రాబోయే శ్రావణమాసం తన రాయబారిలా ముందే చల్లటి గాలిని పంపిస్తూంది. తూనీగ ఉల్లిపొర రెక్కలమాదిరి పవనాలు వారి శరీరాల్ని సుతారంగా స్పృశిస్తున్నాయి. అవ్యక్త మనో ప్రవాహాల ఆలింగనంలో గడిచిపోతున్న కాలం గుప్పెట్లో –ప్రేమ దీపాన్ని వెలిగిస్తూంది.

అతడు నెమ్మదిగా పాడటం ప్రారంభించాడు.

"మెరాతో జోకభి కదమ్ హై.... ఓ తేరిరాహమె హై... కె తూ కహీ భిరహే తూ మేరీ నిగాహమె హై..."

"నీకు పాడటం వచ్చా?" ఆమె ఆశ్చర్యంగా అడిగింది.

అతడు నునుసిగ్గుతో "... కొద్దిగా" అన్నాడు.

ఆమె మూతి బిగించి, "కొద్దిగా ఏమిటి – చాలా అద్భుతంగా వచ్చు" అంది.

అతడు నవ్వేడు "... ఈ అద్భుతం అన్న పదం నానించి నీకూ సంక్రమించినట్టుందే..." అని కొంచెంసేపు ఆగి ఆలోచనగా అన్నాడు.

"–పాట కాదుకానీ దాని అర్థం గొప్పది. నువ్వు నడిచిన బాటలోనే నా అడుగులు, నువ్వెక్కడున్నా సరే నా కళ్ళలోనే వాటిజాడలు... బాగుందికదూ".

"అద్భుతంగా వుంది –" ఫక్కున నవ్వేసింది.

"నువ్వు నవ్వితే బావుంటుంది".

"అవును. ఇలా నవ్వి పద్దెనిమిది సంవత్సరాలైంది."

ఇద్దరూ నడుస్తున్నారు. మైదానం –దూరంగా చీకట్లో కొండలు ... మధువు తాగినట్టున్న మేఘాలు... నుదుటిమీద జీరాడే ముంగురుల్ని చూసి 'ఈ అర్థరాత్రి తుమ్మెదలెక్కణ్ణుంచి వచ్చాయా' అని విచ్చుకునే పువ్వులు– పగలులోకి చొచ్చుకుపోవటానికి ఆయత్తమవుతోన్న రాత్రి...

"ఏదైనా పాట పాడు అనుదీప్."

"ఏం పాడను?"

అతడు మంద్రస్వరంతో నెమ్మదిగా ఆలాపన ప్రారంభించాడు. "అమృతం తాగిన.. వా..ళ్ళు... దేవతలూ... దేవుళ్ళూ... అది – కన్నబిడ్డలకు పంచేవాళ్ళూ.... అమ్మా నాన్నలూ".

సన్నగా 'రోధిస్తున్న' ధ్వని వినిపించేసరికి అతడు చప్పున ఆపి 'విద్యాధరీ' అన్నాడు. ఆమె చాలాసేపు ఏడుస్తూ ఉండిపోయింది. అతడు ఓదార్చే ప్రయత్నం ఏమీ చెయ్యలేదు. ఆమె ఏడ్చికూడా పద్దెనిమిది సంవత్సరాలై వుంటుంది. నవ్వుని ఆహ్వానించినట్టే ఏడుపునీ ఒక్కోసారి ఆహ్వానించాలి. లేకపోతే వేదన మీద

కృత్రిమమైన జీవనవిధానం కరడుగట్టి స్వభావసిద్ధమైన వ్యక్తిత్వాన్నీ, స్వచ్ఛమైన చిరునవ్వునీ నొక్కి పారేస్తుంది.

ఆమె కొంత సేపటికి తేరుకుని "ఐయామ్ సారీ" అంది.

"సారీ దేనికి?"

"నీ మూడ్ పాడుచేసినందుకు."

"మన దగ్గరవాళ్ళు ఏడిస్తేనే మనకి మూడ్ పాడవుతుంది అనుకుంటే ఇక మనం వాళ్ళకేం దగ్గిర!" అన్నాడు.

"ఈ ప్రేమరాహిత్యం నన్ను చంపుతోంది" వెక్కుతూ అంది.

"ప్రేమ రాహిత్యమంటే నిన్నెవరూ ప్రేమించకపోవటమా? నువ్వెవర్నీ ప్రేమించలేక పోవటమా?"

"నన్నెవరూ ప్రేమించరు. నన్నెవరయినా ప్రేమిస్తే అది వాళ్ళు తమ స్వార్థంకోసమే ప్రేమిస్తారు. అందుకని నేనెవర్నీ ప్రేమించలేదు."

"నేను వెళ్ళొస్తాను" అతడు సానుభూతిగా అన్నాడు. అది ఆమెమీదో తనమీదో అతడికే తెలీదు.

ఆమె చప్పున అతడి చెయ్యి పట్టుకుని "అప్పుడేనా?" అంది.

అతడు నవ్వి "నాకూ ఉండాలనే వున్నది- కానీ వుండాలనిపించటం స్వార్థం. నీ మాటల్లో నువ్వే చెప్పినట్టు స్వార్థంతో కూడిన ప్రేమ ఎలా ప్రేమ అవుతుంది."

"నన్ను కన్ఫ్యూజ్ చేస్తున్నావు"

"కాదు. నన్ను నేను అర్థం చేసుకోవటానికి ప్రయత్నిస్తున్నాను. నీ ఇంటి యజమాని కొడుకు నీ వళ్ళో తలపెట్టుకొని ఏడ్వాలనుకుంటే అది స్వార్థం. నువ్వు ఈ పర్వత శిఖరాలమధ్య మనసుపొరలు కరిగి నా దగ్గిర దుఃఖిస్తే అది ప్రేమ. స్వార్థమూ, ప్రేమా ఏ పాయింట్ దగ్గిర విడిపోతాయీ అన్న విషయం ఆలోచిస్తున్నాను. అర్థమయ్యాక వస్తాను. వెళ్ళొస్తాను".

....

"విద్యా - విద్యా".

విద్యాధరి ఉలికిపడి కనులు విప్పింది. ధర్మారావు కూతురు తట్టి లేపుతోంది.

ఆ అమ్మాయి మొహమంతా ఎగ్జయింట్‌మెంట్‌తో నిండి వుంది. తనకి ఇప్పటివరకూ వచ్చింది కలే అన్న వాస్తవం అర్థమవటానికి విద్యాధరికి రెండు నిముషాలు పట్టింది.

"యస్సై వచ్చాడు. అతడు చెప్పేది నువ్వే స్వయంగా వినాలి. అర్జెంటుగా రా" అని హడావుడిగా తీసుకువెళ్ళింది. వాళ్ళు వెళ్ళేసరికి ధర్మారావు, విశ్వనాథం మాట్లాడుకుంటున్నారు.

"నిజం సార్. నేను స్వయంగా చూశాను. అతడి చెయ్యిలోపల్నుంచి పొడుచుకువచ్చింది" ఉద్వేగంతో చెప్పుకుపోతున్నాడు విశ్వనాథం.

విద్యాధరికి ఉద్వేగం కన్నా ఎక్కువ సంతోషం కలిగింది. అనుదీప్‌కి చెయ్యి వచ్చేసింది. అంతలో మళ్ళీ తన ఆలోచనకి తనకే కోపం వచ్చింది. అతడి చెయ్యి మొలుస్తే తనకేం- రెండోతల మొలుస్తే తనకేం?

ధర్మారావు అంటున్నాడు - "అతనో మెస్మరిస్టు. ఆ విషయం రాత్రే విద్య చెపుతూ వుండగా తెలిసింది. అతడిని వదిలేసావా?"

ఆ మాత్రం హింట్ దొరగ్గానే విశ్వనాథం అబద్ధం ఆడేశాడు. "మా అందరిమీదా మత్తుజల్లేడు సార్, మేమేమీ చెయ్యలేకపోయాం."

ధర్మారావు ఎవరికో ఫోన్ చేశాడు. "ఓ అయిదు నిముషాలు ఆగు. జార్జ్ వస్తాడు."

విద్య లోపలికి వెళ్ళి మొహం కడుక్కుని కాఫీతాగి వచ్చేసరికి జార్జ్ వచ్చివున్నాడు. అతడో మానసిక శాస్త్ర నిపుణుడు. పోలీసు డిపార్టుమెంట్‌లో కేసులు పరిశీలిస్తూ వుంటాడు. ధర్మారావుకి విష్‌చేసి కూర్చున్నాడు. ధర్మారావు విద్యని పరిచయంచేసి, "నిన్న రాత్రి నాకు చెప్పినదంతా చెప్పమ్మా" అన్నాడు.

విద్య అక్షరం పొల్లుపోకుండా జార్జికి చెప్పింది.

విశ్వనాథం విద్యాధరినే చూస్తున్నాడు. అందం సరే, ఆమె చెప్పింది కూడా అతడికి బలాన్ని ఇచ్చింది. రాత్రంతా అతడు తెగ మధనపడ్డాడు. చెయ్యి మొలవటం, తన ఉద్యోగం పోతుందని అతననటం అందరి పోలీసుల మధ్య నుంచీ వెళ్ళిపోవటం - ఇదంతా చెప్తే కమిషనర్ నమ్ముతాడో నమ్మడో... తనకి చెడ్డపేరు వస్తుందేమో అని భయపడ్డాడు. కానీ ఇప్పుడు వాళ్ళ బంధువుల అమ్మాయి తనని బలపరుస్తోంది.

విద్య చెప్పిందంతా విని జార్జి, "అతడు నిజంగా మెస్మరిస్టేసార్" అన్నాడు. "అతడు చెయ్యి తెగ్గోసుకోలేదు. ఆ భావం ఆమెలో కలిగించాడు. అలాగే పోలీస్‌స్టేషన్‌లో అందర్నీ మెస్మరైజ్ చేశాడు" అన్నాడు.

"మెస్మరిస్టులకి అంత శక్తి వుంటుందా?" ధర్మారావు కూతురు అడిగింది. "మెజీషియన్లు తమ చేతల్తో ప్రజల్ని భ్రమింపచేస్తారు. హిప్నటిస్టులు తమ స్వరంతో అవతలివాళ్ళని భ్రమలోకి తీసుకువెళ్తారు. కానీ మెస్మరిస్టులు వీళ్ళకన్నా పెద్దవాళ్ళు.

మాస్‌ని కూడా కట్టగట్టి భ్రాంతికి లోనుచెయ్యగలరు. వారు దీనికోసం చేతుల్ని, కంఠాన్ని కూడా వుపయోగించనవసరంలేదు."

ధర్మారావు కూతురు విద్యకేసి తిరిగి సన్నటి స్వరంతో "ఈ మెస్మరిజం నాకొస్తే బావుణ్ణు. మొత్తం మన బాడీగార్డ్సనందర్నీ కుక్కలుగా మార్చేసి మున్సిపాలిటీ వ్యాన్ ఎక్కించేద్దును" అంది.

"...ష్" అన్నాడు ధర్మారావు కూతుర్ని చూసి.

జార్జి కొనసాగించాడు. "... కానీ ఈ మధ్యకాలంలో మెస్మరిస్టులు ఎవరూ పుట్టలేదు సార్. హేతువాదుల లెఖ్ఖప్రకారం బాబాలే మెస్మరిస్టులు. థర్డ్ డైమెన్షన్‌లోనుంచి వస్తువుల్ని సృష్టించగలగటం మెస్మరిస్టుల చాతుర్యం. అలాగే వస్తువుల్ని మాయంచేయటం కూడా."

అర్థమైనట్టు ధర్మారావు తలూపి "పోలీస్‌స్టేషన్‌లో అంతమంది ముందు అతడు చేతిని సృష్టించాడు అన్నమాట" అన్నాడు.

"మెస్మరిస్టు ఒక గ్రూపు మొత్తాన్ని తన పరిధిలోకి తీసుకోగలడు. కనికట్టు వేసి ఖాళీ సీసాలోంచి నలుగురి ముందూ నీళ్ళు తెప్పించగలడు. ఇందులో పెద్ద చిత్రమేమీ లేదు."

ధర్మారావు విశ్వనాథంవైపు తిరిగి, "వాడిని ఎలాగైనా పట్టుకో" అన్నాడు.

జార్జి కల్పించుకుని, "అతడిమీద ఏం చర్య తీసుకోగలం?" అన్నాడు.

"ఒక అమ్మాయిని బెదిరించి, భయపెట్టి తన వశం చేసుకోవాలని చూసేవాడు, వాడికెన్ని మానవాతీత శక్తులున్నాసరే- చట్టం నుంచి తప్పుకోలేడు."

విద్యాధరి ధర్మారావువైపు భయంగా చూసింది. ఆయన యస్సైతో "ఈ రోజునుంచీ యిద్దరు కానిస్టేబుల్స్ ఈ అమ్మాయిని ఫాలో అవ్వమను, అతడు మళ్ళీ కలుసుకోవటానికి ప్రయత్నిస్తే వెంటనే అరెస్ట్ చెయ్యి!"

"యస్సర్" సెల్యూట్ చేశాడు విశ్వనాథం.

* * *

మే, 14.
సిగ్మా ఇన్వెస్ట్‌మెంట్స్,
11-50 ఎ.ఎమ్.

విద్యాధరి పనిచేస్తూందన్న మాటేగానీ మనసు మనసులో లేదు. దూరంగా మఫ్టీలో వున్న పోలీసులనే చూస్తూంది. ఈ రోజెందుకో అనుదీప్ రావటంగానీ,

ఫోన్ చేయటంగానీ చేస్తాడని ఆమెకి అనిపిస్తూంది. ఆమెకొచ్చిన ఫోన్‌కాల్స్‌ని కూడా పట్టుకుని -వల బిగించేలా ఏర్పాటు చేశాడు విశ్వనాథం. ఈ కేసు సరిగ్గా టేకప్ చేస్తే కమిషనర్ మెచ్చుకోలు లభిస్తుందని తెలుసు. అతడు కూడా ఆఫీసుకు వచ్చాడు.

సరిగ్గా పన్నెండింటికి ఫోన్ మ్రోగింది. ఆమె ఫోన్ అందుకుంది.

విశ్వనాథం పరుగెత్తుకెళ్ళి ఎక్స్‌టెన్షన్ ఫోన్ చేతుల్లోకి తీసుకున్నాడు.

కానీ అట్నుంచి మాట్లాడింది ధర్మారావు.

"అమ్మాయ్! నీతో కొంచెం పనుంది. అర్జెంటుగా సాయంత్రం ఇంటికి రాగలవా?"

ఆమె కంగారుగా "ఎందుకు అంకుల్" అంది.

"ఫోన్‌లో ఎందుకు? వచ్చాక చెపుతాగా" అని ఆగి, మళ్ళీ "ఈ విషయం ఎవరికీ తెలియనివ్వకు-" అని ఫోన్ పెట్టేశాడు.

ఆమె సాయంత్రం వరకూ ఆందోళనగా గడిపింది. అనుదీప్ గురించి ఏదైనా బ్యాడ్‌న్యూస్ తెలిసిందేమో అనుకుంది. ఆ రోజంతా ఆఫీసులో సరిగ్గా పనిచేయలేకపోయింది. భుజానికి కలకత్తాసంచి, నిర్లక్ష్యంగా పెరిగిన నాల్రోజుల వయసున్న గెడ్డం, పెదాలమీద క్లోజప్ చిరునవ్వు - అనుదీప్ లక్షణాలన్నీ ఆమెకి మాటిమాటికీ గుర్తు రాసాగాయి. ఏమైందో సరిగ్గా చెప్పని ధర్మారావుమీద విసుక్కుంది. విశ్వనాథం ఇంకా అక్కడే వున్నాడు కాబట్టి అనుదీప్‌కి ఏమీ అయివుండదని ఒకవైపు ఆశగా వుంది. అయినా అతడికేమయితే తనకేంటి అని కూడా సర్దిచెప్పుకుంది.

ఈ సంభాషణ ఫోన్ ఎక్స్‌టెన్షన్‌లో విన్న విశ్వనాథం ఆమె దగ్గిరకొచ్చి "ఏమిటి - ఆయన ఎందుకు పిలిచారు?" అని అడిగాడు.

"మొత్తం అంతా మీరు విన్నారుగా. నాకు తెలియదు" అంది విసుగ్గా. ఆమెకి విశ్వనాథాన్ని చూస్తుంటే వంటిమీద తేళ్ళుపాకినట్టు వుంది. అనుదీప్ బారినుంచి తనను రక్షించే ప్రయత్నంలో engage కావలసిన అతను, తన young-age ని నిరూపించుకునే తాపత్రయంలో తెగ బోరుకొడుతున్నాడు. అందులోనూ చేస్తున్నది పోలీసు ఉద్యోగమేమో, ఆడపిల్లల్ని అట్రాక్టు చెయ్యగలిగే సున్నితమైన పద్ధతులేమీ తెలియక తన లాకప్ రూమ్‌ల అధికారం గురించీ, తన సారాబట్టీల పట్టివేతల గురించీ మాట్లాడి ఆమెకి పార్టీ మధ్యలో తెగిపోయిన పెటికోట్ బొందులాంటి ఇబ్బందిని కలుగచేస్తున్నాడు. ఇతడి బోరు భరించడంకన్నా

ఆ అనుదీప్ మీద కేసు ఉపసంహరించుకోవటమే మంచిదిగా భావించే స్టేజికి ఆమెని ఒక్కరోజులో తీసుకొచ్చాడు.

ఆ సాయంత్రం ఆమె ధర్మారావు దగ్గరకి వెళ్ళింది.

ఆయన కొద్దిసేపు ఆ విషయాలూ ఈ విషయాలూ మాట్లాడి – "మీ కంపెనీ మేనేజింగ్ డైరెక్టర్ చక్రధర్ కదూ" అన్నాడు.

అవునంది.

"అతడికీ నీకూ ఏదో గొడవయినట్టుంది?"

ఊహించని ప్రశ్నకు బిత్తరపోయి, ఆమె "అవును, మీకెలా తెలుసు?" అంది.

ఆయన నవ్వి, "పోలీసు కంప్లెయింట్ ఏదో యిచ్చినట్టు నటించాడుగా–" అన్నాడు. "మీ కంపెనీ వాళ్ళెవరో చెప్పారు నిన్ను చాలా ఇబ్బందిలో పెట్టాడని. అనుదీప్ నీకు మొదటిసారి కలిసింది అప్పుడే కదూ..."

ఆమె జవాబు చెప్పలేదు. ఆయన ఏదో పెద్దపనిమీదే పిలిపించాడని అర్థమైంది. కానీ అదో పెద్ద విషయంగా కనిపించకుండా వుండటానికి చాలా మామూలుగా వున్నట్టు మాట్లాడుతున్నాడు. ఆయన ముందుకు వంగి చెప్పటం ప్రారంభించాడు.

"సిగ్మా ఇన్వెస్టిమెంట్స్ మానేజింగ్ డైరెక్టర్ చక్రధర్ నాలుగైదు సంవత్సరాల క్రితం దాదాపు బికారి. అతడూ సంపత్ కలిసి ఈ కంపెనీ పెట్టారు. ఎక్కువ వడ్డీ ఇస్తామని ప్రజల్నుంచి లక్షలకు లక్షలు డబ్బు వసూలు చేశారు. ఇప్పుడు దాదాపు వాళ్ళిద్దరూ కోటీశ్వరులు–" ఆమె తెలుసన్నట్టు తలూపింది.

"తమ కంపెనీలో పొదుపు చేసిన డబ్బుకి ఆ రోజుల్లో బ్యాంకు గ్యారంటీ ఇస్తుందని కూడా వాళ్ళు ప్రకటనలు చేశారు. కానీ ఆ ప్రకటనలో వాక్యాలు చాలా పకడ్బందీగా ప్రజల్ని తప్పుదారి పట్టించి, తమమీద చట్టరూపేణా ఏ విధమైన చర్యాతీసుకునే వీలులేకుండా నిర్మింపబడి ఉన్నాయి. ఎంతోమంది అమాయకులు, రిటైరయినవాళ్ళు, కూతుళ్ళకు కట్నం కోసం దాచుకున్నవాళ్ళు, ఈకంపెనీలో తమ డబ్బు ఇన్వెస్ట్ చేశారు. ఇప్పుడు అయిదు సంవత్సరాలు పూర్తయ్యాయి. ఎక్కువ మొత్తంలో డబ్బు తిరిగి ఇవ్వాలి ఈ కంపెనీ. కానీ ఎలా ఇవ్వగలదు? బంగారం గనుల మీద ఇన్వెస్ట్ చేస్తే తప్ప సాలుకి 35 శాతం వడ్డీ ఇవ్వటం కుదరదు."

ఆయన ఇదంతా తనకి ఎందుకు చెపుతున్నాడో ఆమెకి అర్థంకాలేదు.

"దొంగ రసీదు పుస్తకాల ఆధారంగా ఈ కంపెనీ, కొంతమంది డిపాజిటర్లు అసలు తమ దగ్గిర ఈ డబ్బు దాచుకోలేదని, అందువల్ల దాన్ని తిరిగి ఇవ్వనవసరం లేదని వాదించబోతూంది."

విద్యాధరి స్థాణువైంది.

తన డ్రాయరులో దొరికిన దొంగ రసీదు పుస్తకాలు ఆమెకి గుర్తొచ్చాయి. వాటి కారణంగా తనని అరెస్టు కూడా చేయించబోయాడు చక్రధర్....

ఈ లోపులో ఆయన అన్నాడు. "డిపాజిటర్లు కోర్టుకి వెళతారు. కానీ కోర్టులో ఈ విషయాలన్నీ తేలేసరికి పది సంవత్సరాలు పడుతుంది. చక్రధర్ కోర్టులో ఈ దొంగ రసీదుల సంగతి తనకేమీ తెలియదని వాదిస్తాడు. తన వెనుక, తనకి తెలియకుండా ఇదంతా ఎవరో చేశారనీ, దానికి తన కంపెనీ బాధ్యత వహించదని అంటాడు. ఏమో, కోర్టు అతని వాదనని నమ్మినా నమ్మవచ్చు. అలాకాకుండా చక్రధర్‌కీ ఆ దొంగ రసీదుల పుస్తకాలకీ సంబంధం వుందని నిరూపించగలిగితే అతడికి పది సంవత్సరాలకి తక్కువ కాకుండా శిక్షపడేలా చూడవచ్చు. ప్రజలకి అతడు చేసిన ద్రోహానికి అది తక్కువ శిక్షే అయినా, ఏమీలేని దానికన్నా అది మంచిది విద్యాధరీ! ఈ విషయంలో నువ్వు నాకు సాయం చెయ్యాలి'. విద్యాధరి ఉలిక్కిపడి, తడబడుతూ, "ఎలా" అని అడిగింది.

"చక్రధర్ దగ్గర కొన్ని రహస్యపత్రాలున్నాయి. ఈ దొంగ రసీదు పుస్తకాలు ఎక్కడ ప్రింటు చేయించాడో, ఎవరికి ఇచ్చాడో, ఎంత డబ్బు ఆ విధంగా జమ అయిందో అతడు 'నోట్' చేసుకుని వుంటాడు. దాన్ని నువ్వు సంపాదించాలి."

ఆమె గొంతు తడారిపోయింది.

ఇంత పెద్ద బాధ్యత తనమీద వుంచబడుతుంది అని ఆమె వూహించలేదు. ఒక ఫైనాన్స్ కంపెనీలో చిన్న ఉద్యోగి తను, ఎక్కడో అంధకారపు రహస్య స్థావరాల్లో వున్న ఆ కాగితం వెతికి పట్టుకుని పోలీసు అధికారులకు అందజెయ్యడం అంటే – అది తనకు సాధ్యమయ్యే పనేనా? తనేమీ డిటెక్టివ్ కాదు. గూఢచారిణి అసలే కాదు.

ఆమె మనసులో భావాలు గ్రహించినట్టు ఆయన అన్నాడు – "ఇది చాలా కష్టమైన పనే. కానీ ఎవరో ఒకరు దీన్ని ఛేదించటానికి పూనుకోవాలి. మేమే అతని ఆఫీసుని, ఇంటినీ రెయిడ్ చేసి శోధించవచ్చు. కానీ అందువల్ల అంత లాభం వుంటుందనుకోను. చక్రధర్ అంత తెలివితక్కువగా ప్రవర్తించడు. వందలూ వేలూ జనాల్ని మోసం చేసినవాడు – తన మోసాన్ని కప్పిపుచ్చుకోవడం కోసం మరొక

అమాయక ప్రాణాల్ని బలిపెట్టటానికి కూడా సిద్ధపడతాడు... అటువంటి వాడిని చట్టానికి అప్పగించడం కోసం ఆమాత్రం ధైర్యం చెయ్యలేవూ...?"

విద్యాధరి ఉత్తేజితురాలై - "చేస్తాను" అంది.

"గుడ్" అని ఆయన, ఆమె చెయ్యవలసిన పని వివరించసాగాడు.

* * *

ఆమె మనసంతా ఎగ్జయిటింగ్‌గా వుంది.

మాటిమాటికీ సీన్‌కానరీ గుర్తొస్తున్నాడు. తనని ఇరుకున పెట్టేసి, తన కళ్ళవెంట నీళ్ళు తెప్పించిన చక్రధర్ మీద స్వీట్‌గా పగ తీర్చుకోబోతూంది. అదీ ఎగ్జయిట్‌మెంట్.

దానికన్నా ముఖ్యంగా..

అమాయకుల్ని మోసం చేసిన ఒక దుర్మార్గుడి ఆట కట్టించటానికి తను సాయపడబోతూంది.

పోలీసుకొచ్చిన ఇన్ఫర్మేషన్ చాలావరకూ కరక్టే అని ఆమెకి తెలుసు. ఆఫీసులో ఇటువంటి రూమర్లు చాలా వున్నాయి. సిగ్మా ఇన్వెస్టుమెంట్స్‌లో డబ్బు దాచుకున్న డిపాజిటర్లు చాలా మంది అప్పుడే కలత చెందటం ప్రారంభించారు. చక్రధర్ విదేశాలకి వెళ్ళిపోతాడని కూడా అనుకుంటున్నారు ఆఫీసు వాళ్ళు.

కానీ ఇదంతా ఇంత తొందరగా జరుగుతుందనీ, దీన్ని వెతికి తీయటంలో తను ప్రముఖపాత్ర వహించబోతోందనీ ఆమె కలలోకూడా అనుకోలేదు.

ధర్మారావు చెప్పింది కూడా ఆమెకు కష్టసాధ్యమైన పనేమీ కాదు. చక్రధర్ తాలూకు 'రహస్యపు టర' ఎక్కడుందో ఆమెకు తెలుసు. ఒకరోజు చక్రధర్ ఆమెని ఇంటికి పిలిచాడు. ఉద్యోగంలో చేరిన కొత్త. మామూలుగానే వెళ్ళింది.

టీ కప్పు ఇస్తూ చేతులు తగిలించటం - వగైరా మామూలు పద్ధతులు అయిన తరువాత అతడు లోపల్నుంచి ఒక అందమైన పర్సు తీసుకొచ్చి ఆమెకు ఇచ్చి - "జకర్తానుంచి తెచ్చాను. నా జ్ఞాపకంగా తీసుకోండి" అన్నాడు. అప్పటికే అతడి 'మోటివ్' తెలిసిన విద్యాధరి మర్యాదగా దాన్ని తిరస్కరించింది.

అంతలో ఫోన్ మ్రోగింది.

ఫోన్‌లో మాట్లాడి, పెట్టేస్తూ "ఒక్క నిముషం, ఇప్పుడే వస్తాను" అని అతడు పక్కగదిలోకి వెళ్ళాడు. అయితే వెళ్తూవెళ్తూ అతడు ముందుగది తలుపులెయ్యటంతో ఆమె బిత్తరపోయింది. ఒక క్షణం కాళ్ళూ చేతులూ ఆడలేదు. అతడంత ధైర్యంగా,

అంత తొందరగా అలా ప్రొసీడ్ అవగలడని ఆమె వూహించలేదు. అతను బెడ్‌రూమ్‌లోకి వెళ్ళాడు.

ఆమె బయటపడదామని షెల్ఫ్ ముందుగది తలుపు లాగి చూసింది.

ఆమెకు భయం ఎక్కువైంది.

అతడు పక్కగదిలోకి ఎందుకు వెళ్ళాడో అర్థంకాలేదు. అందులోనూ తనని వదిలేసి...

పక్కబట్టలు సర్దటానికా?

ఆమె స్వతహాగా భయస్తురాలు కాదు కానీ ఈ పరిస్థితి విచిత్రంగా వుంది. బహుశా ఆ రూంలోంచి బయటకు దారి వుండేమో - అట్నుంచి తనని వెళ్ళనివ్వకుండా చేయటం కోసం ఆ తలుపు కూడా వేస్తున్నాడేమో అనుకుంది. మరింకేమీ ఆలోచించకుండా ఆ గదిలోకి ప్రవేశించింది.

ఆ గదిని చూసి ఆమె కన్‌ఫ్యూజ్ అయింది. నాలుగువైపులా గోడలు ఒకే రకం పానెలింగ్ వల్ల ఒకేలా వున్నాయి. బాగా డబ్బున్న వాళ్ళ బెడ్‌రూమ్ చూడటం ఆమెకదే ప్రథమం. ఆ పానెల్స్ మధ్య అతను ఎక్కడున్నాడో ఎలా మాయమయ్యాడో తెలియలేదు. ఈ లోపులో ఆ చెక్కల మధ్య నుంచి వెలుతురు కనిపించింది. ఆమె ఉత్సుకతతో లోపలికి తొంగిచూసింది.

లోపలి గది టాయిలెట్. అతను లోపలున్నాడు.

సిగ్గుతో ఆమె మొహం ఎర్రబడింది. వెనుదిరగబోయింది. అప్పుడు కనపడింది అతడు వాష్‌టబ్ వెనుకనుంచి ఏవో కాగితాలు తీయటం.

క్షణంలో ఆమెకి మొత్తం అర్థమైంది.

ఎక్కణ్నుంచో ఫోన్ వచ్చింది. అతడు రహస్యపు టరలోంచి కాగితాలు తీసుకోవటం కోసం బయట తలుపు వేశాడు. తను లోపలికి వస్తుందని వూహించలేదు. అనవసరమైన భయంతో తను లోపలికి వచ్చేసి దీన్నంతా చూసింది.

ఆమె చప్పుడు చేయకుండా అక్కడినుంచి ముందుగదిలోకి వచ్చేసింది. గుడ్‌బై చెప్పి ఆ తరువాత బయటక్కూడా వచ్చేసింది. అతడు ఆపే ప్రయత్నం ఏమీ చెయ్యలేదు.

ఆ విధంగా చక్రధర్ ఇంట్లో రహస్యపుటర ఎక్కడుందో ఆమెకి తెలిసింది.

కొన్ని కాగితాలు ఆఫీసులో పర్సనల్ డ్రాయర్‌లో ఉంటాయి. అవికూడా తనకి తెలుసు.

ధర్మారావు ఇంటినుంచి తన ఇంటికొస్తూ ఆమె ఇదంతా ఆలోచించింది. పోలీసు కారులో దింపిరమ్మని ఆమెని పంపించాడు. ఆ కారు మధ్యలో ట్రబులిస్తే దిగి రిక్షా ఎక్కింది.

ఆమె మనసు నుంచి ఉద్వేగం అంతా పూర్తిగా పోలేదు. ఆయన చెప్పిన పని సరీగ్గా పూర్తిచేసినప్పుడే అది పోతుంది. ఆమె రిక్షా దిగి ఇంట్లోకి ప్రవేశిస్తూంటే "హలో" అని వినిపించింది.

అనుదీప్!

ఆమె వెంటనే చేసిన పని – పోలీస్ ఎస్కార్ట్ గురించి చూడటం.... అయితే దూరంగా ఎవరూ కనిపించలేదు.

పోలీస్ కమీషనర్ కారులో వస్తూవుండగా కలిసే సహాసం చెయడనుకుని వుంటారు. సరియైన టైమ్‌లో తనని వదిలేశారు వాళ్ళు. ఆమె కోపం దిగమింగుకుని, నవ్వేసి "లోపలికి రండి" అంది. అతన్ని ఎలాగైనా అయిదు నిముషాలు ఆపగలిగితే పోలీసులు ఎలాగో వచ్చేస్తారు. అంతవరకూ ఎలాగో ఆపాలి.

లోపలికి ప్రవేశించి కూర్చున్నాక, "మీ చెయ్యి మామూలుగానే ఉన్నట్టుందే–" అంది ఏమీ ఎరగనట్టు.

"అవును. నా ప్రేమ నిజమైనదైతే చెయ్యి తిరిగి మొలవాలి అనుకున్నాను – మొలిచింది" అన్నాడు.

"కంగ్రాచ్యులేషన్స్" అంది వెటకారం ధ్వనించకుండా జాగ్రత్తపడుతూ.

"నిజమైన కంగ్రాచ్యులేషన్స్ మీరు నా ప్రేమని అంగీకరించినప్పుడే చెప్పాలి.""

"అలాగా. కానీ...." అని ఆగి, "మెస్మరిజం అంటే మీకు తెలుసా..." అని అడిగింది అమాయకంగా,

"ఆ పేరు విన్నాను. వివరాలు తెలియవు."

ఆమె కోపం హద్దులు దాటుతోంది. అతికష్టంమీద నిభాయించుకుని, "ఎంతమందిని ఇలా మీరు ఫూల్స్‌ని చేయదలుచుకున్నారు?" అంది.

"ఫూల్స్ చెయ్యటం ఏమిటి?"

"ఏమీ తెలియనట్టు నటించకండి. మీరు చెప్పినదంతా నమ్మిఉంటే – నేను కాకుండా ఇంకే అమాయకమైన ఆడపిల్ల అయినా అయివుంటే –ఈపాటికి మీ వలలో పడివుండేది. మీ చేతిలో ఉన్న విద్యని ఇంత నీచమైన పనికి ఉపయోగిస్తారని నేను అనుకోలేదు."

"చేతిలో విద్య ఏమిటి?"

"అదే మెస్మరిజం."

"నా చేతిలో అటువంటి విద్యేమీ లేదు. అయినా ఈ కాలంలో అమ్మాయిలు వలలో పడటానికి అటువంటి విద్యేమీ అవసరం లేదు. నిజానికి వాళ్ళే అందమైన వల ఎక్కడుందా ఎప్పుడు పడదామా అని చూస్తూ వుంటారు."

"షటప్–"

"చూడండి, మీరు అనవసరంగా నామీద కోపం తెచ్చుకుంటున్నారు. నేను మీపట్ల ఏమీ అసభ్యంగా ప్రవర్తించలేదు. ప్రేమకి త్యాగం ముఖ్యం అన్నారు. చెయ్యి త్యాగం చేసాను. దేవుడు కూడా నా ప్రేమ నిజాయితీని మెచ్చుకున్నాడు. ఇక మీదే ఆలస్యం." ఆమె వింటూ బయటకు చూస్తోంది. పోలీసు ఇంకా రాలేదు. వస్తే ఇంటిముందు వీధిచివర కిళ్ళీకొట్టు దగ్గర నిలబడి వుంటాడు. తనకి గుర్తే. ఇంకొంచెం సేపు ఇతడిని ఆపాలి.

అనునయంగా "చూడండి, 'ప్రేమంటే' చేతులు కాళ్ళూ తెగ్గోసుకోవటంకాదు. – అవతలివార్ని మెప్పించాలి" అంది.

"చూడండి –" అన్నాడు అతడు కూడా, "... నేను మీ కిష్టమని నీలిరంగు చొక్కా వేసుకున్నాను. పైగా రోజ్ స్ప్రే జల్లుకున్నాను. క్రాఫు నుదుటి మీదకు దువ్వుకోటమనే కొత్త ప్రయోగం చేశాను. మీ కిష్టమని –" అంటూ చెప్పటం కొనసాగించబోయాడు.

"విల్ యు స్టాఫ్ దేర్" అందామె విసుగ్గా. "బాహ్య సౌందర్యం ముఖ్యం కాదు. అంతర్ సౌందర్యం కావాలి."

అతడు అమాయకంగా, "అంతర్ సౌందర్యం చూపించాలంటే దానికి అవతలివారి సహకారం కూడా కావాలికదా" అన్నాడు. ఆ మాటల్లో డబుల్ మీనింగ్ ఏదైనా వుందేమో చురుగ్గా చూసింది. కానీ అతడి మొహంలో అటువంటి భావాలు ఏవీ కనిపించలేదు. అనవసరంగా తనే విపరీతార్థాలు తీస్తూందేమో అనుకుంది. అంతలో అతనన్నాడు.

"స్త్రీని గుడితో పోల్చాడో కవి. మనసు తలుపులు తెరుచుకుని పై గంటలు మ్రోగిస్తూ లోపలికి ప్రవేశిస్తేనే కదా 'రెడ్ కార్పెట్' స్వాగతం లభించేది."

'రెట్ కార్పెట్' అని అతడు ఎందుకు నొక్కి పలికాడో ఆమెకి సరిగ్గా అర్థంకాలేదు. అయివుంటే అతడి మొహంలో లీలగా కదలాడిన చిరునవ్వుకి అర్థాలు వెతికి, వాటి అర్థం ఏమాత్రం స్ఫురించినా పేట్రేగిపోయేదే. అంతలో అతనన్నాడు.

"నేనో మెస్మరిస్టుని అని మీరందరూ అనుకుంటున్నారు. మెస్మరిస్టు అంటే అర్థం ఏమిటి మాడమ్?"

"కనికట్టు చేసి అవతలివారిని వశపర్చుకునేవాడు."

"నాకలాంటి శక్తులు ఏమీలేవు మాడమ్. నేను కావాలనుకున్నప్పుడల్లా భగవంతుని ప్రార్థించి 'దేవా! ఈ విద్యాధరి పట్ల నా ప్రేమ నిజమైన పక్షంలో నాకీ పని చేసిపెట్టు' అనుకుంటాను. ఆ పని జరిగిపోతూ వుంటుంది" అన్నాడు.

ఆమె వెటకారంగా "అందరూ శివుడు, విష్ణువుకోసం తపస్సు చేసివుంటే మీరు ఎవరికోసం తపస్సుచేసి వుంటారో చెప్పనా?" అంది.

"ఎవరికోసం?"

"మన్మధుడి కోసం" కసిగా అంది.

"ఏం, అతడు మాత్రం దేవుడు కాదా? క్రొవ్వొత్తి ప్రపంచానికి వెలుగునిస్తూ తను జ్వలించిపోయినట్టు, శివుని కంటిచూపుకి అతడు 'మసి' అయిపోయి, ఆ బూడిదలోంచి ద్వందార్ధ పాటల కవులు, తెలుగు పత్రికా సంపాదకులు, సినిమా నృత్య దర్శకులు, నవలా రచయితలు ఉద్భవించటానికి కారణ భూతుడయ్యాడు. కాదంటారా?"

దూరంగా పోలీసులు ఇంకా రాలేదేమిటా అని కిళ్ళీ కొట్టు వైపు చూస్తూ ఆమె అన్యమనస్కంగా "సరే, మీ మన్మథ దేవుడిని అడిగి, కనికట్టు కన్నా అతీతమైన విషయం ఏదైనా చెప్పండి చూద్దాం" అంది.

"కావాలంటే మీ 'బ్రా' ఏ కంపెనీదో చెప్పగలను మాడమ్" అన్నాడు.

"వ్వాట్" అంది కెవ్వున అరిచినట్టు. ఆమె అరుపుని పట్టించుకోకుండా "మీరు వాడే బ్రా ఆటోక్రసీ" అన్నాడు క్లుప్తంగా. అతడు ఓడిపోయాడన్న ఆనందంలో తన కోపాన్ని, ఉక్రోషాన్ని మర్చిపోయి ఆమె సంతోషంగా "ఏం కాదు" అంది చిన్నపిల్లలా.

"మీరు వాడేది న్యూ - లుక్కే మాడమ్. అందులో నేను చెప్పేది ఆటోక్రసీ విభాగం గురించి."

"అలాంటి విభాగాలు, బ్రాండ్లూ ఏమీలేవు."

"ఎందుకు లేవు? ఏ కంపెనీ అయినా, ఆటోక్రసీ, డెమోక్రసీ, అపోజిషన్ - ఈ మూడు రకాల్లోనే తయారు చెయ్యాలి కదా." అని నవ్వేడు.

"Autocracy means suppression of masses ;
Democracy aims at upliftment of masses ;
Opposition tries to make mountain out of mole.

తెలుగులో చెప్పాలంటే పెల్లుబికే జనాన్ని అణిచివేసేది నిరంకుశత్వం, బడుగు వర్గాన్ని పైకి లేపేది ప్రజాస్వామ్యం, గోరంతల్ని కొండంతలు చేసేది ప్రతిపక్షం...

అతడు చెప్పటం పూర్తికాకుండానే ఆమె విసిరిన పౌడరు డబ్బా అతడికి వెంట్రుకవాసి దూరంనుంచి బాణంలా దూసుకువెళ్ళి గోడకి తగిలి పెద్ద శబ్దం చేసింది.

"ప్రేమలో అవతలివారిని పొగడటం మొదటిమెట్టు అనుకున్నాను. అది తప్పని తేలింది" అన్నాడు క్షమాపణలు కోరుతున్నట్టు.

ఆ తరువాత ఆమెని మామూలు మనిషిని చేయటానికి అతడికి పది నిమిషాలు పట్టింది. అంత "ఖరీదయిన జోకు" వేయటం ఆమె సహించ లేకపోయింది. మొత్తానికి – పదినిముషాల అనునయం, క్షమాపణ తరువాత ఆమె కొద్దిగా శాంతించింది.

అతడు టాపిక్ మారుస్తూ "ఇంతకీ ఏమంటున్నాడు ఆ ధర్మారావు?" అని అడిగాడు.

ఆమె అనునయంగా "ఆయన మీకెలా తెలుసు?" అంది. అతడు నవ్వి "విశ్వనాథం చెప్పాడు" అన్నాడు. ఆమెకి సడన్‌గా, చక్రధర్ విషయంలో తనకి సహాయం చేసింది ఇతడే అన్న విషయం గుర్తొచ్చింది. ఇప్పుడు తను చక్రధర్ ఆట కట్టించబోతూంది. ఆ థ్రిల్‌ని ఇతడితో పంచుకోవాలనుకుంది. చక్రధర్ చేస్తున్న మోసాల విషయంలో పోలీసులకు సాయపడుతూ తను పరిశోధనలు జరపటం రహస్యమైన చర్యగా ఆమె భావించలేదు. తనతోపాటు అతడు కూడా సంతోషిస్తాడనుకుంది.

అక్కడే ఆమె పొరబడింది.

స్కూల్లో ఫస్టుమార్క్ వస్తే తల్లి తండ్రులకి పిల్లలు దాన్ని ఎంత ఉత్సాహంతో చెపుతారో అంత ఉత్సాహంగా, అతడిపై వున్న అలకని తాత్కాలికంగా పక్కకినెట్టి ధర్మారావు తనకి అప్పగించిన పని గురించి చెప్పసాగింది.

అతడు తల వంచుకొని వింటున్నాడు.

గదిలో వున్న చీకటివల్ల అతడి మొహంలో మారే భావాల్ని ఆమె గమనించలేదు.

ఆమె చెప్పుకుపోతూంది.

* * *

ప్రపంచంలో ఎన్ని రకాలయిన మనుష్యులున్నారో అన్ని రకాల వాళ్ళూ పోలీస్ డిపార్టుమెంట్‌లోనే కనబడతారు. మంచివారు, రక్తం తాగేవారు, పట్టుదల వున్నవారు, కర్కోటకులు, తెలివైనవారు, లంచగొండులు.

ఇన్‌స్పెక్టర్ రవిశాస్త్రి గొప్ప వ్యక్తిత్వం, పట్టుదల వున్న వ్యక్తి. ఏ పనినీ సగంలో ఆపడు. నిక్కచ్చి మనిషి. అనవసరంగా హడావుడి చేయడు. అతడి క్రిందే యస్సై విశ్వనాథం 'సబ్'గా పనిచేస్తున్నాడు. అయితే పెద్దవారితో పరిచయం, అవసరమైన హంగామాలతో విశ్వనాథం అక్కడ 'డామినేట్' చేస్తూ వుంటాడు. అయితే రవిశాస్త్రి దీనికంత ప్రాముఖ్యత ఇవ్వలేదు. తన పనేదో తను చేసుకుపోతూ వుంటాడు.

అనుదీప్‌ని విశ్వనాథం పోలీస్‌స్టేషన్‌కి తీసుకువచ్చి ప్రశ్నించినప్పుడు రవిశాస్త్రి అక్కడలేడు. వచ్చాక విషయం తెలిసింది. రవిశాస్త్రి మానవాతీత శక్తుల్నీ, కనికట్టుల్నీ నమ్మడు. ఇదంతా ఒక అభూతకల్పనలా తోచింది. కానీ అంతమంది పోలీసులూ, యస్సై చెపుతూంటే ఎలా ఖండించగలడు.

ఈ వార్త పేపర్లలో రాకుండా మాత్రం జాగ్రత్తలు తీసుకున్నాడు.

కమీషనర్ ధర్మారావు దగ్గిర మంచిపేరు సంపాదించుకోవడం కోసం విశ్వనాథం ఎలాగూ ఈ కేసులో అవసరమయిన దానికన్నా ఎక్కువ ఇంటరెస్టు తీసుకుంటాడని తెలుసు. అనుదీప్‌ని ఎలాగైనా ఎప్పుడో ఒకప్పుడు పట్టుకుంటాడు.

కానీ అతడి పుట్టుపూర్వోత్తరాలు తెలుసుకోవాలని రవిశాస్త్రికి అనిపించింది. ఆమె కోసం తపస్సు చేశానని అతడు చెప్పాడు. బహుశా అది సరదాగా వేసిన జోకు అయివుండవచ్చు. కానీ అతడికి నిజంగా అంత గొప్ప కనికట్టు విద్య తెలిసిన పక్షంలో, ఇంతకాలం ఆ విద్య ప్రదర్శించలేదా? డబ్బు సంపాదించలేదా? పేరు సంపాదించుకునే ప్రయత్నం ఏమీ చెయ్యకపోతే....

మరింతకాలం ఏం చేశాడు?

అనుదీప్....

ఎక్కడో విన్నాడా పేరుని.

సాధారణంగా ఎవరికీ వుండదు. పూర్తిగా అపరిచితమైనది కాదు.

ఎక్కడ విన్నాడు?

అతడికి గుర్తొచ్చింది.

కాలేజీలో చదువుకునే రోజుల్లో తన జూనియరు.

ఈ ఊర్లోనే....!!!

రవిశాస్త్రి ఆలస్యం చేయలేదు. కాలేజీకి వెళ్ళి పాత రికార్డులు పరిశీలించాడు. అతడి అనుమానం కరెక్టయింది. అనుదీప్ అనే కుర్రవాడు 1973 ప్రాంతాల్లో తన కాలేజీలోనే చదివాడు.

ఆ రికార్డులోనే ఇంటి అడ్రసు దొరికింది. కానీ అది పాత అడ్రసు. బహుశా అది మారిపోయి వుండవచ్చు. కానీ అతడు ప్రయత్నం వదల్లేదు. అడ్రసు పట్టుకుని ఆ ఇంటికి వెళ్ళాడు.

ముసలి దంపతులు వున్నారు.

వాళ్ళు చెప్పిన వివరాల ప్రకారం అనుదీప్ ఏడెనిమిది సంవత్సరాల క్రితం ఇల్లు వదిలి వెళ్ళిపోయాడు. మొన్నే నెలరోజుల క్రితం వచ్చాడు. ఇంతకాలం ఎక్కడున్నాడో ఎంత అడిగినా చెప్పలేదు. ఇంటికి ఎప్పుడొస్తాడో, ఎప్పుడు వెళతాడో తెలీదు. ఏం చేస్తున్నాడో తెలీదు.

రవిశాస్త్రికి ఇంటరెస్టు పెరిగింది.

వాళ్ళ అనుమతి తీసుకుని అనుదీప్ పెట్టె పరిశీలించాడు. అందులో మరొకచిన్న పెట్టెకూడా వున్నది. దానికి తాళం వేసి వున్నది.

అదిగాక నాలుగయిదు జతల బట్టలున్నాయి అంతే. అందులో ఒక రైల్వే టిక్కెట్ కూడా దొరికింది, అది దాదాపు నెలరోజుల క్రితంది.

చిరుగాంవ్ నుంచి విజయవాడకి!

చిరుగాంవ్....

వింధ్య పర్వతాల్ని ఆనుకుని వున్న రైల్వేస్టేషన్.

చాలాసేపు ఆ టిక్కెట్టువైపే సాలోచనగా చూస్తూ వుండిపోయాడు ఇన్‌స్పెక్టర్.

వృద్ధదంపతులు అతడికేసి ఆందోళనగా చూస్తున్నారు. "మా అబ్బాయి ఏదయినా నేరం చేశాడా బాబూ" అని అడిగాడు తండ్రి.

"లేదు" అన్నాడు శాస్త్రి. "మీవాడు ఈ ఏడెనిమిది సంవత్సరాలు ఎక్కడున్నాడో తెలీదన్నారు కదూ?"

అవునన్నట్లు తలూపాడు.

"చదువుకునే రోజుల్లో బావుండేవాడా?"

"ఎప్పుడూ ఫస్ట్‌క్లాసే వచ్చేది బాబూ. కానీ" ఆ ముసలాయన ఏదో చెప్పబోయి ఆగిపోవటం చూసి, ప్రోత్సహిస్తున్నట్లు "భయపడకండి - పూర్తిగా చెప్పండి" అన్నాడు.

"ఒకరోజు ఇంటికొచ్చేటప్పటికి అదోలా వున్నాడు. ఎవరో స్నేహితుడిని, 'ప్రేమంటే ఏమిట్రా' అని అడగటం కూడా నేను విన్నాను. వాడి తల్లితో ఆ రోజు

రాత్రి అన్నాను కూడా, 'వీడిక్కూడా పెళ్ళీడు వచ్చేసిందే' - అని. ఆ ఆనందం నిలవకుండానే వీడు వెళ్ళిపోయాడు. వృద్ధాప్యంలో మమ్మల్ని పట్టించుకునేవాడు లేడనుకుంటూ వుండగా ఇన్నేళ్ళకి తిరిగొచ్చాడు. ఆ సంతోషం కూడా వుండకుండా ఇప్పుడు ఇల్లు పట్టకుండా తిరుగుతున్నాడు."

ఇన్‌స్పెక్టర్ ఆలోచన్లు మొదటి రెండు వాక్యాల దగ్గరే ఆగిపోయాయి. "అలా అడిగిన ఎన్నాళ్ళకి వెళ్ళిపోయాడు?"

తల్లి కల్పించుకొని "వాడు వెళ్ళిపోయింది అందుకోసం కాదు బాబూ" అంది.

"మరి?"

"వాడు వెళ్ళిపోవటానికి నెలరోజుల ముందు వాడి చెల్లి చచ్చిపోయింది. అప్పటినుంచీ వాడు అదోలా వుండేవాడు. తరువాత ఒకరోజు ఇంటినుంచి వెళ్ళిపోయాడు."

"చెల్లి చచ్చిపోయిందా?"

"అవును, వాళ్ళిద్దరూ చాలా దగ్గిర. ప్రాణంలో ప్రాణంగా వుండేవారు. దానికి పెళ్ళయి అత్తారింటికి వెళ్ళే రోజయితే వీడు భోజనమే చేయలేదు. అది చచ్చిపోయిందని తెలిసిన రోజయితే వీడికి పిచ్చెక్కుతుందనే అనుకున్నాం. వాడి మనసు ఎంతో సున్నితం. బాగా కదిలిపోయాడు. ఎప్పుడూ ఏదో ఆలోచిస్తూ వుండేవాడు. సరిగ్గా మాట్లాడడమే మానేశాడు. ఆ తరువాత నాలుగయిదు రోజులకి వాడికేదో ఉత్తరం వచ్చింది. బహుశా వాడి చెల్లెలు చనిపోయేముందు వ్రాసిందనుకుంటాను. ఎంత అడిగినా చూపించలేదు. ఆ తరువాత ఇంటినుంచి వెళ్ళిపోయాడు" అంది.

ఇన్‌స్పెక్టర్‌కి ఏదో అనుమానం వచ్చింది.

"మీ అమ్మాయి ఎలా చనిపోయింది" అని అడిగాడు. ఆ ప్రశ్న వాళ్ళకి అర్థంకాలేదు. "విషజ్వరం వచ్చింది బాబూ. నెలరోజులు తీవ్రమైన జ్వరంతో బాధపడి మరణించింది."

"ఇప్పుడామె భర్త, అత్తమామలు బావున్నారా?"

అతడీ ప్రశ్నలు ఎందుకు అడుగుతున్నాడో అర్థంకాక, "బాగానే వున్నారే" అంది.

తను రాంగ్‌ట్రాక్‌లో వెళుతున్నానని ఇన్‌స్పెక్టర్‌కి అర్థమయింది.

అనుదీప్ చెల్లి చచ్చిపోయింది వరకట్నం చావులు వగైరా కారణంగా కాదు. అనుదీప్ ఇల్లు వదిలి వెళ్ళిపోయింది పగతో కాదు.

మరి?

అనుదీప్ చెప్పింది నిజమేనా?

ఏడు సంవత్సరాలపాటు వింధ్య పర్వతాల్లో వున్నాడా?

ఎందుకో ఈ విషయం ఒప్పుకోవటానికి మనసు అంగీకరించలేదు.

అంతలో మెరుపులా ఒక ఆలోచన స్ఫురించింది.

మధ్యప్రదేశ్ అడవుల్లో తాంత్రిక విద్యలు తెలిసిన కోయవాళ్ళు వున్నారని వినికిడి. అటువంటి వారితో ఇతగాడికిగానీ పరిచయం ఏర్పడి ఆ విధంగా ఇతడికి కూడా ఈ కళలు అలవడినాయా?

ఆ ఆలోచన రాగానే అతడికి అది కరెక్టయి వుండవచ్చుననిపించింది.

"మీ అబ్బాయి తిరిగివచ్చి ఎన్ని రోజులు అయి వుంటుంది?"

"వారం పదిరోజులు."

"ఇంట్లో వున్నప్పుడు సరిగ్గా వుంటాడా?"

ఇద్దరూ మొహమొహాలు చూసుకున్నారు. వాళ్ళు తటపటాయించటంతో అతడికి అనుమానం బలపడింది. ఇంతలో తండ్రి అన్నాడు – "ఇంట్లో వున్నంతసేపూ తలుపులు వేసుకుని, పెట్లోంచి ఏదో తీసి కూర్చుంటాడు బాబూ. భోజనం చేస్తున్నంతసేపూ ఆలోచిస్తూనే వుంటాడు."

సో....

తన అనుమానం నిజమేనన్నమాట. ఇన్‌స్పెక్టర్‌కి ఉత్సాహం వచ్చింది.

"ఆ పెట్టెలో ఏముంది?"

"తెలీదు"

"నాకు కాస్త చూపిస్తారా?"

వాళ్ళు అతనిని లోపలికి తీసుకెళ్ళి చూపించారు. చిన్న పెట్టె... పాతది.

"మీ అబ్బాయి వస్తూ దీన్ని తీసుకొచ్చాడా?"

తలూపారు.

ఇన్‌స్పెక్టర్ మోకాళ్ళమీద కూర్చుని పరిశీలించి, "దీని తాళం చెవి ఎక్కడుంది?" అని అడిగాడు.

"అబ్బాయి దగ్గిర"

వాళ్ళని అడిగి కల్వంరాయి తీసుకుని దాన్ని బద్ధలుకొట్టటం ప్రారంభించాడు. "వద్దు బాబూ. వాడికి తెలియకుండా..." అనుదీప్ తండ్రి మాటలు పూర్తికాకుండానే తాళం వూడివచ్చింది.

మూత తెరిచాడు.

రెండు మూడు జతల బట్టలున్నాయి. తీసి పక్కన పెట్టాడు... పోలీస్ డిపార్ట్‌మెంట్‌లో అన్నేళ్ళు పనిచేసినా ఆ క్షణం అతడి మానసికోద్వేగం వర్ణనాతీతం. ఏముంది ఆ పెట్టెలో?

దేన్ని అనుదీప్ ప్రతిరోజూ ముందు ప్రతిష్టాపించుకుని క్షుద్ర సమాధిలో పూజలు చేస్తున్నాడు?

బట్టల అడుగున న్యూస్ పేపర్ వుంది. దాని అడుగున ఏదో తగిలింది. న్యూస్ పేపర్ తీస్తూ ఇన్‌స్పెక్టర్ అనుకున్నాడు – 'రుద్రాక్షా? తాళపత్ర మంత్రమా? రాగిరేకా? పుర్రె ఎముకా? –ఏముంటుంది' అని.

ఊపిరి బిగపట్టి –పేపర్ పూర్తిగా తీసేసేడు.

ముగ్గురూ ఒక్కసారిగా ఒకర్నొకరు చూసుకున్నారు.

క్రింద వున్నది ఒక ఫోటో.

విద్యాధరిది.

* * *

ఆమె చెప్పటం పూర్తి చేసింది.

అంతా విని అనుదీప్ తలపైకెత్తి నవ్వేడు. "అయితే – పోలీసులకు సాయం చేసే నిజమైన దేశభక్తురాలిలా తయారయ్యావన్నమాట" అన్నాడు. ఆ మాటల్లో శ్లేషకు ఆమె మొహం ఎర్రబడింది.

"ప్రతి మనిషి కనీస కర్తవ్యం అది" అంది.

"ఎన్నో ఫైనాన్స్ కంపెనీలు ప్రజల్ని మోసం చేస్తున్నాయి. తప్పు కంపెనీలది ఒక్కటే కాదు, ప్రజలది కూడా వుంది. పద్దెనిమిది శాతం కన్నా ఎక్కువ వడ్డీ ఆశించటం రిస్కు తీసుకోవటమే. అటువంటిది 36 శాతం అనగానే తేరగా వస్తోంది కదా అని.క్యూలో నిలబడి డిపాజిట్టు చేశారు, ఆశకు పోయిన వాళ్ళకు ఆ మాత్రం శాస్తి జరగాల్సిందే–"

ఆమె అతడివైపు అయిష్టంగా చూసింది. ఎంత దారుణంగా మాట్లాడు తున్నాడు... ఆమె తన ఆవేశాన్ని దాచుకునే ప్రయత్నం ఏమీ చెయ్యక "ప్రజలు అమాయకులు. ముసలితనం కోసం డబ్బు దాచుకున్నవాళ్ళు, కష్టాల్లో కలిసి వస్తుంది కదా అని వుంచుకున్న అమాయకులు – వీళ్ళని మోసం చేసిన వాళ్ళని ఉరితీసినా పాపం లేదు" అంది ఆవేశంగా.

"అయితే ప్రభుత్వాన్నే ఉరితీయాలి" అంటూ మళ్ళీ నవ్వేడు. "గవర్నమెంట్ రేటు పదకొండు శాతం. అంతకన్నా ఎక్కువ మూడురెట్లు ఇస్తామని ఎవరైనా అంటే – ప్రభుత్వమే తన డబ్బంతా ఆ కంపెనీల్లో ఇన్వెస్టు చెయ్యవచ్చుకదా?"

"ప్రభుత్వానికి వేరే పనిలేదా ఏమిటి? - అది ప్రైవేట్ బిజినెస్సు."

"ప్రయివేటు బిజినేస్సు అని నువ్వు అంటున్నావు కదా, మరి వ్యాపారంలో నష్టంవస్తే ప్రజలు ఎందుకు తాము మోసపోయినట్లు భావించాలి? లాభాలు వస్తాయి కదా అని ఇన్వెస్టు చేశారు. నష్టం వచ్చింది. వూరుకోవాలి."

"ఇది నష్టంకాదు, మోసం. ఆ డబ్బంతా ఇన్వెస్టుమెంటు కంపెనీ వాళ్ళు తమ స్వంతానికే వాడుకున్నారని, అసలా వుద్దేశ్యంతోనే ఈ కంపెనీలు మొదలుపెట్టారనీ అందరికీ తెలుసు. లేకపోతే 36 శాతం వడ్డీ ఎలా ఇస్తారెవరైనా?"

"ముప్పై ఆరుశాతం వడ్డీ ఎవ్వరూ ఇవ్వలేరని తెలిసినప్పుడు ప్రభుత్వం దీన్ని ముందే బాన్ చెయ్యొచ్చు కదా - లేదా తన ఆడిటర్లను నియమించి ఏ నెల కానెల పరిస్థితులు తెలుసుకోవచ్చు కదా."

ప్రభుత్వానికి ఇంకేం పనిలేదా ఏమిటి?"

"నీకు మాత్రం ఇంకేం పనిలేదా ఏమిటి? చేతులు కాలేక ఆకులు పట్టుకుందామని ప్రభుత్వమే అనుకుంటున్నప్పుడు -నీకెందుకు ఈ ఉచ్చులో ఇరుక్కోవాలని ఉత్సాహం? నిజంగా నువ్వు కష్టాల్లో పడితే నిన్ను ఈ పనికి ప్రోత్సహించిన ధర్మారావు కూడా నీ సహాయం కోసం వస్తాడని నేను అనుకోను...."

"మనుష్యుల మీద నీకింత తక్కువ నమ్మకం వున్నందుకు నాకు చాలా విచారంగా వుంది" వ్యంగ్యంగా అంది విద్యాధరి.

"నువ్వు చేసేపనికి ఏమీ గుర్తింపు వుండదు విద్యాధరీ. మహా అయితే ఆ పోలీస్ కమీషనర్ మెచ్చుకోలు లభిస్తుందేమో. అదే నువ్వు చిక్కుల్లో పడితే ఆ కమీషనర్ ప్రాణాలకు తెగించి నీకేమయినా సాయం చేస్తాడా?"

"అందరూ నీలా కేవలం ట్రిక్కులతోనే ఆకట్టుకోవటానికి ప్రయత్నించరు. మనుష్యుల మధ్య రిలేషన్స్ కూడా కొన్ని వుంటాయి."

చప్పున అనేసి, మళ్ళీ అలా యెందుకు అన్నానా అనుకుంది. అయితే అతడు దాన్ని అంతగా పట్టించుకోలేదు. "కంసుడేగానీ ఎనిమిది మంది పసిపిల్లల్ని చంపేటంత శ్రమపడకుండా... వసుదేవుడినీ దేవకిని చెరో జైల్లోనూ పెట్టివుంటే భారత భాగవతాలుండేవి కాదుకదా! కొన్ని రసవత్తరమైన కావ్యాలు పుట్టాలంటే కొన్నిసార్లు రీజనింగ్ వదిలెయ్యాలి. తథాస్తు..." 'తథాస్తు' అన్నమాట వత్తిపలికి - ఆమె ఏదో అనబోతూ వుండగా -క్షణంలో మెరుపులా అక్కణ్ణుంచి వెళ్ళిపోయాడు.

అతడంత అకస్మాత్తుగా వెళ్ళిపోతాడని వూహించని విద్యాధరి యధాలాపంగా రోడ్డు చివరికి చూసింది. అప్పుడే వస్తున్నాడు పోలీసు అక్కడికి.

ఆమెకి ఇరిటేటింగ్ ఫీలింగ్ కలిగింది. ఇంకొద్దిసేపు అతడిని ఆపుచేస్తే బావుండేది. ఈ పోలీసుమీద ధర్మారావు అంకుల్‌కి ఫిర్యాదు చేయాలనుకుంది.

ఇంతలో దూరంనుంచి అనుదీప్ గట్టిగా పాడుకుంటూ వెళ్ళిపోవడం వినిపించింది.

"త్యాగమూర్తివమ్మా...

నువ్వా – కొ ... వ్వొత్తివమ్మా..."

ఆమె పిడికిళ్ళు ఆవేశంతో బిగుసుకున్నాయి.

కేవలం తనని ఏడిపించటానికే ఈ పాట అని ఆమెకి తెలుసు.

* * *

మే 18, 1987. చక్రధర్ ఇల్లు.

తనకంత ధైర్యం వుందని ఆమె ఎప్పుడూ అనుకోలేదు.

చక్రధర్ ఇంటికి 'టీ' కి వచ్చింది ఒంటరిగా! ఇంత జరిగాక కూడా.

అసలు చక్రధరే తలమునకలయ్యేటంత ఆశ్చర్యంలో వున్నాడు ఆమె ప్రవర్తనవల్ల.

అంతక్రితం రోజు ఆఫీసులో ఏదో కాగితం చూపించే 'మిష' మీద అతడి గదిలోకి వెళ్ళింది.

అనుదీప్ వ్యవహారం జరిగినప్పటినుంచీ అవసరమైనదానికంటే ఎక్కువ రిజర్వుడుగా వుంటున్నాడు. కాగితం అతడికి చూపించిన తరువాత అతడు ఏకాగ్రతతో తన ఫైలు చూడటంలో నిమగ్నుడయ్యాడు.

ఆమె కదల్లేదు. చక్రధర్ తలెత్తి చూశాడు.

ఆమె తలవంచుకుని చెప్పాలా మానాలా అన్నట్టు తటపటాయిస్తూ "సారీ సర్" అంది. అతడి చేతిలోంచి ఫైలు జారిపోయింది. అతడు 'దేనికి' అని అడిగే లోపు "ఆ రోజు నేను తొందరపాటుతో ప్రవర్తించాను. అనవసరంగా మీ మనసు బాధపెట్టాను" అంది బొటనవేలితో కార్పెట్ మీద గీస్తూ.

ఆడవాళ్ళ మనసు తెలుసుకోవటంలో చక్రధర్ ఘటికుడు. ముందు కాదని, తరువాత కాళ్ళబేరానికి వచ్చే ఆడవాళ్ళ సంగతి అతడికి అనుభవమే.. అనుదీప్‌కీ ఈమెకీ ఏదైనా గొడవ జరిగి వుండవచ్చునని వూహించాడు. లేక తనతో

గొడవ పెట్టుకోవటం వల్ల వచ్చే కష్టాల్ని ఆమె ఈ పదిరోజుల్లోనూ రియలైజ్ అయివుండాలి.

"అలా కూర్చో" అన్నాడు. ఆమె కూర్చుంది.

అతడు ఆమెవైపు కన్నార్పకుండా చూశాడు. గుండ్రటి మొహం, యవ్వనం నిండిన కళ్ళు, గుండ్రటి బుగ్గలు... ఆమె అందమంతా క్రింద పెదవిలో వుంది.

అతడికి పర్వత శిఖరం ఎక్కినంత సంతోషంగా వుంది. ఈ మాత్రం వీలు దొరికితే చొచ్చుకుపోగలనన్న నమ్మకం అతడికెప్పుడూ వుంది.

"ఎవరతను? ఆ రోజు నీతో వచ్చింది?"

"నాకు తెలీదు సర్. అతడి దగ్గరికి మీ ఫోటోలు ఎలా వచ్చాయో కూడా తెలీదు. ఆ తరువాత ఆ అడ్వాంటేజి తీసుకుని నాకు దగ్గరవటానికి ప్రయత్నం చేశాడు. అసహ్యం వేసింది."

"నాకు నీమీద ఎప్పుడూ కోపం లేదు విద్యా. ఆ రోజు నా అహం దెబ్బతిన్నది. దాంతో నాకు కోపం వచ్చినమాట నిజమే కానీ అప్పట్నుంచీ ఎంత బాధపడుతున్నానో నీకు తెలీదు. నీకీ విషయం ఎలా చెప్పాలా అని ఆ రోజునుంచీ చూస్తున్నాను."

"నేనూ అలాగే ఫీలయ్యాను సర్. కానీ మీ ఛాంబర్‌లోకి రావాలంటేనే భయం వేసింది."

"భయమా? నన్ను చూస్తే నీకు భయం వేస్తుందా? ఒక్క భయం తప్ప ఇంకేమీ లేదా?"

ఆమె ఒకసారి అతడికేసి చూసి కళ్ళు దించుకుంది.

"పోన్లే విద్యా, ఇప్పటికయినా నన్ను అర్థంచేసుకున్నావు. థాంక్స్" బల్ల క్రిందనుంచి కాలు ముందుకు జరుపుతూ అన్నాడు. ఆమె కాళ్ళు వెనక్కి తీసుకుంటూ మళ్ళీ ఇంకొకసారి అతడివైపు చూసింది. ఈ చూపుకోసమే లక్షలివ్వచ్చు అనుకున్నాడు.

ఆమె లేచి నిలబడి "నా మనసిప్పుడు తేలిగ్గా వుంది సర్. ఇన్నాళ్ళూ ఎంతో బాధపడ్డాను" అని కాగితం తీసుకుని వెనుదిరగబోయింది.

"విద్యా".

ఆమె ఆగింది.

"థాంక్యూ... థాంక్యూ వెరీమచ్".

ఆమె తలూపి బయటికొచ్చింది. వస్తూ అనుకుంది - "ప్రతి మగవాడూ ఒక ట్రాన్సిస్టరే - ఒకే ట్యూను. స్టేషన్లే తేడా..."

మరోగంట గడిచాక విశ్వనాథం వచ్చాడు. విష్‌చేసి ఎదుటి కుర్చీలో కూర్చుంటూ "మా పోలీసు మిమ్మల్ని ఫాలో అవుతున్నాడా మేడమ్?" అని అడిగాడు. అనుదీప్ తన గదికి వచ్చి వెళ్ళటం గురించి చెప్పింది.

విశ్వనాథం కోపంగా "ఇడియెట్స్... ఈ పోలీసుల్నిద్దర్నీ ఇప్పుడే సస్పెండ్ చేస్తాను" అన్నాడు కమీషనర్ లెవల్లో.

"నీ మొహం" అని మనసులో అనుకొని, "వద్దులెండి. పాపం వాళ్ళేం చేస్తారు? రోజూ అనుదీప్ నన్ను కలుసుకుంటూనే వుంటాడు. ఈ రోజు కాకపోయినా రేపయినా దొరక్కపోడు" అంది.

"ఎందుకమ్మా– మా కమీషనర్‌గారు నిన్ను అంత అర్జెంటుగా రమ్మన్నాడు?"

ఆమె చెప్పింది. విశ్వనాథం కళ్ళు మెరిశాయి.

"ఈ విషయంలో నీకే సాయం కావలసినా నాకు చెప్పు" అన్నాడు.

'ఈ మిషమీద ధర్మారావు ప్రాపకం మరింత సంపాదిద్దామనుకుంటున్నాడు' అనుకుంది మనసులో. కానీ అతని అవసరం మరో అయిదు నిముషాల్లో వచ్చింది.

చక్రధర్ మళ్ళీ లోపలికి పిలిచాడు.

"విద్యా! రేపు నా పుట్టినరోజు. సాయంత్రం టీకి రావాలి" అని అడిగాడు అభ్యర్థిస్తున్నట్టు. ఆమెకి సంతోషమూ, భయమూ ఒకేసారి కలిగాయి. ఇంత తొందరగా అతని ఇంటికి వెళ్ళే అవకాశం లభిస్తుందనుకోలేదు. మరోవైపు ఈరోజు తన ప్రవర్తనతో అతడేమన్నా అడ్వాంటేజి తీసుకుంటాడేమో అని భయం.

ఆమెకేం చెయ్యాలో తోచలేదు.

"ఇంకెవర్నీ పిలవలేదు. నిన్నొక్కదాన్నే –ఈ కొత్త సంవత్సరం నీతో గడపాలని ఆశ. కాదనకు".

అవసరం వచ్చినప్పుడల్లా పుట్టినరోజు వస్తుందని, అవసరం వున్నవాళ్ళనే పిలుస్తాడని ఆమెకు తెలుసు. అయినా ఆమె ఆలోచిస్తున్నది అదికాదు. అనుకోకుండా వచ్చిన అవకాశాన్ని వదులుకోవటం అనాలోచితమేనని.

"రేపు సాయంత్రం అయిదింటికి – వస్తావుగా".

వస్తానన్నట్టు తలూపి ఆమె బయటికి వచ్చేసింది. గుండెవేగంగా కొట్టుకుంటూంది.

ఇంకా తన సీటు దగ్గరే కూర్చుని వున్న యస్సైని చూడగానే ఆమెకి ఓ ఆలోచన వచ్చింది. మరుసటిరోజు చక్రధర్ తనని టీకి పిలవటం గురించి చెప్పి – "నాకు భయంగా వుంది. ఒక్కదాన్నే వెళ్ళలేను. మీరుకూడా రావాలి" అంది.

"నేను వస్తే అతడు పూర్తిగా బెదిరిపోతాడేమో" అన్నాడు విశ్వనాథం.

"లోపలికి అవసరంలేదు. ప్రతి పదినిముషాలకీ నేను బయట కొచ్చి మీకు కనబడుతూ వుంటాను మీరు వీధిలో దూరంగా వుండండి..... నేను కొంచెం సేపటివరకూ రాకపోతే ప్రమాదంలో చిక్కుకున్నానన్నమాట. అదే గుర్తు...."

"నీకూ పోలీసుల లక్షణాలు వచ్చేశాయమ్మాయ్."

విద్యాధరి నవ్వింది. "చక్రధర్ నాపట్ల ఏదయినా అసభ్యంగా ప్రవర్తించేటంత ధైర్యం చేస్తాడని నేననుకోను. కానీ నేను ఏ పనిమీద వచ్చానో పొరపాటున తెలిస్తే, ఆ కోపంతో హద్దులు మీరవచ్చు. అప్పుడే మీ అవసరం వుంటుంది."

విశ్వనాథం లేచి "అయితే రేపు సాయంత్రం కలుస్తాను" అని. వెళ్ళబోతూ ఆగి, "ఈ విషయాలన్నీ కమిషనర్‌గారికి చెప్పు. ఆయనకి కూడా తెలియటం మంచిది."

ఆమె తలూపింది. అతను వెళ్ళిపోయాడు.

పని పూర్తవకుండా కమిషనర్‌కి ఈ విషయాలన్నీ చెప్పటం ఆమె కిష్టంలేదు. తనకో పని అప్పచెప్పాడాయన. ఆ రహస్య పత్రాలు ఎక్కడున్నాయో వెతికి పట్టుకున్నాకే ఆయనను కలవటం మంచిది. ఈ విషయాన్ని కమిషనర్‌కి చెప్పమని విశ్వనాథం ఎందుకు కోరుతున్నాడో ఆమెకి తెలుసు. అనుదీప్ బారినుండి తనను రక్షించేపని ఒక్కటే కాకుండా చక్రధర్ విషయంలో కూడా సాయపడుతున్నానని తెలియజేసి పై అధికారి మెప్పుదల మరింత పొందాలని విశ్వనాథం ఉద్దేశ్యం.

తమ ఇన్వెస్టిమెంటు కంపెనీలో లక్ష రూపాయలకన్నా ఎక్కువ పొదుపు చేసినవారి లిస్టు ఆమె ఒక ఫోటోస్టాట్ కాపీ రహస్యంగా తీసి వుంచుకుంది. మరుసటిరోజు సాయంత్రం చక్రధర్ ఇంటికి బయలుదేరింది.

చక్రధర్ ఆమెని సాదరంగా ఆహ్వానించి లోపలికి తీసుకెళ్ళాడు. ముందే అనుకున్న ప్రకారం విశ్వనాథం వీధి చివర నిలబడ్డాడు.

బయట గాలి బలంగా వీస్తూంది. రోడ్డు మధ్యలో సుడిగాలి గుండ్రంగా పైకి లేస్తూంది.

* * *

చక్రధర్‌తోపాటు సిగ్మా ఇన్వెస్ట్‌మెంట్ కంపెనీ మరో డైరెక్టర్ అయిన సంపత్, తన గదిలో విసుగ్గా పచార్లు చేస్తున్నాడు. కంపెనీ వ్యవహారాలు బాగాలేవని అతడికి తెలుసు.

అలా అవుతుందని, కంపెనీ ప్రారంభించబోయేముందే వాళ్ళిద్దరూ అనుకున్నారు.

అయిదు సంవత్సరాలపాటు, ఎవరికీ అనుమానం రాకుండా కొనసాగించారు. మొదటి విడత డిపాజిటర్లకి డబ్బు చెల్లించవలసిన సమయం ఆసన్నమైంది.

అక్కడే సంపత్‌కి చక్రధర్‌కి గొడవ వచ్చింది.

వచ్చినంతవరకూ చాలు - డిపాజిటర్ల దగ్గిరున్న రసీదులకీ తమకీ ఏ సంబంధమూ లేదని చెబ్దాం అంటాడు సంపత్. కాదు - ఇప్పుడు డబ్బు ఇచ్చేసి, మరికొంతకాలం కొనసాగిద్దాం అంటాడు చక్రధర్.

ఈ విషయంలో ఇద్దరూ గొడవపడ్డారు.

తమ వ్యవహారాలన్నీ పోలీసులకి తెలిశాయనీ, వాళ్ళు ఇన్వెస్టిగేషన్ మొదలు పెట్టారనీ అతడికి తెలుసు.

చక్రధర్‌కన్నా సంపత్ తెలివైనవాడు. కంపెనీ మూతబడ్డ తరువాత కోర్టులో - వచ్చిన డబ్బంతా ఎక్కడ పెట్టారో, ఆ డబ్బు ఎలా నష్టాల రూపంలో పోయిందో చెప్తేగాని శిక్షపడకుండా తప్పించుకోవటం కష్టం. అందుకు సరిపడ్డ ప్లాను వేశాడు.

కానీ మధ్యలో చక్రధర్ దొంగరసీదు పుస్తకాలు మొదలు పెట్టాడు. ఇదెప్పటికయినా రిస్కు అని సంపత్‌కి తెలుసు. కానీ చక్రధర్ వినలేదు. నాలుగు నెలల్లో పది లక్షలు లాభం వచ్చింది.

ఈ లోపులోనే పోలీసుల కన్ను దానిమీద పడింది.

సంపత్ చక్రధర్‌ని మనసులో బాగా తిట్టుకున్నాడు. బంగారు బాతు కథ గుర్తొచ్చింది. ఇప్పుడు పట్టుబడితే చెరో పది సంవత్సరాలకి తక్కువ కాకుండా శిక్ష తప్పదు.

తనచుట్టూ వల బిగుసుకుంటున్నట్టు చక్రధర్ కూడా గమనించాడు. కాని ఏం చెయ్యాలి? ఇద్దరూ కలిసి చర్చించారు. చక్రధర్ తన తొందరపాటు వప్పుకున్నాడు. కానీ కేవలం ఒప్పుకోలు సమస్యని పరిష్కరించదు.

సంపత్ చిరాగ్గా తన గదిలో పచార్లుచేస్తూ ఏం చెయ్యాలా అని ఆలోచిస్తున్నాడు.

సరీగ్గా ఆ సమయంలో ఫోన్ మ్రోగింది.

రిసీవర్ ఎత్తి "హల్లో"

"మిస్టర్ సంపత్-"

"మాట్లాడుతున్నాను. ఎవరు?"

"నేను మీ శ్రేయోభిలాషిని. మీ సమస్యకి పరిష్కారం చెప్పటానికి ఫోన్ చేశాను."

"సమస్య ఏమిటి?" నొసలు చిట్లించి అడిగాడు.

"సిగ్మా ఇన్వెస్ట్‌మెంట్స్."

"మిస్టర్. నువ్వేమి మాట్లాడుతున్నావో నాకు అర్థంకావటం లేదు–"

"మనం అనవసరమైన అమాయకత్వాలు నటించి సమయం వృథా పర్చుకోనవసరంలేదు సంపత్. ఈ కష్టాలన్నింటి నుంచీ ఒక్కదెబ్బతో బయటపడే మార్గం నేను చెబుతాను. ఎంత యిస్తారు?"

"నువ్వేం మాట్లాడుతున్నావో నాకు అర్థంకావటం లేదు."

"పోలీస్ డిపార్టుమెంట్ మీ చుట్టూ అల్లుతున్న ట్రాప్‌లో ఇది ఒక భాగంగా అనుకుంటున్నారు మీరు. కానీ నా మాట వినటం వల్ల మీకేమీ నష్టం లేదు కదా–"

"నీకేం కావాలి?"

"లక్ష రూపాయలు యిస్తే మనిద్దరం కలిసి మీరు ఊబిలోంచి బయటపడే ప్లాన్‌లో విజయం సాధించగలం."

"నువ్వెవరు?"

"మీరు దీనికి అంగీకరిస్తే నేను ఎలాగూ మిమ్మల్ని కలుసుకుంటాను. నా వివరాలన్నీ తెలుపుతాను. మిస్టర్ సంపత్! నేను బ్లాక్ మెయిలర్‌ని కాదు. చీకట్లో వుండవలసిన అవసరం కూడా నాకు లేదు. వచ్చి కలుసుకుంటాను. నాకు కావల్సిందల్లా మీరు వప్పుకుంటారో లేదో చెప్పటమే–"

"నువ్వు చెప్పేదేమిటో... దానివల్ల నాకు ఏం లాభం ఉందో తెలియకుండా నేనేమీ హామీ ఇవ్వలేను!"

"పాతికవేలు అడ్వాన్సు, మిగతాది పని పూర్తయ్యాక."

"మిస్టర్, చెప్పానుగా – నీ మీద నాకేమిటి నమ్మకం?"

"నమ్మకం కలగటానికి ఒక ఉదాహరణ చెప్పనా?"

"చెప్పు".

"ప్రస్తుతం ఇదే సమయంలో నీ భాగస్వామి చక్రధర్ ఇంట్లో ఒకమ్మాయి, రహస్యపత్రాలకోసం వెతుకుతూంది. ఆ అమ్మాయి పోలీసుల తాలూకు మనిషి–"

సంపత్ అదిరిపడి "వ్హాట్" అని అరిచాడు.

"ఆ అమ్మాయి పేరు విద్యాధరి. చాలా? ఇంకా ఏమైనా వివరాలు కావాలా?"

"నేను వెంటనే నిన్ను కలుసుకోవాలి."

"గుడ్. పదినిముషాల్లో వచ్చెయ్. పాతికవేలు పట్టుకురా. నేను చెప్పేది నీకు నచ్చితే డబ్బు ఇద్దూగానీ. లేకపోతే విడిపోదాం" అంటూ తనెక్కడున్నాడో చెప్పాడు ఆ వ్యక్తి.

"చక్రధర్‌కి ఈ విషయం ఇప్పుడే ఫోన్‌చేసి చెప్తాను".

"ఆ విషయాలు నేను చూసుకుంటాను. నువ్వు వచ్చెయ్. ఆ అమ్మాయి ఇప్పుడే వెళ్ళింది. అతనిని కబుర్లలోపెట్టి బెడ్‌రూమ్‌లోకి వెళ్ళేసరికి ఎంత లేదన్నా అరగంట పడుతుంది. దానికన్నా ముందు మనం కలుసుకోవాలి. నేను చెప్పేది విన్నాక మిగతాది నిర్ణయిద్దాం."

రెండు నిముషాల తరువాత సంపత్ కారు వేగంగా ఇంటి నుంచి బయటకొచ్చింది. అతడి పక్కనే పాతికవేలు కట్ట వుంది. ఈ కష్టాన్నుంచి బయటపడితే లక్ష ఒక లెఖ్ఖలోనిదికాదు. ఎలా బయటపడాలన్నదే అతని సమస్య.

ఇదంతా పోలీసుల ట్రాప్ ఏమో అన్న అనుమాన అతడికి లేకపోలేదు. కానీ ట్రాపే అయితే- ఆ విషయ తనకెందుకు చెపుతారు? ముఖ్యంగా...రహస్యపత్రాలు సంగతి!

అతడికి విద్యాధరి తెలుసు. ఆఫీసులో చాలాసార్లు చూశాడు ఆమెని. చూసిన వాడెవడూ అంత త్వరగా మర్చిపోడు.

చక్రధర్ స్త్రీ వ్యసనం గురించికూడా అతడికి తెలుసు. వాళ్ళిద్దరికీ గొడవ జరిగిన సంగతి అతడి వరకూ వచ్చింది. దాన్ని పోలీసులు ఈ విధంగా ఉపయోగించుకున్నారన్నమాట! చక్రధర్ మూర్ఖుడిలా ఆమెని తనింటికి ఆహ్వానించి వుంటాడు. ప్రతిదాన్నీ చాలా తేలిగ్గా- "ఆc- దానికేముంది - ఏమవుతుందిలే" అన్నట్టు తీసుకోవటం అతని కలవాటు. అతడితోపాటూ తననీ ఇరికిస్తున్నాడు.

కారు మరో అయిదు నిమిషాలు ప్రయాణం చేసి, అగంతకుడు ఫోన్‌లో చెప్పినచోట ఆగింది. కారు ఆగటం చూసి చాటునుండి ఆ వ్యక్తి బయటకొచ్చాడు. పలకరింపుగా నవ్వేడు.

"నువ్వా?" అన్నాడు సంపత్ ఆశ్చర్యంతో. "ఫోన్ చేసింది నువ్వేనా?"

"కంగారుపడకు. నేనే-" అన్నాడు ఆ వ్యక్తి. "నన్ను చూశాకయినా నమ్మకం కుదిరిందా? ఇరుక్కుంటే ఇద్దరం ఇరుక్కుంటాం. నేనో ప్లాన్ చెపుతాను. అది పూర్తయ్యేవరకూ సాయపడతాను. చెప్పు లక్ష ఇస్తావా-"

"ప్లాన్ చెప్తే-"

అతడు ప్లాన్ చెప్పాడు.

సంపత్ నోరు తెరుచుకుని విన్నాడు. అతడే గొప్ప క్రిమినల్ బ్రెయిన్ వున్నవాడు. అటువంటిది ఈ ప్లాను వింటూంటే అతడికే మతిపోయింది. దాదాపు పది నిముషాలు చెప్పాడు. అంతా చెప్పి ఆ వ్యక్తి నవ్వేడు.

"ఎలా వుంది ఈ ప్లాన్?"

"ఇన్ని తెలివితేటలు నీకెలా వచ్చాయి?"

"ఎప్పటినుంచో ఆలోచిస్తూ వున్నాను అది ఫూల్ ప్రూఫ్‌గా తోచింది. దీన్ని ఎలా కాష్‌చేసుకోవాలా అని ఆలోచిస్తే నువ్వు తోచావు."

మరేమీ ఆలోచించకుండా సంపత్ డబ్బు అతడికి ఇచ్చాడు. "మిగతాది అనుకున్నది అనుకున్నట్టు పూర్తయ్యాక యిస్తాను. ఇందులో కొద్దిగా రిస్కువుందని నీకూ తెలుసు"

"ఆ ఏర్పాట్లన్నీ నేను చూసుకుంటాను. లక్ష తీసుకున్నాక ఆ మాత్రం చెయ్యకపోతే ఎలా?" అంటూ అతడు డబ్బు అందుకుని "థాంక్స్" అన్నాడు.

"బయల్దేరదామా?" సంపత్ అడిగాడు. అతడు తలూపగానే కారు కదిలింది.

* * *

ఇన్‌స్పెక్టర్ శాస్త్రి చేతిలో ఫోటోవంకే చాలాసేపు చూస్తూ వుండిపోయాడు.

పద్ధెనిమిదేళ్ళున్నప్పటి విద్యాధరి ఫోటో - అనుదీప్ పెట్టెలో....

-అనుదీప్ చెప్పినదంతా నిజమేనా?

ఏడు సంవత్సరాలు ఈ ఫోటో ముందుపెట్టుకుని అడవిలో వింధ్య పర్వతాల మధ్య తపస్సు చేశాడా?

అతడు తల విదిలించాడు.

ఇదంతా నిజమని నమ్మబుద్ధి కావటంలేదు.

ఏం -ఎందుకు కాకూడదు?

గౌతమబుద్ధుడు -

రామకృష్ణ పరమహంస -

వీళ్ళందరూ కల్పనా సాహిత్యంలో పాత్రలుకారు. చరిత్ర సాక్ష్యాధారాలతో ఋజువు చూపించిన వ్యక్తులు. ఒకప్పుడు భూమ్మీద వున్నవారు. తపస్సు చేసినవారు.

తనకింత అనుమానం ఎందుకొచ్చిందీ అంటే -

వాళ్ళందరూ ఒక దీక్షతో -ఒక సత్యం కనుక్కోవటం కోసం తపస్సు చేశారు. బస్‌స్టాప్‌లో అమ్మాయిని చూసి అరణ్యాల కెళ్ళి తపస్సు చేయలేదు. అయినా అమ్మాయిని ప్రేమిస్తే వెళ్ళి కలుసుకుని ప్రేమిస్తున్నానని చెప్పాలి. కాని అరణ్యాలకెళ్ళి తపస్సు చేయటమేమిటి?

అతడు అనుదీప్ తల్లిదండ్రులకేసి తిరిగి, "మీ అబ్బాయి ఫోటో ఏదయినా వుందా?" అని అడిగాడు.

తండ్రి లోపల్నుంచి ఒక ఫోటో తీసుకువచ్చి ఇచ్చాడు. దాన్ని జేబులో పెట్టుకుని బయటకు వచ్చాడు. ఇన్వెస్టిగేషన్ అయితే చేశాడుగానీ, తరువాత ఏం చెయ్యాలో తెలియలేదు. ధర్మారావు ఈ పని తన అసిస్టెంటుకి అప్పగించాడని తెలుసు. ఈ రోజు కాకపోయినా రేపయినా అనుదీప్‌ని అతడు పట్టుకుంటాడు. ఇదంతా తను కేవలం తన ఆత్మ సంతృప్తి కోసం చేసింది.

శాస్త్రి మనసులో మాత్రం అనుదీప్ పట్ల ఈ మిస్టరీ అలాగే వుండిపోయింది. ఈ మిస్టరీ విడగొట్టాలని అనిపించింది. కానీ మరుసటిరోజు నుంచీ అతడు సెలవులో వెళ్తున్నాడు. సంవత్సరానికోసారి భార్య, ఇద్దరు కూతుళ్ళనీ తీసుకుని ఏదయినా దూరప్రాంతానికి వెళ్ళటం అతని అలవాటు. ఈసారి గోవా వెళదామని ప్లాను వేసుకున్నారు. ఈ ఫోటో విశ్వనాథానికిస్తే తన బాధ్యత తీరిపోతుంది.

ఇంటికి వస్తూ శాస్త్రి మరోసారి అనుదీప్ ఫోటోవైపు చూశాడు. అందంగా, అమాయకంగా వున్నాడు. బహుశా ఇంటి నుంచి మాయమయ్యేముందు ఫోటో అయి వుంటుంది.

అతడికి అనుదీప్ తల్లిదండ్రులని చూస్తే జాలివేసింది. కూతురు చనిపోవటం, కొడుకు ఇంటిని వదిలిపోవటం.

అనుదీప్ మీద కోపం కూడా వచ్చింది. మరో అనుమానం కూడా.

ఇలాటి యువకులు ఆ వయసులో ఏదైనా ఉద్యమంలో చేరి బందిపోట్లుగా మారడం సహజం. ఇతడు కూడా ఈ ఏడు సంవత్సరాలపాటు అలాటి కార్యకలాపాల్లో పాల్గొని, ఏమీ ఎరగనట్టు తిరిగి వచ్చాడా? తీగ లాగితే డొంక కదిలినట్టు - విద్యాధరి ఇచ్చిన కంప్లెయింట్‌తో మొత్తం అతని క్రిమినల్ చరిత్ర బయట పడబోతూందా? లేక అతడన్నట్టు అమ్మాయిని ప్రేమించి....

మైగాడ్, నేనుకూడా చిన్నపిల్లవాడిలా ఆలోచిస్తున్నానేమిటి అనుకున్నాడు. అతడికిదంతా ఒక నవ్వులాట వ్యవహారంగా కనిపించింది. ఒక అమ్మాయి దగ్గిర ఎవరో కుర్రవాడు ఒక కట్టుకథ చెప్తే అదేదో తన కుటుంబ వ్యవహారంలా కమిషనర్ దానిమీద పోలీసుల్ని నియమించటం ఎందుకు? ఒకవేళ అతడి

కథంతా ఆ అమ్మాయి నమ్మకపోతే అక్కడే లాగిపెట్టి కొట్టి వుండవచ్చుగా! లేదా అబ్బాయి నచ్చితే, ఇంత డొంకతిరుగుడు ఎందుకు? "నేనూ నిన్ను ప్రేమిస్తున్నాను' అని ఆవిడే చెప్పొచ్చుగా! ఈ చిన్నపిల్లల వ్యవహారం వల్ల ఎంతమంది పోలీసుల సమయం వృథా....

మోటార్ సైకిల్ తన ఇంటిముందు ఆపుచేసి శాస్త్రి లోపలికి ప్రవేశించాడు.

బెడ్డింగ్, రెండు పెట్టెలు గదిలో ఒక మూలగా సర్దివుంచారు. ప్రయాణం హడావుడి కనిపిస్తూంది. కానీ దానికన్నా అతీతంగా మరో గమ్మత్తయిన వాతావరణాన్ని శాస్త్రి పోలీసు కళ్ళు పట్టుకున్నాయి. ఇద్దరు కూతుళ్ళూ ముసిముసిగా నవ్వుకుంటున్నారు. చిన్నమ్మాయి పెద్దదాన్ని చెప్పనా అని అడుగుతూంటే, పెద్దకూతురు వద్దన్నట్టు బ్రతిమలాడుతుంది.

"ఏమిటి విషయం?" అని అడిగాడు. ఇద్దరూ చప్పున సైలెంట్ అయిపోయారు. మళ్ళీ రెట్టించాడు. చిన్నది ఇక ఉండబట్టలేనట్టు చెప్పేసింది. "ఇవ్వాళ అరుణ బస్‌లో ఒక కుర్రాడి చెంపబ్రద్ధలుకొట్టింది నాన్నా."

"ఎందుకు?" అని అడిగాడు.

ఇంక ఆ అమ్మాయికీ చెప్పక తప్పలేదు.

"ఎవరో ప్రభాకర్ అని ఒక కుర్రవాడు చాలా రోజుల్నుంచీ వేధిస్తున్నాడు. ఈ రోజు శృతిమించేసరికి చెంప ఛెడేలుమనిపించింది" అని చెప్పి ఆ అమ్మాయి "మరేం చెయ్యను నాన్నా - ప్రతి రోజు వెంటపడి ప్రేమ, దోమ అంటాడు ఇక తప్పలేదు" అంది.

"అక్కయ్య హీరో అయిపోయింది నాన్నా. ఇద్దరు పోలీసులు కూడా వచ్చారు. ఇన్‌స్పెక్టర్ రవిశాస్త్రిగారి అమ్మాయిలమని చెప్పగానే వాడిని చెరోరెక్కా పట్టుకొని లాక్కుపోయారు" అంది నవ్వుతూ. "... అందరూ అక్కయ్యకి కంగ్రాట్స్ చెప్పారు. మహిళా మండలి సభ్యులెవరన్నా వుంటే ఆ బస్సులోనే సన్మానం కూడా చేసి వుండేవారు."

"ఛా, వూరుకోవే-" అంది సిగ్గుతో అరుణ.

"ఎన్నిరోజుల్నుంచీ వెంటపడుతున్నాడు?"

"దాదాపు నెలనుంచీ.... ఇష్టమయితే పెళ్ళి చేసుకుంటాడట."

"మరి నువ్వేమన్నావ్?"

తండ్రి నుంచి ఈ ప్రశ్న ఊహించని అరుణ ఆదిరిపడింది. ఇంతలో తల్లి కల్పించుకుని - "అది అనటమేమిటండీ - చిన్నపిల్ల. వాడికి బుద్ధి వుండొద్దూ.

అందమైన అమ్మాయి కనపడితే ప్రేమించెయ్యటమేనా. నా దగ్గరికి తీసుకురావాల్సిం దమ్మాయ్, కాళ్ళు విరగ్గొట్టి వుండేదాన్ని. మా రోజుల్లో ఇంత వెధవ్వేషాలేమీ లేవు" అంది.

"నిజంగానే పెళ్ళి చేసుకోవాలనుకున్నాడేమో" అన్నాడు శాస్త్రి నవ్వుతూ. భార్య గయ్‌మంది. "చాల్లెండి, మీకూ మతిపోతున్నట్టుంది. వాడెవడో తెలీదు, ఆస్థిపాస్తులు తెలీదు, ఏ కులమో తెలీదు. పైగా బస్‌లో కనబడి ప్రేమ అన్నవాడు సంసారం ఏమి చేస్తాడండీ? రేపు ఇంకొకత్తి కనపడితే దాన్నీ ప్రేమిస్తున్నా నంటాడు."

అరుణ మొహం చిట్లించి– ఎవడో పోకిరీ వెధవ గురించి ఇంత డిస్కషన్: ఏమిటమ్మా?" అంది.

"అన్నట్టు చెప్పటం మర్చిపోయానమ్మాయ్. మనం రేపు గోవా వెళ్ళటం లేదు. ఒక హిల్ ప్లేస్‌కి వెళ్తున్నాం" అన్నాడు.

"ఎక్కడికి నాన్నా?"

"చిరుగాంవ్ అని.... వింధ్య పర్వతాల దగ్గిర–"

"వింధ్య పర్వతాలా! భలే భలే" అంటూంది ఉత్సాహంగా చిన్నకూతురు. శాస్త్రి మనసులో అనుకున్నాడు. "ఈ పనికి ప్రభుత్వం ఎలాగూ దారిఖర్చులు ఇవ్వదు. నా సంతృప్తి కోసం నేనే ఈ చిత్రమైన వ్యక్తి గతాన్ని తవ్వి తియ్యాలి."

* * *

ఆమె నుదుటిమీద స్వేదబిందువులు ముత్యాల్లా మెరుస్తున్నాయి. ఆమె చేతివేళ్ళ కొసలు సన్నగా కంపిస్తున్నాయి. ముందు చాలా సులభం అనుకుందిగానీ విద్యాధరికి ఇప్పుడు తెలుస్తుంది. ఇటువంటి పనులు చేయటం ఎంత కష్టమో.

చక్రధర్ కేక్ కోశాడు. ఈ పుట్టినరోజు యొక్క ప్రత్యేకత– కొత్త సంవత్సరం తరఫు తన అదృష్టం– విద్యాధరి అందం– అన్నీ పొగడ్తలతో చోటు చేసుకున్నాయి. అన్నిటినీ సహనంతో భరించింది. ఆమె ఆలోచనల్నీ అతడి బెడ్‌రూం వెనుకవున్న రహస్యపు టరమీదే వున్నాయి. అక్కడికి ఎలా ప్రవేశించాలో అర్థంకావటం లేదు.

ఆమె అన్యమనస్కంగా వుండటం అతడు గమనించలేదు. ఆమె ఈ రాత్రి తనతో గడపటానికే వచ్చిందన్న నమ్మకంతో వున్నాడు. మామూలుగా వప్పేసుకోవటం కంటే– ముందు ఎదిరించి దెబ్బలాడి, ఇప్పుడు లొంగిపోవటం అతడి అహానికి గొప్ప సంతృప్తినిచ్చింది. ఆ సంతృప్తికి చివరి అంశమైన రాత్రి సంపూర్ణత్వాన్ని

సంతరించుకోవటానికి ఇంకా రెండు మూడు గంటల టైముంది. "డిన్నర్ ఏర్పాటు చేయనా?" అన్నాడు.

ఆమె కంగారుగా "డిన్నరా! వద్దు వద్దు. పార్టీ అయిపోయిందిగా వెళతాను" అంది.

ఆమె ప్రొఫెషనల్ సీక్రెట్ ఏజెంట్ కాదు- విషయాన్ని చివరివరకూ లాగి, అక్కడయినా తెలివిగా తప్పించుకు బయటపడటానికి.

అప్పటివరకూ వున్న ధైర్యం ఇప్పుడు లేదు. రేపు మళ్ళీ వచ్చి చూడవచ్చులే అనుకునే స్టేజికి వచ్చింది ముసురుకుంటున్న చీకట్లను చూసి.

"ఈ రోజు నా పుట్టినరోజు. ఇప్పుడే పుట్టిన పాపాయి మనసు నొప్పించ కూడదు" అంటూ ఒక చీప్ జోక్ వేసి, లేచి "ఈ రోజు డిన్నర్ తీసుకునే వెళ్తున్నారు మీరు. లేకపోతే నా మీద ఒట్టే- నేనిప్పుడే స్నానం చేసి వస్తాను" అంటూ మేడ మీదకు వెళ్ళాడు.

సడెన్‌గా ఆమె రక్త ప్రసరణం హెచ్చింది.

ఇదే అవకాశం.

ఇంతకన్నా మంచిది మరొకటి రాదు.

వంటవాడు, పనికుర్రాళ్ళు - అందర్నీ ముందే పంపివేశాడని ఆమెకి తెలుసు.

అతడు మేడ మెట్లు ఎక్కి పైకి వెళ్ళాడు.

తలుపు వేసుకున్న శబ్దం వినిపించింది.

క్రింది బెడ్‌రూమ్ తలుపు సగం తెరిచి వుంది. లోపల వాల్‌పానెల్స్ కనపడుతున్నాయి. వాటిమధ్య బాత్‌రూమ్...

రహస్యపు అర...

చెక్కల్లో కలిసిపోయి... జాగ్రత్తగా చూస్తే తప్ప స్పష్టంగా కనిపించకుండా... గీజర్ పక్కగా.

ఇల్లంతా చీమ చిటుక్కుమంటే వినపడేటంత నిశ్శబ్దంలో ఆమె గుండె కొట్టుకుంటున్న శబ్దం వేగంగా- స్పష్టంగా.

ఆమె లేచింది.

ఆమె కాళ్ళు వణికాయి. తటపటాయించింది.

అతడు వచ్చేస్తే...?

పైకి చూసింది. అంతా నీరవం. పై బాల్కనీ లైటు వెలుతురు క్రిందికి పడుతూంది. హాల్లో వెలుతురు బెడ్‌రూమ్‌లోకి పాకుతోంది. ఆ వెలుగులో వరస చెక్కలు...

మహా అయితే అయిదు నిముషాలకన్నా ఎక్కువ సమయం వుండదు. సగం వరకూ మూసివున్న తలుపు తెరుచుకుని ఆమె ఆ గదిలోకి ప్రవేశించింది. సన్నటి పరిమళం ఆమెను చుట్టుముట్టింది. అయితే ఆమె దాన్ని గమనించే స్థితిలో లేదు. బాత్‌రూం చేరుకుంది. లోపట్నించి ఏదో అదృశ్య స్వరం "వద్దు వెళ్ళిపో" అని హెచ్చరిస్తున్నట్టు అరుస్తూంది.

బెడ్‌రూమ్‌కి బాత్‌రూమ్ ఒక అడుగు ఎత్తులో వుంది. ఆమె మెట్టు ఎక్కింది. వాష్‌బేసిన్ పక్కనున్న గీజర్ చేరుకుని రెండు చేతులూ ఎత్తి గోడని తడిమింది. ఒక చెమట చుక్క గుండెల మధ్యనుంచి నాభి మీదకు జారింది. ఆమెకు గీజర్ సరిగ్గా అందలేదు. అరికాళ్ళమీద లేచింది. నున్నటి గచ్చుమీద కాళ్ళు జారుతున్నాయి. దానికితోడు టెన్షన్ ఒకటి. ఆమె చెక్కలమీద చూపుడు వేలు వెనక్కి తిప్పి వరుసగా కొట్టుకుంటూ శబ్దం వినసాగింది.

టక్.... టక్...

టక్.... టక్...

టక్.... టక్...

టక్....

ఆమె అక్కడ ఆపి తిరిగి కొట్టింది. అదేశబ్దం. లోపల డొల్లగా వున్నట్టు - అదే -అదే.

ఆమెకు దాన్ని ఎలా తెరవాలో అర్థంకాలేదు.

పైగా చక్రధర్ స్నానం పూర్తయిందో లేదో తెలీదు. ఆమె అటూ ఇటూ చూసింది. వాష్‌బేసిన్ పక్కన టంగ్‌క్లీనర్ కనబడింది. చప్పున దాన్ని అందుకుని చెక్కలమధ్య సందులో దాన్ని పెట్టి ఎడం చెయ్యటానికి ప్రయత్నించింది. దాదాపు నిముషంపాటు ప్రయత్నించాక ఆ చెక్క తలుపు కొద్దిగా బయటకు వచ్చింది. ఆమె టంగ్‌క్లీనర్ వదిలేసి రెండు చేతుల వేళ్ళతో ఆ తలుపుని లాగింది. ఒక పెద్ద పళ్ళెం ధడేలున పడినంత శబ్దమయింది ఆ నాలుకబద్ద గచ్చుమీద పడి చేసిన శబ్దం. అంత నిశ్శబ్దాన్ని ఆమె అప్పటి వరకూ ఫీలయింది. ఉలికిపాటుని అణుచుకుంటూ తలతిప్పి వెనక్కి చూసింది.

బెడ్‌రూమ్ బయట అలికిడి లేదు.

అటు తిరిగి, తలుపు పట్టుకుని లాగింది. ఈసారి సులభంగా అది తెరుచుకుంది.

లోపల అడుగు పొడవు, అడుగు వెడల్పు వున్న చిన్న అర అది. దానికి ఇనుప తలుపు చట్రంలో బిగించబడి వుంది. ఇనప్పెట్టెకి వున్నట్టు దానికి తాళపు రంధ్రం వుంది.

ఆమెను ఒక్కసారిగా నిస్పృహ ఆవరించింది. ఈ లోపలి ఇనుప తలుపుని ఆమె వూహించలేదు.

కానీ అంతలోనే ఆమెకు ఎక్కడో చదివిన విషయం స్ఫురించింది. ఇలాంటి రహస్యపు టరల తాళం చేతులు సాధారణంగా కారు తాళాల గుత్తిలోనో, ఆఫీసు తాళం చెవుల గుంపులోనో కలిసిపోయి వుంటాయి. వాటికి ఏ విధమైన ప్రత్యేకతా వుండకుండా చేయటం కోసం ఈ విధంగా కలిపేస్తూ వుంటారు.

ఆమె మరి ఆలస్యం చేయలేదు. ముందు తలదిండుల క్రింద వెతికింది. తాళాలు దొరకలేదు. వేగంగా ముందు హాలులోకి వచ్చింది. బల్లమీద కారు తాళాలున్నాయి. అవి తీసుకుని అదే వేగంతో లోపలికి వెళ్ళి ఒకదాని తరువాత మరొకటి ప్రయత్నించింది. మూడో తాళంతో ఆమె ప్రయత్నం ఫలించింది.

చిన్న చప్పుడుతో తలుపు తెరుచుకుంది.

లోపల ఒక కాగితాల ఫైలు, చిన్న తోలుసంచి, మరో రెండు మూడు ప్యాకెట్లూ వున్నాయి.

ఆమెకి కంపించే చేతుల్ని స్వాధీనంలో వుంచుకోవటం కష్టమవుతూంది. ఇంకొక్క నిముషం... వీటిని తీసుకుని బయటపడగలిగితే- ఈ ఇంట్లోంచి బయటకు అడుగు పెట్టగలిగితే విజయం సాధించినట్టే. ఆమె రెండు చేతుల్తోనూ వాటినన్నిటినీ పట్టుకుని బయటకు తీసింది. లోపల ఇంకా ఏమైనా వున్నాయేమో అని చూసి, ఏమీ లేవని నిర్ధారించుకొని వెనుతిరిగింది.

ఎప్పుడొచ్చి అక్కడ నిలబడ్డాడో తెలీదు - చక్రధర్ గుమ్మం దగ్గర నిలబడి ఆమెనే గమనిస్తున్నాడు.

చక్రధర్ ఆమెని చూసి నవ్వాడు.

శత్రువు సుడిగుండంలో మునిగిపోతూ ఇక ఏ విధంగానూ బ్రతికే ఛాన్సు లేకపోతే అవతలి మనిషి ఎలా నవ్వుతాడో అలా వుంది ఆ నవ్వు.

మొదట అతడు కూడా ఈ వూహించని సంఘటనకి బిత్తరపోయి వుండవచ్చు. కానీ ఆమెని ఎంతసేపట్నుంచి గమనిస్తున్నాడో, ఈ కాస్త సమయంలోనూ

సర్దుకున్నాడు. ఆమె ఎటూ తప్పించుకుపోలేదన్న ధైర్యం అతడిలో అణువణువునా కనిపిస్తూంది.

విద్యాధరి పరిస్థితి అనూహ్యంగా వుంది! డీప్‌షాక్‌లోకి వెళ్ళిపోయిం దామె .చేతిలో వస్తువులు నేలమీదికి జారిపోకుండా వుండటానికే చాలా కష్టపడవలసి వచ్చింది.

“ఏదో సి.ఐ.డీ. పని చెయ్యటానికి వచ్చినట్టున్నావే–” అన్నాడు. ఆమె మాట్లాడలేదు. అతడు అడుగు ముందుకువేసి, “చెప్పు. ఈ రహస్యపు అర సంగతి నీకెలా తెలిసింది?” అని అడిగాడు.

ఈ లోపులో ఆమె కొద్దిగా తేరుకుంది. అతడు తనని చంపేస్తాడా? .... అంత ధైర్యం చెయ్యకపోవచ్చు. ఏం చేస్తాడు? పోలీసులకు ఫిర్యాదు ఇస్తాడా? ఇస్తే తనకి మంచిది.

ఈ ఆలోచన కలిగేసరికి ఆమెకి ధైర్యం వచ్చింది. అప్రయత్నంగా చేతులవంక చూసుకుంది. ఈ కాగితాలు ... వీటినెలాగయినా తనతోపాటు బయటకు తీసుకు వెళ్ళగలిగితే...

ఆమె మౌనంగా వుండటంతో చక్రధర్ మరో రెండు అడుగులు ముందుకొచ్చి “మిగతా ప్రశ్నలన్నిటికీ తరువాత సమాధానాలు చెపుదూగానీ ముందా కాగితాలు ఇవ్వు” అంటూ చెయ్యిసాచాడు. అప్పుడు గమనించిందామె తమ చేతులమధ్య వున్న సంచిలాంటి దాన్ని.

పిస్టల్.

కాగితాలు తీయటంతో, వాటితోపాటు వచ్చింది. దాన్ని చప్పున బ్యాగ్‌లోంచి తీసి అతడికి గురిపెట్టింది.

అతడు బిగ్గరగా నవ్వేడు.

“అది ఖాళీ పిస్తోలు. ఎవరూ గుళ్ళునింపి పిస్టల్‌ని సంవత్సరాల తరబడి లోపల చీకట్లో దాచుకోరు” అన్నాడు ముందుకువస్తూ.

తన పని అయిపోయిందని ఆమెకి అర్థమైంది. అతడు దగ్గిరకి వచ్చి ఆమె చేతిలో ఆయుధం సున్నితంగా లాక్కొన్నాడు. ఆమె నిస్సహాయురాలై చూస్తూ వుండిపోయింది. కాగితాలు కూడా తీసుకున్నాడు.

“ఊc ఇప్పుడు చెప్పు. ఎలా తెలిసింది వీటి సంగతి? ఎవరు పంపగా వచ్చావు?”

ఆమె సమాధానం చెప్పలేదు. అతడు శాసిస్తున్నట్టు – “నాతో రా” అన్నాడు.

ఇంక ఎటూ దారిలేనట్టు- ఆమె కదిలింది. ఎటూ వెళ్ళటానికి ఆస్కారం ఆమెకి కలిగించకుండా పిస్తోలు లోపల పడేసి కాగితాల్తో సహా ఆమెని తీసుకుని మేడమీదకు వెళ్ళాడు.

తీరిగ్గా కుర్చీలో కూర్చుని ఒక్కొక్క కాగితమే చూస్తూ, మధ్య మధ్యలో ఆమెవైపు తిరిగి నవ్వుతూ మొత్తంమీద అన్ని కాగితాలూ పరిశీలించటం పూర్తిచేశాడు. ఆ తరువాత సిగరెట్ లైటర్ తీసి వాటిని వెలిగించాడు. ఒక్కొక్క కాగితమే మంటలో వేస్తూ అవన్నీ పూర్తిగా మసి అయిపోయేదాకా ఆగి, తరువాత లేచి ఆమె దగ్గరికి వచ్చాడు.

* * *

విశ్వనాథం ధర్మారావుతో మాట్లాడటం పూర్తిచేసి ఫోన్ పెట్టేసి బూత్ బయటకి వచ్చాడు.

దూరంగా చక్రధర్ ఇల్లు కనబడుతూంది.

అతడు అటువైపు వేగంగా నడవసాగాడు. ఎదురుగా ఇద్దరు పోలీసులు సైకిళ్ళమీద వస్తూ కనిపించారు. యస్సైని చూడగానే దిగి సెల్యూట్ చేశారు.

"ఏ ఏరియా మీది?"

"ఇదే సార్."

"నాతో రండి. ఆ ఇంట్లోకి వెళ్ళాలి...." అన్నాడు. తనతోపాటు వాళ్ళుండటం మంచిదనిపించింది. చెపుతున్నది యస్సై కాబట్టి వాళ్ళు సైకిళ్ళు తిప్పి, మరేమీ ప్రశ్నించకుండా అతని అనుసరించారు. వాళ్ళు చక్రధర్ ఇంటి కాంపౌండ్‌లోకి ప్రవేశించేసరికి అప్పుడే సంపత్ కారులోంచి పోలీసుల్ని చూసి మొహంలో భావాలు బైటికి కనిపించకుండా "ఎవరు మీరు" అని అడిగాడు.

విశ్వనాథం సంభాషణ పెంచకుండా "చక్రధర్‌తో మాట్లాడాలి" అని అతనికి మరి ప్రశ్నలడిగే ఛాన్సు ఇవ్వకుండా గబగబా మెట్లవైపు నడిచాడు.

ముగ్గురూ అతనిని అనుసరించారు.

* * *

చక్రధర్ ఆమె చెయ్యి గట్టిగా పట్టుకుని "నిన్నెవరు పంపించారు? అది చెప్పందే ఈ రోజు వదిలి పెట్టను. చెప్పు, తొందరగా చెప్తే నీకే మంచిది" అన్నాడు.

విద్యాధరికి భయంస్థానే నిస్పృహ ఆవరించింది. తను పడిన ఇంత కష్టమూ కళ్ళెదుటే మసి అయిపోయింది. తను కొంచెం జాగ్రత్తగా వుంటే ఈ నష్టం

జరిగి వుండేదికాదు. ఇప్పుడు ధర్మారావు అంకుల్‌కి తను జవాబు చెప్పుకోవాలి. తమ అనుభవరాహిత్యంతో పోలీస్ డిపార్టుమెంటుకి ఒక విలువైన సాక్ష్యాన్ని పోగొట్టింది.

"ఎన్నాళ్ళనుంచీ సాగుతోంది నా వెనుక ఈ వలపన్నటం?" అన్న ప్రశ్నకి తలెత్తి అతడిని చూసి ఉలిక్కిపడింది.

చక్రధర్ మనిషిలా లేడు. అతడి మొహంలో విపరీతమైన మార్పు వచ్చింది. కళ్ళు ఎర్రగా నిప్పులు కక్కుతున్నాయి. ఎలాగైనా తనతో నిజం చెప్పించేలా కనపడుతున్నాడు.

ఆమెకి భయం వేసింది. ఇలాంటి మనుష్యులు ఆవేశంలో యుక్తాయుక్తాలు మర్చిపోతారు. తర్వాత కలుగబోయే పరిణామాలు ఆలోచించరు. ఆ ఆవేశంలో అతడు తనని ఏం చేసినా చెయ్యవచ్చు. ఆమె ఆలోచనల్లో వుండగానే అతడు అల్మైరాలోంచి చిన్న చాకు తీశాడు. "... చూడు విద్యాధరీ, ఈ ఇంటికి ప్రహరీగోడ చాలా దూరం. అరిచినా ఎవరికీ వినిపించదు. నేనిప్పుడు రేప్ చేసినా అడిగే నాధుడు లేడు. నా మీద నిన్ను ప్రయోగించింది ఎవరు ? మర్యాదగా చెప్పు" ఆమె జవాబు చెప్పటానికి నిరాకరిస్తున్న భావన కలగగానే ఊహించని వేగంతో ఆమె చేతిమీద చాకుతో గీరాడు. ఆమె కెవ్వున అరిచింది. చర్మం నిలువునా ఎర్రటి చారబడింది. అతడు బెదిరిస్తాడనుకొంది కానీ, ఇంత తొందరగా ఇలా రాక్షసంగా మారిపోతాడనుకోలేదు. ఆవిడన్నట్టు అతడు దేనికైనా తెగించిన వాడిలాగానే కనబడ్డాడు. చాకు మళ్ళీ ఎత్తాడు. ఆమెకెటూ తప్పించుకోవటానికి దారిలేదు.

ఆమె చెప్పేద్దామనుకుంది. అనుదీప్ అన్నట్టు తనకి అనువు కాని రంగంలో అడుగుపెట్టే అంతే. చెప్పేస్తే ఇక అతడూ, ఆ పోలీసులూ చూసుకుంటారు. పేపర్లు కాల్చేసేడు కాబట్టి పోలీసులకి ఇక తన అవసరం ఎలాగూ వుండదు.

పోలీసులు గుర్తుకు రాగానే ఆమెకి దూరంగా వీధి చివర నిలబడ్డ విశ్వనాథం గుర్తుకొచ్చాడు.

తనకి కావల్సినప్పుడు బయటనుంచి సాయం లభిస్తుంది అన్న ఆలోచన రాగానే ఆమెలో అప్పటివరకూ వున్న టెన్షన్‌పోయింది. 'ఆగు' అంది. "బయట ఒక పోలీసు ఇన్‌స్పెక్టర్ నిలబడి వున్నాడు. ప్రతి పది నిముషాలకీ అతడికి నేను క్షేమంగా వున్నట్టు కనపడాలి. లేకపోతే అతడు లోపలికి వస్తాడు" అంది స్థిరంగా. చక్రధర్ మొహంలో మార్పు వచ్చింది. ఆమె చెపుతున్నది నిజమా కాదా అన్నట్టు అనుమానంగా చూశాడు.

"అప్పటికే చాలాసేపు అయింది. అతడు వస్తూ వుండవచ్చు" అంది.

అతడు కిటికీలోంచి బయటకు చూడటానికి ప్రయత్నించాడు. కానీ అక్కణ్ణుంచి ఆ రోడ్డు సరిగ్గా కనడటంలేదు. అతడు కన్ఫ్యూజన్‌లో వుండటం ఆమెకి సంతోషాన్నిచ్చింది. ఇలా కొంచెంసేపు ఆపగలిగితే చాలు. బయటున్న ఇన్‌స్పెక్టర్‌కి అనుమానం వస్తుంది - వచ్చేస్తాడు.

"అయితే నిన్ను పంపింది పోలీసులన్నమాట" అన్నాడు.

ఆమె సమాధానం చెప్పలేదు.

"ఈ పోలీసులు నా .... తెలుసా" ఒక బూతు మాటతో చెప్పాడు. ఆమె దానికి కూడా సమాధానం చెప్పలేదు. అంత టెన్షన్‌లోనూ ఆమెకి తండ్రి గుర్తొచ్చాడు. మామూలు సమయాల్లో ఎంతో సంస్కారవంతంగా కనిపించే ఇలాంటి మనుష్యులు.... తాగినప్పుడు, కష్టాల్లో చిక్కుకున్నప్పుడు ఇలాగే ప్రవర్తిస్తారని - మొదటి దృష్టాంతం చూపింది ఆమె తండ్రే. దురదృష్టవశాత్తు అతడు ఎప్పుడూ రిలాక్స్‌డ్‌గా వుండేవాడు కాడు. పత్రిక అమ్మకాలు తగ్గిపోతున్నాయని, తన పత్రికకి రాసే రచయిత్రి మరో పత్రికతో సన్నిహిత సంబంధాలు పెంచుకుంటూందని ... ఇలా రకరకాల భయాల్తోనూ అనుమానాల్తోనూ అనుక్షణం భయపడేవాడు. ఇంపోస్టర్ ఫీనామినా అన్న మానసికమైన జబ్బు ఇది. ఓటి పునాదుల మీద జీవితాన్ని నిర్మించుకున్న వాళ్ళలో నూరుశాతం ఇది కనపడుతుంది. మాటిమాటికీ "నేనే గ్రేట్, నా అంత కష్టపడే వాళ్ళు చాలా తక్కువ" అని తమలో తామే అనుకోవటమో, బయటకు చెప్పుకోవటమో చేస్తూ వుంటారు. బూతు చిత్రాలు తీసే నిర్మాతలు, మానసిక దౌర్బల్యాల మీద సొమ్ము చేసుకునే పత్రిక ఎడిటర్లు, తమ రచనలమీద తమకే నమ్మకంలేని రచయితలు, వరుసగా చిత్రాలు ఫెయిలవుతున్న దర్శకులు, ఓడిపోతామేమో అన్న భయంతో అవతలి పార్టీ గురించి సభ్యతారహితంగా తిట్లతో విమర్శించే నాయకులు- వీళ్ళని ఈ 'ఇంపోస్టర్ ఫీనామినా'కి లోనయిన వారుగా పరిగణించవచ్చు. బయటివాళ్ళు తమలోని లోటుపాట్లను చూస్తూ వున్నారేమో అని- ప్రతిక్షణం దానిగురించే ఆలోచించటమో, ప్రకటనలు ఇవ్వటమో చేస్తూ వుంటారు. సమాజంలో తమ పలుకుబడి, తమ రంగంలో తాము సాధించిన విజయం-ఇవన్నీ తాత్కాలికమనీ, తమకి అంత అర్హత లేదనీ వీళ్ళు అంతర్గతంగా మనసులో మధనపడుతూ, దాన్ని కప్పిపుచ్చుకోవటం కోసం అవసరమైనదానికన్నా ఎక్కువ 'షో' చేస్తూ వుంటారు. 'ఇంపోస్టర్ ఫీనామినా'కి లోనయిన వ్యక్తులు ఎప్పుడూ నిజమైన ఆనందం అనుభవించలేరు.

అనుక్షణం అంతర్ సంఘర్షణలో మునిగి తేలుతూ, ఆ ఘర్షణే తమ విజయానికి కారణం అని సంతృప్తి చెందుతూ వుంటారు.

విద్యాధరికి ఇంత అనాలిసిస్ తెలీదు. ఆమె అటువంటి సైకాలజి పుస్తకాలేమీ చదవలేదు కూడా. కానీ నిరంతరం పరిశీలన కన్నా గొప్ప పుస్తకం ఏముంది? అంత టెన్షన్‌లో కూడా ఆమెకి అతడి ప్రవర్తన చూస్తూ వున్నప్పుడు తన తండ్రే గుర్తుకొచ్చాడంటే ఆమె మీద తండ్రి జీవితం ఎంత బాధామయమైన ప్రభావాన్ని వేసిందో ఊహించుకోవచ్చు.

"ఈ కాగితాలు నువ్వు చూసిన సంగతి పోలీసులకి చెపుతావా?" అతడి ప్రశ్నలకి ఆమె తేరుకుని ఈ లోకంలోకి వచ్చింది. అతడు ఆమెవైపే క్రూరంగా, కసిగా చూస్తున్నాడు. అతడి చేతిలో చాకు అలాగే వుంది. ఆమె సమాధానం చెప్పలేదు.

"ఈ కాగితాలు కాల్చేశాను. వారికేమీ సాక్ష్యాలు మిగల్లేదు" తనని తాను సమర్థించుకుంటున్నట్టు అన్నాడు దగ్గరకొస్తూ.

ఆమె అప్రయత్నంగా అడుగు వెనక్కి వేసింది. వెనుక గోడ తగిలింది. అతడు నవ్వాడు.

అప్పటివరకూ ఉద్వేగంగా వున్నవాడు అలా నవ్వేసరికి సన్నటి వణుకు ఆమె వెన్నెముకని కదిలించింది. అతడు తన పరిస్థితిని సమీక్షించుకుని ధైర్యం పొందాడన్న విషయాన్ని ఆ నవ్వు సూచిస్తూంది. బయట ఎక్కడో వున్న ఇన్‌స్పెక్టర్ లోపలికి వచ్చే ప్రయత్నం చేసే లోపులో ఏమైనా చెయ్యొచ్చు. సాక్ష్యం ఏమీ వుండదు. నిండా మునిగిన వాడికి చలేమిటి?....ఆ భావమే అతడి కళ్ళలో కనపడుతూంది.

అతడు మరో అడుగు ముందుకు వేశాడు.

ఆమె గోడకి బల్లిలా అతక్కుపోయి అతడివైపే చూడసాగింది. కాళ్ళూ చేతులూ సహకరించటం మానేశాయి. తనెంత ధైర్యవంతురాలు అనుకుంది. కానీ నిజంగా ప్రమాదం ఎదురయ్యేసరికి ఏమీ చేయలేకపోతూంది. గదిలోంచి బయటకు పరుగెత్తటానికి కూడా వీలులేదు.

అతడు దగ్గరకొచ్చి ఆమె రెండు బుగ్గల్నీ బొటనవేలు చూపుడువేలు మధ్య పట్టుకుని మొహాన్ని బలంగా పైకెత్తాడు. ఆమె విదిలించుకోబోయే లోపులో అతడి మొహం మరింత దగ్గరిగా వచ్చి వూపిరి వెచ్చగా తగిలింది. బలంగా తోసెయ్యబోయింది. కానీ చేతులు నిస్సత్తువగా వుండిపోయాయి. స్పృహ తప్పుతుందేమో అనిపించింది. ఏమిటి తను ఇలా అయిపోతూంది? ప్రతిఘటించే

శక్తి కూడా లేకపోతుందేమిటి అనుకుంది. అతడు తన రెండో చేతిని ఆమె భుజాలచుట్టూ పోనిచ్చి తనవైపు లాక్కున్నాడు. మామూలుకన్నా ఎక్కువ ఆరోగ్యవంతమైన స్త్రీ అవటంతో పూర్తిగా దగ్గరవకుండానే ఆమె వక్షం అతడి ఛాతీ వత్తిడికి నలిగి పోసాగింది. ఆమె నెమ్మదిగా షాక్ నుంచి తేరుకుని శక్తిని కూడ గట్టుకుంది. ఆమెని దగ్గిరకు తీసుకునే ప్రయత్నంలో అతడు వదిలిపెట్టిన చాకుమీద ఆమె దృష్టి పడింది. అతడి వెనుకనుంచి నెమ్మదిగా చెయ్యి బల్లమీదకు చేర్చి చాకు నందుకుంది. ఆమె నుంచి ఆశించినంత ప్రతిఘటన లేకపోవడంతో అతడు మరింత పురోగమించాడు. భుజాల వెనుకనున్న చేతిని అలాగే వుంచి మరొక చేతిని చీరె –జాకెట్టు మధ్య అనాచ్ఛాదితంగా వున్న శరీరం మీదనుంచి పైకి జరిపి బటన్ వూడదీసే ప్రయత్నం చేశాడు. అతడు ఆ ప్రయత్నంలో ఏమరుపాటుగా వుండగా ఆమె చాకు అందుకోవటం, అతడి భుజంమీద బలంగా గుచ్చటం మెరుపులా జరిగిపోయినయ్.

అతడు కీచుగా అరిచి ఆమెని వదిలేశాడు.

ఆమె మెరుపులా అక్కణ్ణుంచి పరుగెత్తింది. తుఫానుకన్నా వేగంగా ఆ గదిలోంచి బయటపడి, జలపాతపు శిఖరంమీద నుంచి దూకే నీటిపాయలా వడిగా మెట్లు దిగింది. అదే వేగంతో హాల్లోంచి బయట ద్వారంవైపు పరుగెత్తింది. ఒక క్షణమై వుంటే ఆమె బయటపడేదే కానీ దురదృష్టం ఆమెను వెన్నాడుతూంది. కాళ్ళ మధ్య కుచ్చిళ్ళు అడ్డంపడి క్రిందికి జారిపోయింది. అంత వేగంతో పరుగెడుతున్నది, క్రిందపడేసరికి నడుము కలుక్కుమంది. ఆమె దాన్ని లెక్కచేయకుండా లేవబోయింది. కానీ ఆపాటికే వెనుక నుంచి వస్తున్న చక్రధర్ ఆమెను పట్టుకోబోయాడు. ఆమె అతన్ని తోసేసి నేరుగా బయటకు వెళ్ళలేక అదే వేగంతో పక్కగదిలోకి వెళ్ళి తలుపు వేసుకుని గొళ్ళెం పెట్టేసింది. ఇదంతా కనురెప్పపాటు కాలంలో జరిగిపోయింది.

పెద్ద శబ్దంతో ఓడ సముద్రం మధ్యలో పేలిపోతే, ఆ ముక్కలన్నీ సాగరగర్భంలోకి కలిసిపోయాక ఆ జలాలు తిరిగి ఎలా నిశ్శబ్దం వహిస్తాయో, అంత గొడవ జరిగాక ఏర్పడిన నిశ్శబ్దం అలా వుంది. బలంగా తీస్తున్న ఆమె శ్వాస చప్పుడు తప్ప ఇంకేమీ లేదు. తలుపులకి ఆనుకుని ఆమె అలా చాలాసేపు వుండిపోయింది.

క్రమంగా తేరుకున్నాక అక్కడనుంచి కదిలింది.

ఆ గదిలోకి రావటానికి ఎట్నుంచీ దారిలేదు.

అతడు తలుపు బ్రద్ధలుకొట్టే ప్రయత్నమేమీ చెయ్యటం లేదు. అంత ధైర్యం వుండి వుండకపోవచ్చు. ఒక నిముషం .... రెండు నిముషాలు .... పది నిముషాలు... పావుగంట .... ఆమె అయోమయంలో పడింది. అతడు బయట ఏం చేస్తున్నాడన్న సందిగ్ధం ఎక్కువ కాసాగింది. ఎంతసేపు అలా లోపల వుండగలదు? అతడి వుద్దేశ్యం ఆమెకి అర్థంకాలేదు. బయట ఇన్‌స్పెక్టర్ వున్నాడో లేదో అని చూడటానికి వెళ్ళాడా? లేదా అటువంటివి నమ్మక–తనని ఈ గదిలోనే శాశ్వతంగా బంధించి చంపెయ్య దల్చుకున్నాడా? ఈ రెండూకాక భుజంమీద, గాయానికి డ్రెస్సింగ్ చేసుకుంటూ వున్నాడా?

ఆమె దృష్టి కిటికీ రెక్కమీద పడింది. దగ్గరికి వెళ్ళి ఓరగా తెరిచి చూసింది.

ముందు హాలు నిర్మానుష్యంగా వుంది. హాలుకీ తన గదికీ మధ్య మరో గది వుంది. అందులో ఏముందో సరిగ్గా కనపడటం లేదు.

ఆమె బయటపడటానికి నిశ్చయించుకుంది.

చక్రధర్‌లాటి వాళ్ళు అవకాశమొచ్చినపుడు పులుల్లా రెచ్చిపోతారు. పరిస్థితులు ఎదురు తిరిగితే పిల్లిలా చప్పబడిపోతారు. అతడి స్థితి అలాంటిదని తెలిసే, ఎందుకైనా మంచిదని గదిలో ఏమైనా వస్తువులున్నాయేమో అని చుట్టూ చూసింది. ఫ్లవర్‌వేజ్ కనపడింది. దాన్ని ఒక చేత్తో పట్టుకుని తలుపు నెమ్మదిగా తెరిచింది ముందు గది ఖాళీగా వుంది.

ఆమె శబ్దం చేయకుండా ద్వారంవైపు నడిచింది.

ఇంకొక అయిదారు అడుగులు వేస్తే బయటకు వచ్చేసేది.

అప్పుడు పడింది ఆమె దృష్టి గదికి అనుకునివున్న ద్వారం మీద! దాని తలుపులు బార్లా తెరిచివున్నాయి. తలుపుదగ్గిరే కూర్చుని వున్నాడు చక్రధర్!!

ఆమె గుండె క్షణం ఆగి కొట్టుకోసాగింది. ఫ్లవర్‌వేజ్ చుట్టూ చెయ్యి అప్రయత్నంగా బిగిసింది.

చక్రధర్ కళ్ళు నిస్తేజంగా వున్నాయి. చూపు ఆమెని దాటి శూన్యంలోకి వెళ్తున్నట్టు వుంది. పెదవులు కొద్దిగా విడివడి "నా నుంచి తప్పించుకుని నువ్వు ఎక్కడికి వెళ్ళగలవు" అన్నట్టు సవాలు చేస్తున్నాయి. చాలా తేలిగ్గా ఆమె బయటకు ఎప్పుడొస్తుందా అని ఎదురు చూస్తున్నట్టున్నాడు. బోనులోంచి బయటకు దూకబోయే పులిలా వున్నాడు. అలికిడి కోసం ఏకాగ్రతతో కళ్ళు మూసుకుని ఎదురు చూస్తున్న కొంగలా వున్నాడు. ఆమె అతడి వైపే చూస్తూ తలుపువైపు మరో అడుగు వేసింది.

అతడు కదల్లేదు. అతడినే చూస్తూ తల తిప్పకుండా, మరి కాస్త కదిలింది.

ఇంకొక్క మూడు అడుగులు వేస్తే బయట హాల్లోకి వెళ్ళిపోవచ్చుననుకుంటూ వుండగా- అప్పుడు వినిపించింది. చెవులు చిల్లులుపడేలా పిస్తోలు శబ్దం ..... వరుసగా రెండుసార్లు!

*   *   *

సంపత్‌తోనూ, పోలీసుల్తోనూ కలిసి విశ్వనాథం ఆ ఇంట్లోకి ప్రవేశిస్తున్నాడు. యస్సై తమని ఆ ఇంటిలోకి ఎందుకు రమ్మన్నాడో పోలీసులకి తెలీదు. బహుశా లోపల ఎవరైనా క్రిమినల్ వుండివుంటాడు. లేదా ఏదైనా వ్యతిరేక కార్యకలాపం జరుగుతూ వుండి వుంటుంది.

విశ్వనాథం ఆలోచన కూడా అదే. ఒక్కడే వెళ్ళటంకన్నా ఇద్దరు ముగ్గురు ఖాకీ బట్టలవాళ్ళుంటే మంచిది.

నలుగురూ మెట్లెక్కి ముఖద్వారం దగ్గిరకి వచ్చారు. విశాలమైన హాలు నిర్మానుష్యంగా వుంది. గది లోపలికి ప్రవేశించబోతూంటే.... ఆ నిశ్శబ్దంలోంచి గదిగోడలు కదిలిపోయేలా, చెవులు గింగిర్లెత్తేలా వరుసగా రెండుసార్లు శబ్దం వినిపించింది- ఆ గదిలోంచి.

ఎడమవైపు గదిలోంచి, క్లోజ్‌రేంజిలో పిస్తోలు శబ్దం వినిపించగానే అతడు అటు పరుగెత్తాడు. వెనకే పోలీసులు కూడా. ఆ వెనుక సంపత్...

లోపల గదిలో చక్రధర్ కుర్చీలో వున్నాడు. నాలుగు అడుగుల దూరంలో విద్యాధరి వుంది.

గదిలో ఇద్దరూ తప్ప మరెవరూ లేరు.

బయటికి మరే ద్వారాలూ లేవు.

ఇన్‌స్పెక్టర్ చక్రధర్ దగ్గిరగా వెళ్ళి పరీక్షించి చూశాడు. మెడ వెనుక పిస్తోలు గుళ్ళు చేసిన రంధ్రం వుంది. అప్పటికే ప్రాణం పోయింది. రక్తం వెచ్చగా స్రవిస్తూంది ఇంకా. చక్రధర్ వీపువైపు అంతా రక్తంతో తడిసిపోయింది.

"హి ఈజ్ డెడ్" అన్నాడు విశ్వనాథం.

పోలీసులు బిత్తరపోయి చూస్తున్నారు. వాళ్ళు ఎన్నో హత్య కేసులు చూసి ఉండవచ్చు. కానీ కళ్ళముందే హత్య జరగడం చూడటం అదే మొదటిసారి. ఒక్క క్షణం... కేవలం ఒక్క క్షణం ముందొచ్చి వుంటే ఈ హత్యని ఆపేవాళ్ళం గదా అనుకున్నారు. ఎదురుగా వున్న ఆమెవైపు ఏహ్యాభావంతో చూశారు. విద్యాధరి మాత్రం డీప్ షాక్‌లో వుంది.

*   *   *

ముఖ్యమంత్రితో అప్పుడే సమావేశం ముగించుకుని బయటకు వచ్చిన కమిషనర్ ధర్మారావు పియ్యే అందించిన "అర్జెంట్" అన్న స్లిప్ చూసి విప్పి చదివాడు. అతడి భృకుటి ముడిపడింది. ఫోన్ చెయ్యమని చెప్పాడు.

అరనిముషం తరువాత విశ్వనాథం లైన్లోకి వచ్చాడు.

"ఎక్కణ్ణుంచి?"

"చక్రధర్ ఇంటి దగ్గర్నుంచి సర్."

"ఏమైంది?"

"చక్రధర్ హత్య చేయబడ్డాడు సర్."

ధర్మారావు విసుగ్గా "అదంతా నువ్వు వ్రాసి పంపిన స్లిప్‌లోనే వుంది. అదికాదు నేనడిగేది, విద్యాధరి ఇందులోకి ఎలా వచ్చింది?"

అట్నుంచి విశ్వనాథం జరిగిందంతా చెప్పాడు. ధర్మారావు మొహంలో భావాలు మారసాగాయి. అంతా విని "ఇప్పుడే వస్తున్నాను" అని కంగారుగా లేచాడు.

....

ధర్మారావు వచ్చేసరికి అక్కడంతా హడావుడిగా వుంది.

విద్యాధరి ఒక కుర్చీలో కూర్చుని వుంది. ఆమెలో అసలు జీవం లేనట్టు మొహం పాలిపోయి వుంది. ధర్మారావుని చూసి విశ్వనాథం సెల్యూట్ చేశాడు. ఆ ప్రాంతపు పోలీసులు తమ పని తాము చేసుకుపోతున్నారు. ఆమెని అప్పుడే అరెస్టుచేసి తీసుకుపోయేవారే- ఆమె ధర్మారావుగారికి తెలిసిన మనిషి అని విశ్వనాథం చెప్పకపోతే.

మళ్ళీ ఇంకొకసారి విశ్వనాథం జరిగిందంతా ఆయనకి చెప్పాడు. అంతా విని ధర్మారావు లేచి, విద్యాధరివైపు తిరిగి "నాతో రా" అంటూ పక్కగదిలోకి తీసుకువెళ్ళాడు.

కెమెరా క్లిక్‌మంది.

లోపలికి వెళ్తున్న ధర్మారావు చటుక్కున ఆగి వెనక్కి తిరిగి చూశాడు.

పత్రికా విలేఖరి ఇద్దర్నీ కలిపి అప్పటికే ఫోటో తీసేశాడు. హంతకురాలు-పోలీస్ కమిషనర్‌కి కావల్సిన అమ్మాయి అన్న వార్త అప్పుడే పాకిపోయి, రాబోయే వారంరోజులపాటు సంచలనం కలిగించబోతూంది.

ఆయన విద్యాధరిని లోపలికి తీసుకెళ్ళి అడిగాడు. "ఏం జరిగింది చెప్పు".

మాటలు సమకూర్చుకోవటానికి చాలా కష్టపడవలసి వచ్చింది. నెమ్మదిగా –జరిగిందంతా చెప్పింది. అంతా విని అడ్డంగా తలూపుతూ "ఊహూ. అదికాదు. అసలు జరిగిందంతా చెప్పు" అన్నాడు. ఆమె తెల్లబోయి, 'అదే జరిగింది' అంది.

"నువ్వున్న గదిలో అతడూ నువ్వూ తప్ప మరెవరూ లేరు. ఆ గదికి వేరే ద్వారాలు ఏవీ లేవు. బయట్నుంచి కాల్చటానికి కూడా కిటికీలు తెరచి లేవు. గదిలోంచి రివాల్వర్ శబ్దం వినిపిస్తూంటే ఒకరు కాదు, నలుగురు ప్రత్యక్షంగా విన్నారు. లోపలికి ప్రవేశిస్తే పిస్తోలు దొరికింది. దానిమీద నీ వేలిముద్రలున్నాయి. అప్పుడే దానినుంచి రెండు గుళ్ళు ఉపయోగించినట్టు ఉందది. నువ్వేమో నీకేమీ తెలీదంటున్నావు. కనీసం పిస్తోలు ఎట్నుంచి పేలిందో కూడా చెప్పలేకపోతున్నావు. పేల్చినవాడు గోడలమధ్య దాక్కుని పేల్చలేదు కదా. పోనీ ఆత్మహత్యా అనుకుంటే మెడ వెనుకనుంచి ఆ పిస్తోలు పొజిషన్‌లో పేల్చుకోవడం అసాధ్యం కాబట్టి ఏం జరిగిందో చెప్పు. అతడు రేప్ చేయబోయాడా? అటువంటి పరిస్థితిలో హత్య చేయటం నేరం కాదు. శిక్ష పడదు".

సలహా ఇస్తున్నట్టు అన్నాడు. ఆ సలహాలో, శిక్షనుంచి ఎలా తప్పించుకోవచ్చో 'సూచన' కూడా వుంది.

ఆమె బిత్తరపోయి అతనివైపు చూసింది. అప్పటివరకూ ఆమెలో ఏ మూలో కొద్దిగా ఆశ ఉంది. న్యాయం రక్షించబడుతుందనీ, చివరికి ధర్మం గెలుస్తుందని. పూర్వకాలం బొమ్మలు చెప్పిన కథలు తాలూకు ప్రభావం ఆమెమీద ఇంకా ఉన్నట్లుంది. కానీ ఇప్పుడు తన కళ్ళముందే తను సాలెగూడులోకి ఇరుక్కుపోవటాన్ని ప్రేక్షకురాలిలా చూస్తూ వుండిపోవాల్సి వచ్చింది. ఏం జరిగిందో ఇప్పటికీ ఆమెకి అర్థంకావటంలేదు. తన పక్కనే తనకి పది అడుగుల దూరంలో అతడు కాల్చి చంపబడ్డాడు. ధర్మారావు చెప్పినట్టు ఆ గదిలో ఇంకెవరూ లేరు. బయట్నుంచి ద్వారాలు, సందులూ కూడా ఏమీలేవు. అన్నిటికన్నా ముఖ్యంగా ఆ పిస్తోలు...

విశ్వనాథం లోపలికి వచ్చి "గదంతా క్షుణ్ణంగా వెతికాము సార్. చిన్న రంధ్రం కూడా లేదు" అన్నాడు. ధర్మారావు విన్నట్టు తలూపాడు. అతడు బయటకు వెళ్ళాక విద్యాధరితో అనునయంగా – "ఐయామ్ సారీ" అన్నాడు.

ఆమె దాన్ని అంగీకరించే స్థితిలో లేదు. కష్టాల్లో ఉన్నప్పుడు కావల్సింది సానుభూతి అని చాలామంది అనుకుంటారు. కానీ అది నాలుక గీసుకోవటానికి కూడా పనికిరాదు. కావల్సింది పరిష్కారం. ప్రాక్టికాలిటీ.

ధర్మారావు లేచి, "నా సలహా ఏమిటంటే –ఉన్నదున్నట్టు చెప్పెయ్యమనే – నా అనుభవంతో చెప్తున్నానమ్మాయ్! ఎంత పెద్ద లాయరైనా 'చంపలేదు' అని నిరూపించలేడు. అనివార్య పరిస్థితుల్లో చంపవలసి వచ్చింది అంటే తప్పులేదు. అబద్ధం చెప్పి బయటపడడానికి ప్రయత్నించటం కన్నా నిజం చెప్పి బయటపడడానికి ప్రయత్నించటం మేలు. ఒక్క విశ్వనాథమే ఉన్నట్టయితే ఏదో చెప్పి చేసి ఉండేవాడిని. కానీ ఇద్దరు పోలీసులు కూడా దీన్నంతా చూశారు. కాబట్టి జరిగింది ఒప్పేసుకోవటం మంచిది" అన్నాడు.

ఆమె గొంతు పగిలేలా "లేదు. నేను చంపలేదు" అని అరుద్దామనుకుంది. కానీ నోరు పెగల్లేదు. కళ్ళప్పగించి చూస్తూ ఉండిపోయింది. అతడు బయటకు వచ్చేసేడు. ఆ ప్రాంతపు ఇన్‌స్పెక్టర్ అతడి దగ్గరికి వచ్చి నిలబడ్డాడు.

ఏమిటన్నట్టు చూశాడు ధర్మారావు.

ఇన్‌స్పెక్టర్ ఇబ్బందిగా చూశాడు. అతనికి చాలా ఇరకాటమైన పరిస్థితి.

"....ఫస్ట్ డిగ్రీ మర్డర్ సార్. ఆ అమ్మాయిమీద రేప్ ప్రయత్నం జరిగినట్టుంది. హతుడి భుజంమీద చాకు గీతకూడా ఉంది. అయితే ఆ చాకు పై గదిలో వుంది. హతుడు హంతకురాలిని అక్కణ్ణుంచి తరుముకుంటూ వచ్చి వుండాలి. ఆమె శరీరం మీద గుర్తుల్ని మన డాక్టర్ పరీక్షించాలి".

"ఆ అమ్మాయి చేతిమీద కూడా అతడి గోళ్ళ గుర్తు నిలువునా వుంది" అన్నాడు ధర్మారావు తాను దాన్ని గమనించినట్టు. ఇన్‌స్పెక్టర్ తటపటాయించి "ఆమెని అరెస్ట్ చెయ్యాలిసార్" అన్నాడు.

విలేఖర్లు అతడేం చెపుతాడా అని ఆసక్తిగా చూస్తున్నారు. ఆ సంగతి అతను గమనించాడు. కొంచెంసేపు నిశ్శబ్దంగా వున్నాడు. బలంగా శ్వాస వదుల్తూ "చెయ్యండి ఇన్‌స్పెక్టర్. తప్పదు కదా" అన్నాడు.

విలేఖర్లు వెళ్ళిపోయారు.

ఇన్‌స్పెక్టరుతో కలిసి మళ్ళీ లోపలికి వెళ్ళాడు. విద్యాధరి ఒక్కతే వుంది. "చూడమ్మా" అన్నాడు... "కంట్రోల్ రూమ్‌కి తీసుకెళ్తారు. నువ్వు అక్కడ కొంచెంసేపు వుండాలి".

'అరెస్ట్' అన్నమాట ఉపయోగించటంలేదు ఆయన.

"చాలా తొందరగా అయిపోతుంది మేజిస్ట్రేట్ దగ్గరికి తీసుకెళ్ళి ఆ తరువాత వదిలేస్తారు. నువ్వేం కంగారుపడకు".

ఆమె తలెత్తింది.

ఎంత "మామూలుగా" జరిగిపోతున్నాయ్ జరగవలసిన పనులు!!

"మిగతా విషయాలన్నీ మా ఇన్‌స్పెక్టర్ చూసుకుంటాడు- జరిగినదానికి అయామ్ సారీ- నేను వచ్చి పలకరిస్తాను".

తను హిస్టీరిక్‌గా మారి ఏడ్చెయ్యకుండా ఉండటానికి ఆమె చాలా కష్టపడవలసి వచ్చింది. రేపు జైల్లో వున్నప్పుడు కూడా ఈయన ఇలాగే వస్తాడు.

"ఎంతమ్మా? ఏడు సంవత్సరాలేకదా. నువ్వేం కంగారు పడకు. నేను వచ్చి పలుకరిస్తూ వుంటాను" అంటాడు.

ఎంత ఆపుకున్నా ఆమె కళ్ళనీరు ఆగటంలేదు. జైలు నుంచి బయటకొచ్చేసరికి తనని హేళన చేయటానికీ, గుసగుస లాడుకోవడానికీ ప్రపంచమంతా ఎదురుచూస్తూ వుంటుంది.

"అయిపోయింది! తన స్వచ్ఛమైన -ఆనంద ప్రదమైన- సజావైన జీవితం అయిపోయింది. ఈ క్షణంనుంచీ తను పబ్లిక్ ప్రోపర్టీ. ఫోటోలు -పేపర్లు- చూపుడువేళ్ళు -సానుభూతులూ -'ఆఁ ఏదో జరిగే వుంటుంది. లేకపోతే ఒంటరిగా ఎందుకు వెళ్తుంది' లాటి వెనుక మాటలు తల్చుకుని ఆమె గొంతులో దుఃఖం గరగరలాడుతూంది.

రమ్మన్నట్టు ఇన్‌స్పెక్టర్ చూశాడు.

ఆమె తలవంచుకుని అతడిని అనుసరించింది.

హాల్లో వున్న మిగతావారూ, పోలీసులూ అందరూ ఆమెవైపు కుతూహలంగా చూస్తున్నారు. ఆమె పోలీసు జీపు ఎక్కుతూ ఉంటే ఎవరో కెమెరా 'క్లిక్' మనిపించారు.

జీపు కదిలింది. ఆమె చేతులు రెండూ వళ్ళో పెట్టుకుని అలాగే కూర్చుని వుంది.

జీప్ కంట్రోల్ రూమ్‌వైపు సాగిపోయింది.

కొంచెంసేపటికి అంబులెన్స్‌లో శవాన్ని పోస్ట్‌మార్టమ్ కోసం పంపించారు. ఇల్లు తాళం వేశారు. అయిదు నిమిషాల తరువాత ఇంటిముందు గుమిగూడిన జనంకూడా ఇక అక్కడ ఆసక్తికరమైన విషయం ఏమీ లేకపోవటంతో వెళ్ళిపోయారు. అప్పటివరకూ కళకళలాడిన ఆ ప్రాంగణం, శవం కాలిపోయిన తరువాత శ్మశానంలా నిర్మానుష్యంగా మారింది.

బాగా చీకటి పడింది.

రోడ్డుమీద కూడా ఎవరూ లేరు.

అప్పటివరకూ రోడ్డుచివరే నిలబడి ఈ తతంగాన్నంతా దూరంనుంచి పరిశీలిస్తున్న ఒక వ్యక్తి ఇక అటువైపు ఎవరూ రారని నిశ్చయించుకున్నాక నెమ్మదిగా కదిలాడు. ఇంటికి వేసివున్న తాళం తీయటానికి అతడికి అరక్షణం కూడా పట్టలేదు.

లోపలికి వెళ్ళాడు.

ఇంకా రక్తం చారలు అలాగే వున్నాయి.

ఫ్లవర్‌వేజ్ ముక్కలు కూడా అలాగే వున్నాయి.

అతడు వాటిని పట్టించుకోలేదు. తనకి కావల్సింది వెతకసాగాడు. అయిదు నిముషాల తరువాత దొరికింది అది.... టేప్‌క్యాసెట్.

* * *

మేజిస్ట్రేట్ ఆమెవైపు విసుగ్గా చూశాడు.

చాలా సింపుల్ కేసు ఇది. ఇద్దరూ గదిలో వుండగా పిస్తోలు పేల్చింది. పోలీసులు ప్రత్యక్ష సాక్షులు. ఇంత సింపుల్ కేసులో కూడా ముద్దాయి తనీ హత్య చెయ్యలేదనటం అతనికి చాలా చిరాకనిపించింది.

"చట్టం అంటే అందరికీ ఈమధ్య చాలా తేలికైపోయింది. ఏదో ఒకలా తప్పించుకోవచ్చు- ముందు నేరం నేను చెయ్యలేదని వాదిస్తున్నారు. ఉన్నదున్నట్టు నిజం చెప్పి వుంటే సానుభూతి అన్నా లభిస్తుందని అనుకోరు. నోనో... నేను దీన్ని వప్పుకోను. ఈమెను కస్టడీలో పెట్టి ఎంక్వయిరీ కొనసాగించండి-"

ఆమెకు బెయిల్ నిరాకరించాడు.

ఆమె తిరిగి కస్టడీలో వుంచబడింది.

ధర్మారావుకీ విషయం తెలిసి విసుక్కున్నాడు. కోపం కూడా వచ్చింది. "ఎందుకు నీ స్వంత నిర్ణయాలు తీసుకుంటావు? నేను చెప్పినట్టు చేసివుంటే కేసు లేదుకదా" అన్నాడు.

ఆమె సమాధానం చెప్పలేదు. మనసంతా దేనితోనో నొక్కేసినట్టుంది. నేరం వప్పుకుంటే- తక్కువ శిక్షో అసలు శిక్ష పడకపోవటమో జరగవచ్చు. కాని చెయ్యని నేరం ఎందుకు ఒప్పుకోవాలి...ఆమె ఆలోచించే స్థితిలోలేదు. రాత్రిపూట చిన్న దుప్పటిమీద పడక -దోమలు -నోట్లోకి వెళ్ళటానికి నిరాకరించే ఆహారం....

మొదటిరోజు ధర్మారావు కూతురు, కొడుకులు క్యారేజ్ కారులో తెచ్చారు. రెండవరోజు వాళ్ళు కాలేజీకి వెళ్ళాలికదా- దఫ్తరీ తెచ్చాడు. చక్రధర్ హత్య

విషయం పేపర్లో పడింది. ఆమెను కమీషనర్ మేనకోడలిగా కొన్ని పేపర్లు చిత్రీకరించాయి. ధర్మారావు కాస్త ఇబ్బందిలో పడ్డాడు. పరిస్థితుల్ని యధాతథంగా చూడటం ఆమె ఇప్పుడిప్పుడే నేర్చుకుంటూంది.

ఇన్‌స్పెక్టర్ వివరంగా తీసుకున్న స్టేట్‌మెంట్‌లో తను ఎందుకు వెళ్ళిందీ, ఏం చేసిందీ చెప్పింది. సాయంత్రం ధర్మారావు వచ్చాడు. "నేను మేజిస్ట్రేట్‌తో మాట్లాడానమ్మాయ్. రేపు విడుదల చేస్తారు" అని చెప్పాడు. ఆమెకు సంతోషం వెయ్యలేదు. విడుదల అంటే పూర్తి స్వేచ్ఛ కాదు. కోర్టుకి వెళ్ళాలి. బోనులో నిలబడితే కేసు విచారణే నాలుగు సంవత్సరాలదాకా పడుతుంది. ఉద్యోగం లేదు. లాయరు ఖర్చులు– రసం పీల్చిన చెరుకులా అయ్యాక జడ్జిమెంటు వస్తుంది అటో ఇటో.

"అమ్మాయ్, చక్రధర్ పిలిచిన ఆహ్వానం మీద ఆ ఇంటికి వెళ్ళినట్టుచెప్పితే బావుంటుందేమో".

"అంటే?"

"సిగ్మా ఇన్వెస్ట్‌మెంటు రహస్యాల కోసం వెళ్ళినట్టు చెప్పటం ఎందుకూ అని".

ఆమె కన్నార్పకుండా అతనివైపు చూసింది. పాపం ఆ వృద్ధుడు రిటైర్ అవబోయేముందు అనవసరమైన చిక్కుల్లో ఇరుక్కోవటం ఎందుకూ అని ఆలోచిస్తున్నాడు. తనవరకు రానంతవరకూ ప్రతిమనిషీ, త్యాగశీలుడే, మంచివాడే. అంత ప్రాణాలకు తెగించి తనను కాపాడవలసిన అవసరం ఆయనకు లేదు. ఆ మాట అనుదీప్ చెప్పాడు.

అనుదీప్.

అవును, అనుదీప్ ఏమయ్యాడు?

ఇంతసేపూ అతను గుర్తు రాలేదేమిటి? ఆ మెస్మరిస్టయినా తనని జైలు నాలుగ్గోడల మధ్యనుంచీ బయటకు తీసుకుపోకూడదూ? అనుదీప్ ఎక్కడున్నావ్ నువ్వు?

* * *

మొదటిరోజు శాస్త్రి, కుటుంబానికి వింధ్యప్రాంతపు ఈ ప్రదేశాలన్నీ చూపాడు. కూతుళ్ళిద్దరూ ఆ ప్రాంతాన్ని బాగా ఎంజాయ్ చెయ్యటం అతడికి సంతృప్తి నిచ్చింది. గోవా తీసుకెళ్లకుండా తన అనవసరమయిన ఉత్సుకతతో

ఫ్యామిలీని ఇక్కడకు తీసుకురావటం తప్పుచేశానా అన్న గిల్టీ ఫీలింగ్ వుంటే అది పోయింది.

మరుసటిరోజు ఎంక్వయిరీలో పడ్డాడు.

ఎప్పుడో ఎనిమిది సంవత్సరాల క్రితం తాలూకు ఫోటోతో ఒక మనిషి గురించి ఎంక్వయిరీ చెయ్యటం, నూతిలో సూది గురించి వెతకటం లాటిదని తెలిసినా అతడు చెయ్యవలసిన ప్రయత్నం మానలేదు.

చిరుగాంవ్! పేరులాగే చిన్నవూరు. అయినా ఆ ఫోటోని ఎవరూ చెప్పలేకపోయారు. ఆ మరుసటిరోజే ఝాన్సీ ప్రయాణం. ఈ అర్థంలేని ప్రయాసతో దొరికిన నాలుగురోజుల శెలవూ వృథాచెయ్యదల్చుకోలేదు అతడు. అలా అని ప్రయత్నమూ మానలేదు. ఆఖరి ప్రయత్నంగా ఖుందేర్‌గాంవ్ వెళదామనుకున్నాడు.

చిరుగాంవ్‌కి నాలుగు కిలోమీటర్ల దూరంనుంచీ అడవి ప్రారంభమౌతుంది. చాలా ఇరుకయిన బాట. పర్వతాల మధ్యకి సాగిపోతుంది. అక్కడ కొన్ని గిరిజన తండాలున్నాయి. జలపాతాలూ, కొండలమధ్య దట్టమైన అడవీ, దుర్భేద్యమైన ప్రాంతంగుండా సన్నటి కాలిబాట.... అది దాటాక కొండ కవతలివైపున వుంది ఖుందేర్‌గాంవ్.

గిరిజన తండాలవరకూ ఒక బస్సు రోజు కొకసారి వెళుతుంది. అయితే అది ఎక్కడ ఆగిపోతుందో ఎవరికీ తెలీదు. ఏ పార్టుకాపార్టు వూడిపోతూ – దాన్ని టాప్‌మీద పడేసుకుంటూ సాగిపోతుంది.

ఆ బస్సులో బయల్దేరాడు రవిశాస్త్రి. ప్రొద్దున్న ఏడింటికి బయలుదేరితే పదింటికి కొంగల పాదాల దగ్గరికి చేరుకుంది బస్సు. అక్కణ్ణుంచి పడుతూ లేస్తూ ఎక్కటం ప్రారంభించింది. అతడు ఖాళీగా వుండలేదు. బస్సులోనే ఫోటో చూపించి ఎంక్వయిరీ ప్రారంభించాడు. అతడి హిందీకి వాళ్ళ హిందీకి చాలా తేడా వుంది. అయినా అర్థమౌతుంది.

అక్కడ చాలామంది అమాయకులు. బందిపోట్ల అలజడి కూడా ఎక్కువే. చంబల్‌లోయ ప్రభావం ఎక్కువ వుంది.

శాస్త్రి మొదట చిరుగాంవ్ పోలీస్‌స్టేషన్‌కే వెళ్ళాడు. అనుదీప్ ఫోటో చూపించి వాకబు చేసేడు. వేర్వేరు బందిపోట్ల ఫోటోలు, రిజిష్టర్లు తీసి వెతికాడు. ఆ పోలికలు కనపడలేదు. ఇక మిగిలింది గిరిజన ప్రాంతాల్లో వెతకటం. అనుదీప్ విద్యాధరికి చెప్పింది నిజమైతే, అతడు ఇక్కడే బైరాగుల్లో ఒకడుగా తిరిగి వుండాలి.

కొండలమీదికి వెళ్ళగానే తండాల దగ్గిర ఆగింది బస్సు. చిరుగాంవ్‌కి-ఖుందేర్‌గాంవ్‌కి మధ్య అదే పెద్ద జంక్షన్‌లా వుంది. దాదాపు అరగంట ఆగుతుంది అక్కడ. కానీ "కుండచాయ్" "కొండరటిపళ్ళు" తప్ప మరేమీ దొరకవు. గోచీగుడ్డలు పెట్టుకున్న పిల్లలు బస్సు చుట్టూ మూగారు.

బస్సుదిగి వళ్ళు విరుచుకున్నాడు రవిశాస్త్రి. "జన్మలో ఇంకెప్పుడూ ఇలా అనవసరమైన ఎంక్వయిరీలు నెత్తిన వేసుకోను"అనుకున్నాడు శపథం చేస్తున్నట్టు. అతడితోపాటు బస్సులో నలుగురికంటే ఎక్కువమంది ప్రయాణం చెయ్యటంలేదు. ఆ సుదీర్ఘమైన ప్రయాణంలో ఆ నలుగురితోనూ పరిచయం పెంచుకుని ఫోటో చూపించేడు. కానీ వాళ్ళేమీ చెప్పలేకపోయారు. ఒకరు మాత్రం "మీరు సిద్ధార్థస్వామిని కలుసుకోండి. ఆయన ఏదైనా ఆచూకీ చెప్పవచ్చు" అన్నాడు.

"ఆయన ఎక్కడ వుంటాడు?"

"తండా నుంచి ఖుందేర్‌గాంవ్‌కి వెళ్ళే దారిలో మన బస్సు మఠం దగ్గర ఆగుతుంది. అక్కణ్ణుంచి నాలుగు కిలోమీటర్లు దూరం తూర్పుగా వెళ్తే ఆశ్రమ్‌ఘాట్ వస్తుంది. సిద్ధార్థస్వామి అక్కడే వుంటారు".

"నేను చచ్చినా వెళ్ళను. ఈ పరిస్థితిలో అంత దూరం నడిచే ప్రశ్నేలేదు" అనుకున్నాడు మనసులో.

"ఆయనెప్పుడూ మఠం దగ్గరికి గానీ, తండా దగ్గరికిగానీ రారా?"

శాస్త్రిని ఓ పిచ్చివాడిని చూసినట్టు చూసి, "సిద్ధార్థస్వామి మౌనభాషి. తపస్సు నుంచి కదలడు" అన్నాడు గిరిజనుడు. వాడి హిందీ అర్థం చేసుకోవటం కూడా కష్టం అవుతోంది.

"పోనీ ఆయన శిష్యులు?"

"లేరు. ఆయన పర్వతాలు దిగిరాడు. ఈ ప్రాంతం ప్రజలే మూడు నాలుగు నెలలకొకసారి వెళ్ళి దర్శనం చేసుకుంటారు".

"పోనీ ఈ ఫోటోలో వున్న వ్యక్తి గురించి ఆయన శిష్యులెవరైనా చెప్పగలరేమో" ఆశగా అడిగాడు.

"నాకు తెలీదు".

బస్సు బయల్దేరింది. శాస్త్రి విచారంగా వున్నాడు. ఈ వూరు నుంచి ఆ ఊరు వంద కిలోమీటర్లు. ప్రొద్దున్న వెళ్ళి సాయంత్రం తిరిగి వచ్చేయొచ్చు కదా అనుకున్నాడు. బస్సు అనేది, బండి అనే వాహనం నుంచి పరిణతి చెందినది అని వూహించలేదు. బస్సు మరో నాలుగు కిలోమీటర్లు ప్రయాణంచేసి, ఆక్సిల్

విరగటంతో ఆగిపోయింది. మరో రెండు గంటల వరకూ కదిలే ప్రసక్తి లేదు. "దీనికన్నా ఒక హత్యా రహస్యాన్ని శోధించినా ప్రమోషన్ వచ్చేది–" అనుకున్నాడు.

"ఇక్కడనుంచి మఠం ఎంతదూరం?" అని అడిగాడు డ్రైవర్ని.

"అడ్డదారిన వెళితే రెండు కిలోమీటర్లు" ఒరియాలో చెప్పాడు డ్రైవర్.

"నడిచి వెళ్ళి అక్కడ వుంటాను. బస్సు బాగుపడ్డాక అక్కడికి వస్తే ఎక్కుతాను" చెప్పాడు.

"అది అపాయకరమైన దారి సార్. పులులూ అవీ వుంటాయి".

"మనుషులకన్నా అవి అపాయకరమైనవి అనుకోను" అంటూ నడక కొనసాగించాడు. బస్సులో వున్నంతసేపూ తెలియలేదు. కానీ ఎండ మాడ్చేస్తూంది. పదినిముషాలు నడిచేసరికి అడవి దట్టమైంది. కాలిబాట మాత్రం బాగానే వుంది. చుట్టూ కీకారణ్యం. చదవటమే కానీ ప్రత్యక్షంగా చూడలేదు. దూరంగా కొండలు–లోయలు– వంపుల్లో పచ్చటి తివాచీ పరిచినట్టు అడవి.

అదృష్టవశాత్తు జంతువులేవీ ఎదురుపడలేదు.

మఠం చేరుకునేసరికి గంట పట్టింది. అదికూడా ఒక ఊరులా వుంటుందనుకున్నాడు. కానీ అక్కడ అలాంటిదేమీ లేదు. సత్రం, నుయ్యీ వున్నాయంతే. మనుష్యులెవరూ లేరు.

రవిశాస్త్రికి నవ్వాలో ఏడవాలో తెలియలేదు.

ఎవడో కుర్రవాడు నేను వింధ్య పర్వతాల్లో తపస్సు చేశానంటే ఆ ఫోటో పట్టుకుని ఇంతదూరం రావటం ఏమిటి? నిజంగా పర్వతాల మధ్య తపస్సు చేసుకునేవాడైతే అతడిని జనం ఎలా గుర్తుపడతారు? ఈ మాత్రం ఆలోచన తనకి రాలేదేమిటి? అందుకే తను ఆ డిపార్టుమెంట్‌కి వచ్చాడు.

అతడు నూతిలో నీళ్ళతో మొహం కడుక్కుని సత్రం అరుగు మీద కూర్చుని బస్‌కోసం చూడసాగాడు.

ఇద్దరు గిరిజనులు ఎండుకట్టెలు ఏరుకుంటూ అతడి దగ్గరికి వచ్చి అగ్గిపెట్టె అడిగారు. అది యిస్తూ మాటలు కలిపాడు "సిద్ధార్థస్వామి ఎక్కడుంటాడు?"

అందులో ఒకడు దూరంగా కొండ చూపిస్తూ "అక్కడ" అన్నాడు.

"ఆయనకి శిష్యులు ఎవరైనా ఉన్నారా?"

"లేరు. ఆయన ఎవరితోనూ మాట్లాడరు. ఏడాది కొకసారి జాతరలో దర్శనమిస్తాడు?"

"ఇలాగే ఇంకా ఇక్కడ బైరాగులు ఎవరైనా వున్నారా?"

"చాలామంది వున్నారు బాబూ, కానీ అందులో చాలామంది వేషాలేసుకున్న వాళ్ళే! బందిపోట్లు.... పోలీసుల్నించి తప్పించుకోవడానికి పగలు అలా తిరుగుతూ వుంటారు".

"అలా కాకుండా నిజంగా పూజలు చేసుకునేవాళ్ళు?"

"ఆళ్ళూ వుంటారు. ప్రజలు అలాంటి వాళ్ళని కొలుస్తుంటారు. కానీ ఆళ్ళు ప్రజల్ని పట్టించుకోరు. తపసులోనే వుంటారు. అరటిపండు ముందు పెట్టినా ముట్టుకోరు".

రవిశాస్త్రి తన జేబులోంచి ఫోటో తీసి, "ఇతన్ని ఎక్కడైనా చూశారా?" అని అడిగాడు. వాళ్ళిద్దరూ దాన్ని అటూ ఇటూ తిప్పి "అబ్బే లేదు బాబూ" అన్నారు.

"బైరాగుల్లో...? మునుల్లో...? సాముల్లో...." అని అడిగాడు. అందులో ఒకడు -

"ఆళ్ళకి గెడ్డాలుంటాయి కదా స్వామీ" అన్నాడు సందిగ్ధంగా. అంత అమాయకులు వాళ్ళు.

అప్పటివరకూ తను చేసిన తప్పు శాస్త్రికి అర్థమైంది. నూనూగు మీసాల అనుదీప్ తాలూకు ఫోటోనే చూపిస్తూ వచ్చాడు. చిరుగాంవ్‌లోనూ గిరిజనుల్లోనూ ఈ తేడా గుర్తుపట్టే శక్తిలేదు!!!

జేబులోంచి పెన్‌తీసి ఆ ఫోటోకి గెడ్డమూ జుట్టూ పెట్టి వాళ్ళకి మళ్ళీ చూపించాడు.

అందులో ఒకడు క్షణంకన్నా ఎక్కువసేపైనా చూడకుండానే "ఈయన సిద్ధార్థస్వామే కదా" అన్నాడు. అమాయకత్వమూ ఉద్వేగమూ నిండిన కంఠంతో.

బాంబు పేలినట్టయింది.

"సరిగ్గా చూడు" అన్నాడు రవి. "ఈయనేనా ఆ కొండమీద ఉంటా డన్నావు?"

"అవును బాబూ, ఈయన ఆ కొండమీదే ఉంటాడు?"

"మొన్న నెల జాతర రోజు చూసినా కదా"

దూరంగా బస్‌వస్తూ కనిపించింది. శాస్త్రి ఇంకా షాక్‌లోనే వున్నాడు. డ్రైవర్ బస్ ఆపి "రండి సార్" అని పిలిచాడు. అతడికి ఎటు నిర్ణయించుకోవాలో తెలియలేదు. ఒకసారి కొండ ఎక్కి ఆ సిద్ధార్థస్వామిని చూడాలన్న కోర్కె బలంగా వుంది. కానీ ఈ బస్ వెళ్ళిపోతే మళ్ళీ కష్టం.

అతడు తన అనుమానం నివృత్తికోసం బస్‌లో తనతోపాటు వస్తున్న నలుగురికీ ఆ ఫోటో చూపించాడు.

"ఇది సిద్ధార్థస్వామిదే" ఒకరి తరువాత ఒకరు అన్నారు.

"కానీ అతను-"

"అతనేమిటి బాబూ... ఆయన అను. ఆయన నెల రోజుల్నుంచీ కనపడటం లేదు. నిర్యాణం చెందారని కొందరు..లేదు హిమాలయాలకు వెళ్ళారని కొందరు-"

"ఆయన వయసు?"

"వయసా -వయసెంతుంటుంది? పాటిక సంవత్సరాలుండవూ. ఈ కొండల్లోకి వచ్చే పది సంవత్సరాలవుద్దేమో... ఎవడితోనూ మాట్లాడేవాడు కాదు. అందుకే సిద్ధార్థస్వామి అని పిల్చేవారు. తేజస్సు చూస్తే యాభై సంవత్సరాలున్నట్టు కనపడేది. కానీ వయసెంతుంటది? పాతిక సంవత్సరాలుండదూ... వచ్చే పది సంవత్సరాలవుద్దేమో కదరా అన్నా...." వాళ్ళలో వాళ్ళు మాట్లాడుకుంటున్నారు.

రవిశాస్త్రికి అర్థమైపోయింది.

అనుదీప్ చెప్పింది...

బస్‌స్టాప్‌లో అమ్మాయిని చూసి, ఆ ప్రేమని ఎలా చెప్పాలో తెలియక ఏడు సంవత్సరాలు తపస్సు చేశానని అతను చెప్పినదంతా...

నిజమే!

*　　　*　　　*

"గోవాకన్నా ఈ ట్రిప్పే బాగుంది నాన్నా".

"అవునమ్మా-"

రైలు వరంగల్ దాటి విజయవాడవైపు ప్రయాణం చేస్తూంది. ఆ రోజు నాల్గుగంటలు లేటు.

భార్య కల్పించుకుని "ఇంకేం, ప్రతి సంవత్సరం అరణ్యాల్లోకి, కొండల్లోకి తీసుకువెళ్ళండి" అంది కోపంగా. కూతురు తల్లిని ఆటపట్టిస్తూ "అమ్మకయితే అసలు ఈ ట్రిప్ నచ్చలేదు నాన్నా. గోవాలో చీరలు చౌకని ఎవరో చెప్పార్ట" అంది. శాస్త్రి నవ్వేడు. కూతుళ్ళిద్దరూ పక్క కూపేలోకి వెళ్ళి పడుకున్నారు. రైలు నెమ్మదిగా వెళ్తూంది.

నిద్రకుపక్రమించబోతున్న భార్యతో శాస్త్రి అన్నాడు. "ఏవోఁయ్ ఒక ప్రశ్నడుగుతాను. సమాధానం చెపుతావా?"

ఆవిడ ఆశ్చర్యంగా చూసి, "ఏమిటి?" అంది.

"ఇరవై ఏళ్ళ సర్వీసులో నేనెన్నోసార్లు ఎన్‌కౌంటర్లకీ, నక్సలైట్ల మధ్యకీ వెళ్ళాను కదా? నేను రావటం ఆలస్యమయితే దేవుడిని ఎప్పుడన్నా ప్రార్థించావా?"

"ప్రార్థించటం ఏమిటండీ... ఎన్నిసార్లు మొక్కుకున్నానో నాకే తెలీదు".

"ఒకవేళ దేవుడు కనపడి- నువ్వు ఏడు సంవత్సరాలు ఉపవాసాలుండి కష్టపడితే తప్ప నీ మొగుడు తిరిగిరాడు అని చెప్తే, అన్ని సంవత్సరాలూ అలాగే తపస్సు చేస్తావా?"

"ఏడు సంవత్సరాలేమిటండీ, ఎంత కాలమైనా చేయాల్సిందే-"

"మొగుడి కోసమా?"

"కాకపోతే..."

ఆమె మాట పూర్తికాకుండా "కాకపోతే మొగుడు లేకుండా ఇల్లెలాగ గడుస్తుంది? అనా-" అన్నాడు. ఆమె అతడివైపు చూసి, ఉన్నట్లుండి కళ్ళనీళ్ళెట్టుకుంటూ "అయ్యో! వద్దంటున్నా ఆ ఆడవుల్లోకి వెళ్ళారు. ఏదో సోకింది మీకు. నేనేంచేతుౖనోయ్ - దేవుడోయ్" అని విలపించసాగింది. ఆవిడ్ని ఓదార్చేసరికి తల ప్రాణం తోకకి వచ్చింది శాస్త్రికి.

"అదికాదోయ్! నా ఉద్దేశ్యం ఏమిటంటే- ఒక్క పండక్కి చీరె కొనకపోతే అలిగి ఇల్లంతా ఒక కొలిక్కి తెస్తారు కదా మీ ఆడవాళ్ళు... మొగుడు వరసగా నాల్రోజులు కాస్త ఆలస్యంగా ఇంటికొస్తే రకరకాల అనుమానాల్తో వేధిస్తారు కదా- రెండు నెలలపాటూ మా చెల్లి ఇబ్బందుల్లో వున్నదని జీతంలో కాస్త పంపిస్తే మనకీ ఎదిగిన కూతుళ్ళున్నారని సాధించావు కదా- మన పెళ్ళయ్యాక నేను చేసిన పనుల్లో కనీసం సగానికి పైగా నీకు నచ్చలేదు కదా -అయినా నా కోసం నువ్వు ఏడు సంవత్సరాలు తపస్సు చేస్తానంటే -అది నీ మొగుడు కోసమా లేక నా కోసమా అన్న అనుమానం వచ్చిందంతే".

పైకి అనలేదు. మనసులోనే అనుకున్నాడు.

భార్య అప్పటికే నిద్రలోకి జారుకుంది.

రైలు నెమ్మదిగా వెళుతుంటే తనూ నిద్ర కుపక్రమిస్తూ అనుకున్నాడు. "అనుదీప్! నీ తపస్సు సంగతి దేవుడెరుగు కానీ మొత్తం వైవాహిక వ్యవస్థనే ప్రశ్నించేటంత అనుమానం కల్గించావు కదయ్యా. మామూలు ఇన్‌స్పెక్టర్‌గా వున్నప్పుడే బావుండేది. కాస్త జ్ఞానం వచ్చాక అన్నీ అనుమానాలే కలుగుతున్నాయి".

* * *

అతను లేచేసరికి రైలు ఖమ్మంలో వుంది.

"దిగి నడిచి వెళ్దామా. తొందరగా వెళ్ళొచ్చు" అంటోంది కూతురు. శాస్త్రి విసుక్కుంటూ ప్లాట్‌ఫాం మీదకు వెళ్ళాడు. అప్పటికా రైలు పదిగంటలు లేటు.

పేపరు కొనుక్కొచ్చి చదవటం ప్రారంభించాడు.

రెండో పేజీలో అతడి చూపు ఆగిపోయింది. విద్యాధరి అరెస్టు– చక్రధర్ హత్య వార్త అక్కడ వుంది. అక్కడ ముందుకు వంగి, గబగబా ఆ వార్త చదివాడు.

అతడి మొహం పాలిపోయింది. విద్యాధరి కోసం కాదు. అనుదీప్ మీద జాలితో –"ఈ వార్త నాకే ఇంత షాక్‌లా తగిలితే, ఇక అతడు దీన్నెలా భరించాడో" అనుకున్నాడు.

రైలు కదుల్తున్నంతసేపూ అతడి ఆ ఆలోచనలు దీని గురించి సాగినయ్. రెండు గంటల తర్వాత రైలు విజయవాడ స్టేషన్‌లో ఆగింది.

* * *

ఎవరో వచ్చారని పోలీసు ఆమెని విజిటర్స్ గదిలోకి తీసుకొచ్చింది. ఈ మూడు రోజుల్లోనూ ఆమె బాగా వడిలిపోయింది. కమీషనర్‌గారి తాలూకు అవటం ఆమెని బాగా చూస్తున్నారు కానీ లేకపోతే మామూలుగా అయితే ఆత్మహత్య చేసుకుని చచ్చిపోయేది. అంత ఘోరంగా ఉందా వాతావరణం.

ఆమె విజిటర్స్ రూమ్‌లోకి అడుగు పెడ్తూండగా గడియారం తొమ్మిది కొట్టింది. తనకోసం వచ్చినదెవరా అని తలెత్తి చూసింది.

అనుదీప్ కూర్చుని వున్నాడు.

ఆమె మనసులో ఏదో తెలియని భావం... అది సంతోషమో– ఇదంతా ఇతనివల్లే జరిగింది అన్న కోపమో– తను దోషిగా అతడిముందు నిలబడవలసి వచ్చిందే అన్న బాధో–

"ఐయామ్ సారీ" అన్నాడు అనుదీప్."....మూడు రోజుల్నుంచీ రావాలని ప్రయత్నం. కానీ వీళ్ళు విజిటర్స్‌ని రానివ్వటం లేదు".

ఆమెకి ఎవరిమీదో తెలియని కసి, నిస్సహాయత, కోపం.

"ఇదంతా నీ వల్లే... నీ వల్లే జరిగింది" అంది రుద్ధమైన కంఠంతో.

అతను ఆశ్చర్యపోయి "నావల్లా?" అన్నాడు.

"ఆ సినిమాహాల్లో నువ్వుగానీ వెంటపడకపోతే ఆ ధర్మారావుగారు ఎవరో నాకు తెలిసేది కాదు" అంది.

అతడు వప్పుకుంటున్నట్టు మౌనం వహించాడు. అది నిజంగా గొప్ప ఫిలాసఫీ. చాలా గొప్ప వేదాంతం.

మనుష్యులు తమకేదైనా కష్టంగానీ, నష్టంగానీ కలిగితే "నేను కాదు. ఇదిగో దీనికి కారణం ఇది" అని వెంటనే ఒక ముగింపు నిర్ణయానికి వచ్చేస్తారు. మనిషి జీవితంలో ప్రతీ మూవ్ (Move)కీ ఒక స్వలాభాపేక్ష ఉంటుందని-ఒక్కొక్కసారి అది నష్టం తెప్పిస్తుందని గ్రహించరు. భర్తకి గుర్రప్పందేల్లో అయిదువేలు వచ్చిందని తెలియగానే నెక్లెస్ కొనుక్కొంటానని గారాబం పోయే భార్య, మరుసటి రోజు అయిదువేలు పోయి ఆ బాధలో తాగివస్తే "దానికితోడు ఇదికూడా నేర్చుకున్నారా" అని రాగాలు తీస్తుంది. ఆ రోజు అతనివల్లే ధర్మారావుకి పరిచయం అయిందని ఆమె నెపం వేసింది. అతడు కూడా వెంటనే అని వుండవచ్చు. "ఆ రోజే నేనూ చెప్పాను. అనవసరంగా పోలీసు గొడవల్లో ఇరుక్కోకూ, నిన్నెవరూ రక్షించరూ" అనొచ్చు. అలా అనటం చాలా సులభం కూడా. కొడుకుని "నేను చెప్పానా–సైకిల్ వద్దు పడతావురా అని, అయినా వినలేదు. చూశావా ఎలా దెబ్బలు తగిలాయో" అని తిట్టే తల్లి, "జర్వం వచ్చినప్పుడే డాక్టర్‌కి చూపించుకోమన్నానా. వినలేదు. చూడు -జాండిస్‌లోకి దింపింది" అని తిట్టే భర్తా - నేను చెప్పానా - చెప్పానా–చెప్పానా -అంటూ తమని తాము సమర్థించుకోవటానికి ఇచ్చే విలువ... పడకపోతే సైకిల్ రాదనీ, డాక్టర్‌కి చూపించినా జాండిస్‌ని అతడు ఆపలేడనీ రీజనింగ్‌కి వస్తే ఎంత బావుణ్ణు. తమ అజ్ఞానాన్ని కప్పిపుచ్చుకోవటానికి అవతలివాళ్ళ మీదకు తప్పు తోసేసే నైజాన్ని మనిషి వదిలి పెట్టాలంటే, బహుశా అనుదీప్‌లాగా ఏడేళ్ళు తపస్సు చేయాలేమో?

అతడు నిశ్శబ్దాన్ని భంగపరుస్తూ "నువ్వేమీ బెంగపడకు విద్యాధరీ! ముఖ్యంగా - ఎక్కువ ఆలోచించి మనసు పాడుచేసుకోకు" అన్నాడు.

"బయట గట్టుమీద ఉండి చెప్పటం చాలా సులభం"

అతడు దాన్ని పట్టించుకోకుండా అన్నాడు. "కష్టాల్లో ఉన్నప్పుడు 'నా' అనేవాళ్ళు దగ్గిరుండాలని ప్రతివాళ్ళూ అనుకుంటారు. నువ్వు ఇప్పుడు కష్టాల్లో ఉన్నావు. కాబట్టి నీకు సానుభూతి చెప్పి, ఆ మార్గం గుండా ప్రేమని పొందాలనే ఉద్దేశ్యంతో రాలేదు నేను. చాలా మంది ఆడవాళ్ళకి మొగవాళ్ళు దగ్గిరయ్యేది ఇలాగే. నేనీ మూడురోజులూ నిన్ను కలుసుకోకపోవటానికి కారణం కూడా అదే. ప్రేమకి పునాది సానుభూతి కాకూడదు అని నా ఉద్దేశ్యం. ముఖ్యంగా నా మీద నీకు ప్రేమ ఉద్భవించటానికి".

రోషంగా ఆమె తలెత్తింది. అతనే కొనసాగించాడు.

"మరి ఇప్పుడెందుకు వచ్చానన్నది నీ ప్రశ్న కావొచ్చు. నీ బాధ తగ్గేమార్గాలు చెప్పటానికి వచ్చాను. నువ్వు ఇక్కడ భౌతికంగా పడే బాధకన్నా, నలుగురూ బైట ఏమనుకుంటున్నారో అన్నబాధే ఎక్కువ. అంటే శారీరక బాధకన్నా కృత్రిమమైన మానసిక బాధే ఎక్కువన్నమాట..రేపేమవుతుందో అని 'భవిష్యత్తు' గురించి బాధ. అయ్యో– ఇలా జరిగిపోయిందే అని 'గతం' గురించి బాధ. చూశావా! వర్తమానపు బాధకన్నా గతం భవిష్యత్తుల బాధే ఎక్కువ. అదిగ్రహిస్తే– వర్తమానంలో బాధే ఉండదు".

ఆమె చేతులు జోడించి "వెళ్తావా - ఇక" అంది. "చేసింది చాలు. బాధల గురించీ, ఉపన్యాసాల గురించీ నేను వినలేను".

"నువ్వు తప్పు చేయలేదుగా, ఎందుకంత బాధ నీకు?"

ఆమె నిరాసక్తంగా– "తప్పు చెయ్యకపోతే జైల్లో ఎందుకుంటాను?" అంది.

"గాంధీ నుంచి ఇందిరాగాంధీ వరకూ ఏ తప్పూ చెయ్యకుండానే కాస్తో కూస్తో జైల్లో వున్నారు".

"నీ కిదంతా నవ్వులాటగా వుందా?"

"లేదు. నిన్ను నవ్వించే ప్రయత్నంలో ఘోరంగా విఫలమవుతున్నానని మాత్రం తెలుస్తోంది. అతడు నిన్ను రేప్ చేయబోయాడా..."

అనుదీప్ మాటలు పూర్తికాకుండానే ఆమె "లేదూ. లేదూ. లేద ." అని అరిచింది. "– ఎన్నిసార్లు చెప్పినా నమ్మరేం? రేప్ చేయబోతుంటే పొర పాటున చంపేనంటే వదిలి పెట్టేస్తారట! అలా అని చెయ్యని నేరాన్ని నేనెందుకు వప్పుకోవాలి? నేనొప్పుకోను" అంటూ అరవసాగింది.

బయట గుమ్మం దగ్గరున్న పోలీసు లోపలికి తొంగిచూసి మళ్ళీ తప్పుకుంది. ఆమె ధర్మారావుగారి తాలూకు కాకపోతే విజిటర్‌ని అంతసేపు ఉంచేవారే కాదు.

"నువ్వు చెప్పినమాట అబద్ధమని నేననలేదే" అన్నాడు. అప్పటివరకూ ఉద్వేగంగా వున్న ఆమె, అతడివైపు చూసి "మరి" అంది సందిగ్ధంగా.

"నువ్వు దోషివి కాదని తెలిసీ వాళ్ళు అనవసరంగా అలా ఎందుకంటున్నారు - అంటున్నాను".

ఇన్నాళ్ళకి కనీసం తను చెప్పేది వినేవాడూ, నమ్మేవాడూ దొరికేడు అన్న తృప్తి ఆమె కళ్ళలో కనిపిస్తూ వుండగా– "కనీసం నువ్వు నమ్ముతావా నన్ను" అంది.

"నువ్వు చెప్పేదాంట్లో కాస్త తర్కం కనిపిస్తోంది. పోలీసుల కళ్ళబడే సమయానికి కాస్త అటూ ఇటూగా నీ చేతిలో ఫ్లవర్‌వేజ్ ఉందని వాళ్ళు కూడా

వప్పుకుంటున్నారు కదా. పిస్తోలుతో చంపి అరక్షణంలో దాన్ని పడేసి, ఎవరూ ఘ్లవర్‌వేజ్ ఎత్తి పట్టుకోరు. దాని అవసరం ఏముంది? శవం తల బ్రద్ధలు కొట్టటానికా???"

ఆమె అతడివైపు పిచ్చిదాన్లా చూస్తూ "ని...జ...మే... ని...జ...మే... కదూ..." అని గొణుక్కుంది. పోలీసులు అరెస్ట్ చేసినప్పటి నుంచీ ఆమె ఏడవలేదు. ఇప్పుడొచ్చింది ఏడుపు. చల్లగాలి తాకిడికి మేఘం వర్షించినట్లు... ఒక్క మనిషి తన్నవైపు వకాల్తా పుచ్చుకుని మాట్లాడేసరికి ఆమె బేలగా ఏడవటం మొదలుపెట్టింది. అప్పటి వరకూ బిగించిపట్టుకున్న బింకంపోయి ఒక సాధారణ స్త్రీలా దుఃఖించ సాగింది.

అతడు ముందుకు చేతులు సాచబోయి చప్పున ఆగిపోయాడు. 'ఊహూ ఇదికాదు, ఇలాకాదు?' అనుకున్నాడా? 'కాదు. ఈ అవకాశాన్ని ఉపయోగించుకోవటం ప్రేమ అవదు' అనుకున్నాడా? ఏమో. అతడి మనసులో ఏ భావం కదలాడిందో అతడికే తెలీదు. తలవంచుకుని అక్కణ్ణుంచి వెనుదిరిగి కదిలి పోయాడు.

అతడు తలెత్తి చూసేసరికి లేడు.

ఒక చెయ్యి ఫాంటు జేబులో పెట్టుకొని మరొక చెయ్యి చేతిసంచిమీద వేసి, అతడు పోలీస్‌స్టేషన్ మెట్లుదిగి కాంపౌండ్‌వాల్ గేటు దగ్గర్నుంచి బయటకు వస్తుండగా పక్కనుంచి "సిద్ధార్థస్వామీ" అని వినిపించింది.

ఉలిక్కిపడ్డాడు. చాలాకాలం తరువాత, మొట్టమొదటిసారి అలా అదిరిపడటం!

...ఉలికిపాటును కప్పిపుచ్చుకుంటూ తలతిప్పి చూసేడు.

ఇన్‌స్పెక్టర్ రవిశాస్త్రి అతడి దగ్గరకి వస్తున్నాడు.

గుడ్‌మార్నింగ్ నా పేరు రవిశాస్త్రి. ఇన్‌స్పెక్టర్‌ని" చేయిసాచి అన్నాడు.

అనుదీప్ ఆ చెయ్యి అందుకోలేదు. శాస్త్రివైపే చూస్తూ వుండిపోయాడు.

"అలా నడుస్తూ మాట్లాడుకుందామా?" అని అడిగాడు శాస్త్రి. ఇద్దరూ నడక సాగించారు.

"నిన్నే నేను ఖుందేర్‌గాంవ్ నుంచి వచ్చాను" ఉపోద్ఘాతంగా అన్నాడు శాస్త్రి. "పదిహేను రోజుల క్రితం అక్కడ సిద్ధార్థస్వామి మాయమయ్యాడు" వెటకారం ధ్వనించకుండా జాగ్రత్తపడుతూ అన్నాడు.

"వివరాలు అక్కర్లేదు. నేను సిద్ధార్థస్వామిని. అయితే నేనా పేరు పెట్టుకోలేదు. అక్కడి జనం నాకా పేరు పెట్టారు. అందులో నా తప్పేం లేదు".

"మీ తప్పు వుందని నే ననలేదు. మీరు అర్థంతరంగా తపస్సు ఎందుకు మానేశారో తెలుసుకోవచ్చా?"

"దైవసాక్షాత్కారం లభించింది కాబట్టి" క్లుప్తంగా అన్నాడు అనుదీప్.

శాస్త్రి ఆశ్చర్యంగా అతడివైపు చూశాడు. అనుదీప్ మొహం భావరహితంగా వుంది.

"దేవుడు కనపడ్డాడా?"

"కనపడ్డాడు".

"ఏమన్నాడు?"

"మామూలే. నీ భక్తికి మెచ్చితిని, నీకేం కావాలో కోరుకో అని".

"మరి ఏం కోరుకున్నారు?"

"ఏమీ కోరుకోలేదు–"

"వ్హాట్?"

"అవును. నేను తపస్సు చేసింది విద్యాధరి అనే అమ్మాయి ప్రేమ కోసం. కానీ అన్నేళ్ళు తపస్సు చేసి తీరా దేవుడు ప్రత్యక్షమయ్యాక నాకేమనిపించిందంటే...."

"ఏమనిపించింది?"

"నా ప్రేమకి భగవంతుడి రికమండేషన్ ఎందుకు అనిపించింది. నేను కోరగానే ఆ దేవుడు గాలిలో చెయ్యి ఊపుతాడు... విద్యాధరి గుండెల్నిండా ప్రేమ పొంగి పొర్లి –నన్ను ప్రేమించటం మొదలుపెడుతుంది. అలాటి ప్రేమ నాకెందుకు? నా స్వశక్తితో సంపాదించుకోవాలి గానీ, భగవంతుడి సాయంతో కాదు. ఆ మాటే దేవుడితో చెప్పాను".

"ఏమన్నాడు?"

"ఆశ్చర్యపోయాడు. మరింతకాలం తపస్సు ఎందుకు చేశావు అని అడిగాడు. ఈ సత్యం తెలుసుకోవటానికి అన్నాను. నవ్వేడు. నీ పేర్న బోలెడు పుణ్యం జమ అయివుంది. ఎప్పుడు కావాలంటే అప్పుడు వచ్చెయ్. స్వర్గంలో స్థానం ఉంటుంది– అన్నాడు".

"మరి అతడితోపాటు వెళ్ళిపోకుండా మనుష్యుల మధ్యకి తిరిగి ఎందుకొచ్చావు?"

"ఆఖరి ప్రయత్నం చేద్దామని".

"ఏదీ విద్యాధరి ప్రేమని పొందటమా?"

"అవును. ఈ విషయం చెప్తే దేవుడు దానికి కూడా నవ్వేడు. పిచ్చివాడా! దేవుడినై ఉండి నేనే మనుష్యుల గుండెల్లో గుప్పెడంత ప్రేమని నింపలేకపోయాను. నువ్వేం చేయగలవు అన్నాడు. ప్రయత్నించటంలో తప్పులేదుగా- అన్నాను. మేమిద్దరం కలిసి కొన్ని సూత్రాలు పెట్టుకున్నాం. ఆ నిబంధనలకు లోబడి ఆమె ప్రేమని పొందాలన్నమాట".

"ఏమిటవి?"

1. "నన్ను నన్నుగా ఆ అమ్మాయి ప్రేమించేలా చేసుకోవాలి. నా వాక్చాతుర్యంతో గాని, నా ధీరోదాత్త మయిన చర్యలతోగానీ, మంచి బహుమతులు ఇవ్వటం ద్వారాగానీ, మోర్నింగ్ షోలకి తీసుకువెళ్ళటం ద్వారాగానీ, పొరపాటున తగిలినట్టు శరీరం తాకించి, ఆ విధంగా ఆ అమ్మాయిలో మొగస్పర్శ తాలూకు టెమ్టేషన్ కలిగించటం ద్వారాగానీ, ఆ అమ్మాయికి దగ్గర కాకూడదు.

2. ఆ అమ్మాయి అభిప్రాయాల్తో ఏకీభవిస్తున్నట్టు మాట్లాడటం, ఆ అమ్మాయి కష్టాల్లో వుంటే ఓదార్చి, ఆ విధంగా దగ్గరవటం, నా కష్టాలు ఆమెకి చెప్పి అమె సానుభూతి పొందటానికి ప్రయత్నించటం- ఇలాటివి చెయ్యకూడదు.

3. ఏ విధమైన వాగ్దానాలూ - అంటే, మంచి భవిష్యత్తు, సుఖప్రదమైన సంసారం, సెక్యూరిటీ, ఇలాటివేమీ ఆశ చూపకూడదు" అనుదీప్ గుర్తు తెచ్చుకుంటూ చెప్పాడు.

శాస్త్రి అతడివైపు వెర్రివాణ్ణి చూసినట్టు చూశాడు.

"ఇలా అయితే విద్యాధరి కాదుకదా...ఏ అమ్మాయీ నిన్ను ప్రేమించదు. ఏ అమ్మాయి అయినా నిన్నెందుకు ప్రేమించాలి? నువ్వామె భర్తవి కావు. కనీసం సరదాగా కూడా మాట్లాడవు. చిన్న బహుమతి కూడా కొనిపెట్టవు. కనీసం ముద్దుకూడా పెట్టుకోవు. మరి నిన్నెందుకు ప్రేమించాలి? ఆమె 'సరే అంటే' పెళ్ళి చేసుకోవటానికి ఎందరో యువకులు ఉన్నారు. 'ఉట్టి స్నేహమే' అయితే లక్షలమంది క్యూలో ఉంటారు. ఇందర్ని కాదని నిన్నెందుకు ప్రేమించాలి?"

"అందరికన్నా ఎక్కువగా నేను ఆమెను ప్రేమిస్తున్నాను కాబట్టి. వాళ్ళందరిదీ స్వార్థం. సంసారం, శారీరక సుఖం, పొగడ్త, తమకో గృహం ... ఇవన్నీ ఆలోచించి ప్రేమిస్తున్నారు. నేనలా కాదు. నా ప్రేమ నిస్వార్థమైనది. ఆమె నాకవసరంలేదు. గుర్తింపు కావాలి. నిస్వార్థమైన ప్రేమకి ఈ ప్రపంచంలో గుర్తింపు లేదా? ఆ ప్రశ్నకి జవాబు కావాలి".

రవిశాస్త్రికి కొద్దిగా అర్థమైంది - కొద్దిగా కాలేదు.

"ఆమెకి నీ గురించి ఏమీ తెలీదు. ఎందుకు ప్రేమించాలి?"

"చాలా మంచి ప్రశ్న. నేటి యువతరపు గుండెల్లోకి సూటిగా వెళ్ళవలసిన ప్రశ్న. ఏం తెలుసుకొని ఒకర్నొకరు ప్రేమిస్తున్నారు అన్నది. నాలుగుసార్లు కలుసుకోగానే ప్రేమ ఉత్పన్నమవుతున్నది వీరిమధ్య. దానికన్నా నా ప్రేమ బెటరుకదా. నేను ప్రేమించమని అడగడం న్యాయసమ్మతం కదా".

"మరి దీనికి దేవుడు ఏం సమాధానం చెప్పాడు?"

"సర్వ సార్వభౌమత్వం అడుగు ఇస్తాను. మణులు మాణిక్యాలు అడుగు ఇస్తాను. ఇలాంటి ఇబ్బందికరమైన ప్రశ్నలు మాత్రం అడక్కు. మనుష్యుల సంగతి నాకు తెలీదు-అన్నాడు. నేనే కనుక్కుంటాను. నెల రోజుల టైమ్ ఇమ్మనమని అన్నాను. ఇరవై అయిదు రోజులు అయిపోయాయి. ఇంకో అయిదు రోజులే ఉంది. ఈ లోపు ఆమె నా ప్రేమని అంగీకరిస్తే వుంటాను. లేకపోతే వెళ్ళిపోతాను".

"కానీ ఆమె మెడలోతు ఊబిలో కూరుకుపోయి వుంది ప్రస్తుతం. అయిదు రోజులు కాదుకదా అయిదు సంవత్సరాలకయినా బయటపడుతుందని నేను అనుకోను. అన్నట్లు నువ్వు సర్వశక్తి సంపన్నుడివి కదా. నీ ప్రేమ స్వచ్ఛమైనదీ, బలమైనదీ అయితే ఆమెని బయటికి తెచ్చేమార్గం ఆలోచించలేవూ? అఫ్‌కోర్స్... ఆమె నిర్దోషి అయితేనే సుమా".

"ఆమె దోషో కాదో నిర్ణయించటానికి మానవాతీత శక్తులూ, దైవమహిమలూ అవసరం లేదనుకుంటాను. మీ డిపార్టుమెంటు వారు కాస్త తార్కికంగా ఆలోచిస్తే చాలు".

"ఏమిటి నీ ఉద్దేశ్యం?"

"ఇప్పుడే లోపల చెప్పి వచ్చాను" అంటూ ఫ్లవర్‌వేజ్ గురించి వివరణ ఇచ్చాడు. శాస్త్రి అంతా విని ఆలోచనలో పడ్డాడు. కానీ వెంటనే సాలోచనగా "అది డిఫెన్సుకి ఏ విధంగానూ ఉపయోగపడదు. ఆమె అతడిని చంపి మరణం నిర్ధారణం కాక ఫ్లవర్‌వేజ్‌ని ఎత్తి చంపటానికి మరోసారి ప్రయత్నం చేసి వుండవచ్చు. అలా అని ప్రాసిక్యూటర్ వాదిస్తాడు".

"మెడ వెనుక పిస్టల్ పెట్టి కాల్చేవరకూ రేప్ చేస్తున్న వ్యక్తి ఊరుకోడు. అలా కాల్చిన తరువాత తీరిగ్గా కుర్చీలో కూర్చుని చావడు".

"అదీ పాయింటే. కానీ ఒకరు కాదు నలుగురు సాక్ష్యమున్నారు. వాళ్ళు లోపలికి ప్రవేశిస్తూంటే శబ్దం వినిపించింది. ఆ పిస్టల్ అక్కడే వుంది. అన్నిటికన్నా ముఖ్యంగా రెండు గుళ్ళు అందులోనుంచే వదలబడ్డాయి. ఎవరూ లోపలికి వెళ్ళటానికి దారి లేదు" అన్నాడు శాస్త్రి.

అనుదీప్ నవ్వేడు. నవ్వుతూ జేబులోంచి ఒక క్యాసెట్ తీసి ఇచ్చేడు – "ఇది వినండి. మీ చాలా అనుమానాలకి ఇది సమాధానం చెపుతుంది".

"ఏముంది ఇందులో?"

"వింటారుగా. ఎంత తొందరగా వింటే అంత తొందరగా విద్యాధరి విడుదల అవుతుందని అనుకుంటున్నాను. వెళ్ళొస్తాను" అంటూ అక్కణ్ణుంచి కదిలి పోయాడు.

శాస్త్రి అలాగే వుండిపోయాడు. వింధ్యపర్వతాల గురించి ఎన్నో అనుమానాలు అలాగే వుండిపోయాయి. అతడి మనసులో – ఎన్నో అడుగుదామనుకున్నాడు అనుదీప్‌ని. కానీ వాటికన్నా ఈ కేసు ఇంటరెస్టింగ్‌గా వుంది.

అతడు మరి ఆలస్యం చేయలేదు. వెంటనే ఇంటికి బయలుదేరాడు. మనసంతా, ఆ క్యాసెట్‌లో ఏముందో అన్న టెన్షన్. హాల్లోకి వెళ్ళగానే టేప్ రికార్డర్ ఆన్ చేస్తున్న తండ్రిని చూసి కూతుళ్ళు ఏవైనా కొత్త పాటలా నాన్నా? అని అడిగారు. అతడు సమాధానం చెప్పకుండా PLAY అన్న బటన్ నొక్కాడు. ఒకటి ....రెండు...మూడు నిముషాలు గడిచాయి.

ఏమీ లేదు.

నిశ్శబ్దంగా కదుల్తోంది క్యాసెట్.

తిప్పి పెట్టాడు.

అటూ ఏమీలేదు.

సిద్దార్థస్వామి తనమీద ప్రాక్టికల్ జోక్ వేశాడేమో అనుకున్నాడు. కాస్సేపు దాన్ని అటూ ఇటూ తిప్పి ప్రయత్నించాడు. ఏమీలేదు.

"ఇక దానితోనే కూర్చుంటారా– భోజనానికి వస్తారా?" అంది. కూతుళ్ళు కూడా అతడికోసం ఎదురుచూస్తున్నారు. టేప్ విషయం మర్చిపోయి కబుర్లలో పడ్డాడు.

"అన్నట్టు చెప్పటం మర్చిపోయా నాన్నా! మొన్న అక్కయ్య బస్సులో ఎవర్నో కొట్టిందన్నాను చూడు. వాడికి పెళ్ళయినట్టుంది".

ముద్ద నోట్లో పెట్టుకోబోతూ శాస్త్రి తలెత్తి నవ్వాడు. "నిజంగా పెళ్ళయిందా?"

"ఇంకెవరో అమ్మాయితో కలిసి కనపడ్డాడు".

"భార్యేనో లేక ఎవత్తెనైనా వెంటేసుకుని తిరుగుతున్నాడో" శాస్త్రి భార్య అంది.

"నేను వెళ్ళి పలకరిద్దామనుకున్నాను నాన్నా. అక్కయ్య వద్దంది".

"చేసిన నిర్వాకం చాల్లేండి. మళ్ళీ వెళ్ళి పలకరించటం కూడా దేనికి! పైగా పక్కన వాళ్ళావిడ వుండగా–"

"అమ్మకెప్పుడు ఎవరిమీద కోపం వస్తుందో, ఎప్పుడు జాలి వేస్తుందో నాకు ఊహ తెలిశాక అర్థంకాలేదు నాన్నా".

"నీ కేమిటమ్మా, నాకు పెళ్ళయినప్పటినుంచీ తెలియటం లేదు".

ఆ గదిలో బిగ్గరగా నవ్వులు ప్రతిధ్వనించాయి. సరీగ్గా అప్పుడే –

వాళ్ళ నవ్వుల్ని అధిగమిస్తూ, ఆ గదిలో వస్తువులు అదిరిపోయేలా వినిపించింది రివాల్వర్ శబ్దం.

రవిశాస్త్రి భార్య చేతిలో గంట టేబుల్‌మీద పడింది. కూతురు కెవ్వున కేక వేయబోయి అతికష్టంమీద ఆపుకుంది. శాస్త్రి ఒక్క ఉదుటున లేచి ముందుగదిలోకి వచ్చాడు.

ముందు గది తలుపులు వేసి వున్నాయి.

గదిలో ఎవరూ లేరు.

శబ్దం వినిపించింది టేప్ రికార్డర్‌లోంచి అని తెలుసుకోవటానికి అతడికి అరనిముషం పట్టింది.

సరీగ్గా అప్పుడే ఫోన్ మ్రోగింది.

* * *

మోటార్‌సైకిల్ ఆపి రవిశాస్త్రి గుడిమెట్లు ఎక్కాడు. స్థంభం పక్కకూర్చుని వున్నాడు అనుదీప్. చాలా హడావుడిగా వచ్చినట్టు శాస్త్రి మొహంమీద చెమట చుక్కలు మెరుస్తున్నాయి.

"అయితే వాళ్ళు నలుగురూ విన్నది టేప్‌రికార్డర్‌లో శబ్దమన్నమాట" అన్నాడు రాగానే ఉపోద్ఘాతం లేకుండా.

"అయ్యుండవచ్చు –అన్న అనుమానం మీకు రాకపోవడం దురదృష్ట కరం".

"నీ ఫోన్ వచ్చినప్పటినుంచీ, ఇక్కడికి వచ్చేవరకూ ఆలోచిస్తూనే వున్నాను. నాకు ఒక్కటీ అర్థంకాలేదు. విద్యాధరి చెప్పిందంతా నిజమైతే రహస్యపు అరలోంచి పిస్టల్ ఆమే తీసింది. అదే అక్కడ ఉంది. దాని శబ్దమే అందరూ విన్నారు. మరి దాన్ని ఎవరు పేల్చారు? అంతకుముందు దాని శబ్దం ఆమె వినలేదు కదా–" అనుదీప్ నవ్వేడు "నేను భగవంతుడిని కాను. నిజంగా జరిగిందేమిటో నాకు తెలియదు. విద్యాధరిని నేను ప్రేమిస్తున్నాను కాబట్టి ఆమె చెప్పినదంతా నిజమని

నమ్మి, ఆ కోణం నుంచి తార్కికంగా ఆలోచిస్తూ వస్తే నాకు తోచింది అది. అదే మీకు చెప్పాను. మిగతా ఇన్వెస్టిగేషను మీరు పూర్తిచేస్తే ఇంకా కొన్ని విషయాలు తెలియవచ్చు".

శాస్త్రి తల గోక్కుంటూ, "ఇంకేం చెయ్యాలి? అసలెక్కణ్ణుంచి ప్రారంభించాలి?" అన్నాడు- పోలీసు డిపార్టుమెంటు సగటు ప్రతినిధిలా.

"ఒక్కొక్క విషయమే ఆలోచించుకుంటూ రండి. ఉదాహరణకి- కమీషనర్ ధర్మారావ్‌గారు చెప్పిన దాని ప్రకారం, విశ్వనాథం అనే యస్సై టెలిఫోన్ బూత్‌నుంచి కమీషనర్ గారికి ఫోన్ చేశాడు. 'ఇప్పుడే సంపత్ ఆ ఇంట్లోకి వెళుతున్నాడు. నన్నుకూడా వెళ్ళమంటారా సార్' అని అడిగాడు. ఆయన వెళ్ళమనగానే ఇద్దరు పోలీసుల్ని తీసుకుని ఆ ఇంట్లోకి వెళ్ళాడు. అప్పటివరకూ సంపత్ ఏం చేస్తున్నాడు? టెలిఫోన్ బూత్ నుంచి చక్రధర్ ఇంటికి నడక అయిదు నిముషాలుపడితే, ఈ అయిదు నిముషాలు కార్లోనే కూర్చుని సంపత్..... ఎవరొస్తారా అని ఎదురు చూస్తున్నాడా? విశ్వనాథానికైనా అతడు అప్పుడే కారు దిగుతూంటే అనుమానం రాలేదా? లేక ఇద్దరూ కలిసి......"

"ఆగు" చప్పున అన్నాడు రవిశాస్త్రి, "...ఇదంతా నిజమేలా వుంది. మైగాడ్... మా డిపార్టుమెంట్ ...మైగాడ్..."

"మీరు మాటి మాటికి దేవుడిని తల్చుకోనవసరంలేదు. ఈ సంఘటనలన్నీ వరుసగా పేరిస్తే చదివే పాఠకుల్లో సగం మందికి పైగా ఈ అనుమానాలే వచ్చివుండవు. వాళ్ళకన్నా మీరు నయం. కనీసం నన్ను అనుమానించలే..." అతడిమాటలు పూర్తి కాలేదు. రవిశాస్త్రి ఫీల్డులో కూడా అంత వేగంగా పరుగెత్తి వుండడు. అలా పరుగెత్తి మోటారు సైకిలెక్కాడు.

* * *

ముందు అప్పాయింట్‌మెంట్ లేకుండా, స్లిప్ పంపకుండా సరాసరి లోపలికి వచ్చేసిన శాస్త్రివైపు ధర్మారావు తలెత్తి ఆశ్చర్యంగా చూశాడు.

శాస్త్రి చెప్పడం మొదలుపెట్టాడు. మొత్తం జరిగినదంతా వేరే కోణంలోంచి అతడు చెప్పటం పూర్తిచెయ్యటానికి పదినిముషాలు పట్టింది. ధర్మారావు స్థాణువై విన్నాడు. ఇంత జరిగిందని నమ్మటమే ఊహకందని విషయం. అతడు అలాగే అచేతనంగా కుర్చీలో చాలాసేపు కూర్చుండిపోయాడు. చివరికి అన్నాడు-

"...ఇదంతా నిజమే అయితే, ఈ డిపార్టుమెంట్ ప్రతినిధిగా నన్ను ఆ అమ్మాయి జీవితంలో క్షమించు శాస్త్రి. పాపం మొదటినుంచీ చెపుతూనే వుంది. మనమే వినలేదు".

చాలామంది ఈ డిపార్టుమెంట్‌ని క్షమించరని శాస్త్రికి తెలుసు. మాట్లాడలేదు.

ధర్మారావు ఆలోచనలో పడ్డాడు.

ఏం చెయ్యాలి?

ఎలా నిరూపించాలి?

...అయిదు నిముషాలు గడిచాయి.

ఒక నిర్ణయానికి వచ్చినట్లు లేచాడు. శాస్త్రిని తనతో రమ్మన్నట్టు తలూపి వెళ్ళి కారులో కూర్చున్నాడు. డ్రైవర్‌తో సంపత్ ఇంటికిపోనీ- అని చెప్పి, ఆశ్చర్యంగా చూస్తున్న శాస్త్రితో "నేను చాలా తప్పు చేశాను శాస్త్రి! ఆ అమ్మాయి పట్ల నేను చాలా ద్రోహంగా ప్రవర్తించాను. ఉద్యోగం, హోదాలాటి హిపోక్రసీలతో, ఈ రిటైరయ్యే వయసులో పేపర్ల కెక్కటం దేనికని, విద్యుక్తధర్మం పేరిట ఆత్మవంచన చేసుకున్నాను. దీనికి పరిష్కారంగా ఈ రహస్యాన్ని సంపత్ నోటివెంట నేనే స్వయంగా చెప్పిస్తాను".

కారు సంపత్ ఇంటిముందు ఆగింది. శాస్త్రి దిగబోతుంటే ధర్మారావు వారించాడు. "రేపొద్దున లాకప్ మరణం సంభవిస్తే నువ్వుకూడా ఇరుక్కోవటం నాకిష్టంలేదు. నేనే వెళతాను" కారు దిగాడు.

రెండు నిముషాల్లో ఆయనవెంట సంపత్ వస్తూ వుండటాన్ని శాస్త్రి చూశాడు. తనని ఎక్కడికి తీసుకువెళుతున్నాడో తెలియని అయోమయం సంపత్ మొహంలో కనపడుతూంది. డిపార్టుమెంటులో ఇలాటివి మామూలే కానీ కమిషనర్ స్వయంగా పూనుకోవటం మాత్రం కొత్త. ఆయనోమాట చెపితే సబ్- ఇన్‌స్పెక్టర్లే ఈ పని చేస్తారు. కానీ ఆయన స్వయం ప్రక్షాళనా కార్యక్రమంలో వున్నారు. కారు ఆగింది.

సంపత్‌ని లోపలికి తీసుకొని ఆయన వెళ్ళారు.

వెళ్ళిన రెండు నిముషాలకి మొదటి చప్పుడు వినిపించింది.

* * *

"అరగంట క్రితం విద్యాధరిని వదిలిపెట్టేశారు" మెరుస్తున్న కళ్ళతో అన్నాడు రవిశాస్త్రి. సాధారణంగా పోలీసు డిపార్టుమెంటులో వ్యక్తులు ఏ విషయానికీ ఎగ్జైట్ అవరు. అటువంటిది అతడు చాలా ఉద్వేగంగా కనిపిస్తున్నాడు.

"ఈ విషయం తెలియగానే ముందు నీకే చెప్పాలని వచ్చేశాను" కాస్త ఆయాసపడుతూ అన్నాడు. "చాలా గొప్ప ప్లాన్ వేశారు. నిజానికి నాకే మతిపోయింది. సంపత్ ఒక పట్టాన చెప్పలేదు".

"ఆ రెండోవ్యక్తి సబ్ ఇనస్పెక్టర్ విశ్వనాథమే కదూ-" అనుదీప్ అడిగాడు.

"అవును. సంపత్‌కి ఫోనుచేసి లక్షరూపాయలకి బేరం పెట్టాడట. విద్యాధరి పాపం విశ్వనాథాన్ని నమ్మి అంతా చెప్పింది. చక్రధర్ మరణిస్తే సంపత్‌కి చాలా లాభమని విశ్వనాథానికి తెలుసు. అందుకే బేరం పెట్టాడు. ఇద్దరూ కలిసి ప్లాన్ వేశారు. విద్యాధరి వుండగానే చక్రధర్‌ని సంపత్ చంపేశాడు. అదీ తన పిస్టల్‌తో. ఆ తర్వాత టేప్‌రికార్డర్ పెట్టి కరెంటు ఆఫ్‌చేశాడు. ఏమీ ఎరగనట్టు కలిసి లోపలికి వెళుతూ వుండగా తిరిగి మెయిన్ ఆన్ చేశాడు. అప్పుడే పిస్తోలు శబ్దం అందరికీ వినిపించింది. ఇక మిగతాదంతా విశ్వనాథం పూర్తిచేశాడు. చక్రధర్ అప్పుడే మరణించినట్లు హడావుడి చేశాడు. ఎవరూ చూడకుండా పక్కనున్న పిస్టల్‌కి సైలెన్సర్ అమర్చి రెండుగుళ్లు గాలిలోకి పేల్చేశారు. అందరూ ఆ పిస్టల్ ద్వారానే హత్య జరిగిందనుకున్నారు. పోలీసులు శవాన్ని చూసిన షాక్‌లో వుండగా విశ్వనాథం టేప్ ఆఫ్ చేశాడు".

"ఆ విషయం నాకు తెలుసు".

ప్రవాహంలా చెప్పుకుపోతున్న రవిశాస్త్రి చప్పున ఆపి, "నీకెలా తెలుసు?' ' అని అడిగాడు.

"పోలీసులందరూ వెళ్ళిపోగానే నేను ఆ ఇంటిలోకి వెళ్ళాను. మీకిచ్చిన క్యాసెట్ అదే..."

రవిశాస్త్రి నిరుత్తరుడై చూసి, ఏదో స్ఫురించిన వాడిలా "కొంప ముంచావు కదయ్యా-" అన్నాడు. "ఏమైందీ?"

"కేవలం సంపత్ సాక్ష్యంమీద విశ్వనాథానికి శిక్షపడదు. ఆ క్యాసెట్ మీద అతని వేలిముద్రలు కూడా వుంటే కేసు మరింత బలంగా వుండేది. ప్చ్- ఏం చేస్తాం? నేనే ఆ క్యాసెట్‌ని అటూ ఇటూ నాలుగైదుసార్లు తిప్పాను."

"ఆ విషయం కేవలం మీకూ నాకూ తెలుసు. అతనికి తెలీదు కదా" నవ్వుతూ అన్నాడు అనుదీప్. ".... ప్రతిదీ చట్టప్రకారమే వెళ్ళాలంటే కుదరదను కుంటాను".

శాస్త్రి మొహం వెయ్యి క్యాండిల్ బల్బులా వెలిగింది. "అసలు నువ్వు మా డిపార్ట్‌మెంటులో వుండాల్సింది, ఈ పాటికి కమిషనర్‌వై పోయి వుండేవాడివి".

"అంత అదృష్టం వద్దులెండి. మీరు నాకో సాయంచేస్తారా?'

"తప్పకుండా! ఏమిటది? చెప్పు".

"ఆ క్యాసెట్ విద్యాధరి కిస్తారా? వింటుంది".

"ఎందుకు? అందులో ఏమీలేదే–"

"వుంటుంది".

"నేను అట్నుంచి ఇటూ, ఇట్నుంచి అటూ చాలాసేపు విన్నానయ్యా. అందులో పిస్తోలు రెండుసార్లు పేలిన చప్పుడు తప్ప మరేమీ లేదు".

"నా మనసు బహిర్గతం చేసే అంతర్మథన తరంగాలు ఆ టేప్‌మీద అదృశ్యంగా స్థిరపడి శబ్దప్రకంపనాలు అవుతాయిలెండి. ఆమెకివ్వండి".

"నీ ప్రేమ గురించే కదా దిగులు! ఈ రోజు నువ్వు చేసిన సాయానికి ఆ అమ్మాయి నిన్ను జీవితాంతం ప్రేమిస్తూనే వుంటుంది".

"మీరు నాకో సాయం చేస్తారా?" చేయి ముందుకు సాచుతూ అడిగాడు అనుదీప్. శాస్త్రి విస్తుబోయి "ఏమిటి?" అన్నాడు.

"ఈ తెరవెనుక నేనున్నానన్న విషయం విద్యాధరికి తెలియనివ్వనని వాగ్దానం చేయండి".

"ఎందుకు?... ఈ రోజుగాని నువ్వు చెప్పకపోతే..."

అతడి మాటలు పూర్తికాకుండానే "ప్లీజ్ –నా కోసం" అన్నాడు. అనుదీప్ చెయ్యి అలాగే వుంది. అతడి కళ్ళలోని అభ్యర్థనని కాదనలేక–

"సరే. అలాగే చెప్పనుగాని– నువ్వు తనని రక్షించావన్న విషయం ఆమెకు ఎందుకు తెలియరాదు?" అని అడిగాడు శాస్త్రి.

"ఒక మనిషి కష్టాల్లో వుండగా సాయం చేయటంద్వారా ఆ మనిషి ప్రేమ పొందకూడదు అన్న నిబంధన... నేనూ దేవుడూ చేసుకున్న ఒడంబడికలో వుంది కాబట్టి" అని అక్కణ్ణుంచి కదిలిపోయాడు అనుదీప్.

* * *

జరిగినదంతా ఒక కలగా వుంది విద్యాధరికి.

దీని వెనుక విశ్వనాథం వున్నాడన్న విషయం ఆమెని దిగ్భ్రాంతురాలిని చేసింది.

లాకప్‌నుంచి బయటికొచ్చేసరికి ప్రపంచమంతా మళ్ళీ మంచిదై పోయింది. ఆహ్లాదంగా ఆహ్వానం పలికింది. ఇదే ప్రపంచం... ఈ కేసుని ఇంత బాగా ఇన్వెస్టిగేట్ చేసినందుకు శాస్త్రిని, డిపార్టుమెంటు అభినందించింది. విద్యాధరి బయట పడినందుకు అందరికంటే ఎక్కువ అభినందించింది ధర్మారావు.

విశ్వనాథం, సంపత్‌ల ప్లాన్‌ని కథలు కథలుగా పత్రికలు ప్రకటించాయి. యదార్థ సంఘటనల "ఆధారంగా" నవలలు వ్రాసే రచయితలకి అప్పుడే రకరకాల ప్లాట్సు దొరికినయ్. రవిశాస్త్రికి ప్రమోషన్ గ్యారంటీ అనుకున్నారు అందరూ. సిగ్మా ఇన్వెస్టుమెంట్సు మూతపడింది.

విద్యాధరికి ధర్మారావు చాలా దగ్గిర అని అంతకుముందు బయటకొచ్చిన రూమరు ఒక రకంగా హెల్ప్ చేసింది. మరో పెద్ద కంపెనీ ఆ మరుసటిరోజే ఆమెని ఎక్కువ జీతంమీద ఉద్యోగంలోకి తీసుకుంది. నాలుగురోజుల్లో ఇంత మార్పుని ఆ అమ్మాయి అతికష్టంమీద జీర్ణించుకోగలుగుతూంది.

ఇంత ఆనందంలోనూ ఆమెకి అర్థంకాని విషయం ఒకటుంది. తనకి దొరకని "బెయిలు" సంపత్‌కీ, విశ్వనాథానికీ వెంటనే దొరికింది. ఎప్పటికో వారిమీద ఛార్జిషీటు ఫైలు చేస్తారు. అప్పటివరకూ వాళ్ళు స్వేచ్ఛగా తిరగొచ్చు. ఎంత గమ్మత్తయిన చట్టం ఇది– అనుకుంది. ఆ విషయం అక్కడితో మర్చిపోయింది.

ఆమెకి తెలియని విషయం ఏమిటంటే –సంపత్, విశ్వనాథాలు ఖాళీగా లేరని– చట్టపు పరిధిలో ఒక్కొక్క సాక్ష్యాన్నే ఎలా మాయం చెయ్యాలని పథకం వేస్తున్నారనీ– అన్నిటికన్నా పెద్ద సాక్ష్యం తనేనని!!

*   *   *

జూన్ 10.

6–00 పి.యం.

పబ్లిషింగ్ హౌస్.

విద్యాధరి షాపులోకి ప్రవేశించి, "పుస్తకం వచ్చిందా" అని అడిగింది.

"రాలేదమ్మా. ఇంకొక్క రెండు పేజీ లున్నవట. ఇంకో రెండ్రోజుల్లో పూర్తవుతుందట. ప్రొద్దున్నే ఫోన్ వచ్చింది".

"క్రితం నెల అడిగితే వచ్చేవారం వస్తుందని అన్నారు".

"చెప్పానుకదమ్మా ఇంకా రాయాల్సిందేదో మిగిలిపోయిందట".

విద్యాధరి మనోహరంగా నవ్వి, "ఇంతకీ దేని గురించట ఆయన వ్రాస్తున్నది?'' అనడిగింది.

"ప్రేమరాహిత్యం గురించి".

ఆమె మొహంలో నవ్వు మాయమైంది. మ్లానమైన వదనంతో మెట్లు దిగి వెళ్ళిపోయింది. ఆమెలో ఆకస్మిక మార్పుని షాపు యజమాని అర్థంకానట్టు చూశాడు.

గదికొచ్చి అలాగే పక్కమీద వాలిపోయింది. అప్పటి వరకూ వున్న ఆనందం పోయింది. తండ్రి...... తల్లి, యజమాని..... అతడి కొడుకు.

ఆమె దృష్టి బల్లమీద వున్న పుస్తకంమీద పడింది. 'థ్రిల్లర్...' అట్ట మెరుస్తూంది. ఒక చేపలాటి జంతువు– (అది [ప్రేమ రాహిత్యమా?) లోంచి ఒక అమ్మాయిని బయటకు లాగుతున్నాడు ఒక యువకుడు. ఆమెకి పబ్లిషర్ చెప్పిన–

"రెండ్రోజుల్లో పూర్తి అవుతుందట" అన్న మాటలు గుర్తొచ్చాయి.

ఆమె పుస్తకాన్ని చేతుల్లోకి తీసుకుంది.

ఆఖరి రెండు పేజీలు ఖాళీగా వున్నాయి.

ఆమె కూర్చుని [వ్రాయసాగింది.

"ఏముంది [వ్రాయటానికి? ప్రేమలాగే ప్రేమరాహిత్యం కూడా వ్యర్థమైన పదమే! మనిషి తన సిద్ధాంతాలతో 'కూటములు' తయారు చేస్తాడు. తనని ప్రేమించే వారందరూ ఒక కూటమి. తనని ద్వేషించే వారందరూ వేరొక కూటమి. ఒకే నాణేనికి రెండువైపులా ఉన్న బొమ్మ– బొరుసుల్లా, [ప్రేమ– ద్వేషం అన్నవి ఎంత దగ్గరగా వున్న వ్యతిరేక పదాలు... తనతో ఏకీభవిస్తే [ప్రేమ, లేకపోతే ద్వేషం... అంతే".

ఆ పేజీ పూర్తయింది.

ఆ పుస్తకంలో ఇంకొక్క కాగితం మిగిలింది!

టక్... టక్---!

మళ్ళీ తలుపు చప్పుడు.

సర్దుకుని వెళ్ళి తలుపు తీసింది.

ఎదురుగా ఇన్ స్పెక్టర్ రవిశాస్త్రి.

"ఏమ్మా, బాగున్నావా?"

"మీరా? రండి, రండి" అంటూ ఆహ్వానించింది.

కొంచెంసేపు మామూలు సంభాషణ జరిగాక అతడు జేబులోంచి క్యాసెట్ తీసి అందిస్తూ "అనుదీప్ ఇచ్చాడు. దీన్ని... వినమని..." అన్నాడు.

ఆమె మొహం చిట్లించింది. "మీకు తెలుసా అతను–"

"తెలుసు" క్లుప్తంగా అన్నాడు.

"అతనికోసం ధర్మారావుగారు వెతికిస్తున్నారు".

శాస్త్రి జవాబు చెప్పలేదు. అడవుల్లో అతడి తపస్సు గురించి తనకే నమ్మశక్యం కాలేదు. చెప్తే ఈమెక్కడ నమ్ముతుంది?

"అతడు మళ్ళీ ఎక్కడైనా కనపడితే ధర్మారావుగారికి చెప్పండి. ప్రేమ, ప్రేమ అని చాలా సతాయిస్తున్నాడు" అంది.

ఏదో తెలియని ఉద్వేగం అతడిని ఆవహించింది. అతడి గురించి సత్యం తెలిస్తే ఈ అమ్మాయి ఇలాగే మాట్లడగలుగుతుందా! అతడు లేచి నిలబడ్డాడు.

ఆమె చేతులు జోడించి, "మీకు నేనెలా కృతజ్ఞతలు చెప్పుకోవాలో తెలియటంలేదు. మీరేగానీ శ్రద్ధ తీసుకుని నిజనిజాలు పరిశోధించకపోయి వుంటే నేనా జైల్లోనే యావజ్జీవితం వుండవలసి వచ్చేది–" అంది.

అతడు వూగిపోయాడు. 'చెప్పెయ్యాలి. ఇదంతా చేసింది నేను కాదు– అని చెప్పెయ్యాలి' అనుకున్నాడు. కానీ అనుదీప్ కిచ్చిన వాగ్దానం గుర్తొచ్చింది. అతికష్టంమీద తమాయించుకుని 'వెళ్ళొస్తాను' అని చెప్పి వచ్చేశాడు.

ఆమె మళ్ళీ ఆలోచనల్లోకి జారుకుంది.

విశ్వనాథం అప్పటికప్పుడు తన వేలిముద్రల్నీ, రివాల్వర్‌నీ ఎందుకు పరీక్షించాడో, అంత హడావుడిగా ఎందుకు రిపోర్టులు తయారు చేయించాడో ఆమెకి అర్థమైంది.

అతడు, సంపత్ కలిసి ఇంత పకడ్బందీగా వల బిగించగలరని ఆమె అనుకోలేదు.

అనుదీప్ ఇచ్చిన క్యాసెట్ ఏమిటా అని ఆమె టేప్‌రికార్డర్‌లో పెట్టబోతున్న సమయంలో గుమ్మం దగ్గర చప్పుడయింది. ఆమె తలెత్తి చూసింది.

అనుదీప్.

"నువ్వా" అంది.

"నేనే–"

"ఏమిటి? క్యాసెట్ ఇచ్చావట? మళ్ళీ ఏదైనా ప్రేమ సందేశమా" వెటకారంగా అడిగింది.

"అవును. ఆఖరి పేజీలో వ్రాయవలసిన సందేశం. ఒక పేజీ సరిపోదు గాబట్టి టేప్ చేశాను" అంటూ లోపలికి వచ్చి, "బావున్నావా విద్యాధరీ" అన్నాడు ఆప్యాయంగా.

ఆమె ఆ ఆప్యాయతని గుర్తించకుండా–

"ఆహా! నీ దయవల్ల బాగానే వున్నాను" అంది.

"నా దయ ఏముంది? తప్పు చేయలేదు కాబట్టి బైటపడ్డావు".

"మతప్రవక్తలాగా నీతివాక్యాలు చెప్పటం దయచేసి మానేస్తావా?" కోపంగా అంది... "ఆ మురికికూపంలాంటి లాకప్‌లో ఇన్నిరోజులు వుంటే ఏమాత్రం

పట్టించుకోకుండా ఇప్పుడు బయట పడేసరికి తిరిగి తయారయ్యావా? నిన్ను చూస్తుంటే నాకు అసహ్యమేస్తూంది. నువ్వో అవకాశవాదివి" అలా అన్న తరువాత మళ్ళీ ఎందుకన్నానా అని బాధపడింది. ఈ మధ్య నోరుజారటం ఎక్కువైంది. అయితే ఎప్పటిలాగే అతడు చిరునవ్వుతో సమాధానమిచ్చాడు. "నిజమే విద్యాధరీ! మనకెంత ఆప్తులైనవారయినా మనం కష్టాల్లో వున్నప్పుడు పట్టించుకోకుండా, మళ్ళీ మన కష్టాలు తీరిపోయాక వారు వచ్చిపరామర్శిస్తే ఇలాగే కోపం వస్తుంది. వారు మనకి ఎంతటా దగ్గిరవారైనా సరే...! కానీ నా సంగతి వేరు..."

"ఏమిటో నీ ప్రత్యేకత?"

"వాళ్ళందరూ ఒకర్నొకరు ఇష్టపడ్డవాళ్ళు!! కాబట్టి కష్టాల్లోవున్నా సుఖాల్లో వున్నా అవతలివారికి అండగా నిలబడటం వారి కర్తవ్యం. నా సంగతి అలాకాదు. నేనింకా నీ ప్రేమకోసం వీధి ముంగిట్లో నిలబడి వున్నవాణ్ణి. నువ్వు నన్ను ప్రేమిస్తున్నావో లేదో ఇంకా చెప్పనేలేదు నువ్వు. ఇటువంటి పరిస్థితుల్లో నీ ప్రేమ సంపాదించటం కోసం నీపట్ల తాపత్రయపడ్డట్టు కనిపించడం నా అభిమతం కాదు. ఈ 'కనిపించటం' అనేది ఆత్మవంచనకి మొదటిమెట్టు. ఎంతోమంది ఈ మెట్టుమీద నిలబడే తాము ప్రేమికులమని తమని తాము ఆత్మవంచన చేసుకుంటున్నారు. లేకపోతే ఇన్ని ప్రేమవివాహాలు ఎందుకు ఫెలయివుతాయి? ఇంత మంది అవివాహితులకి అబార్షన్లు ఎందుకు అవుతాయి? ఇన్ని పార్కులూ, సినిమాహాళ్ళు వీళ్ళతో ఎందుకు నిండుతాయి? ప్రేమించటం అనేది జీవితాంతం ఒకరికొకరు బాసటగా నిలచే పరస్పర అంగీకారమయినప్పుడు –అది 'వెంటనే' పెళ్ళికి దారి తియ్యాలికదా".

"పెళ్ళికి ఎన్నో ఆటంకాలు వుండవచ్చు".

"ఉండవచ్చు, చదువు పూర్తికాకపోవటం, పెళ్ళికి కావలసిన అక్కలు వుండటం, ఉద్యోగం దొరక్కపోవటం, వగైరా వగైరా. వెంటనే పెళ్ళి చేసుకోవటానికి ఇవి కారణాలయినపుడు కనీసం తమ తల్లిదండ్రులకయినా ఈ ప్రేమ విషయం చెప్పాలి కదా".

"ఇంట్లోంచి తన్ని తగిలేస్తారు".

"అంటే సెక్యూరిటీ పోతుందేమో అన్న భయం. భయం ముందు ఈ యువతీ యువకుల ప్రేమ చాలా చిన్నదన్నమాట!!! తనమీద ఎంతో నమ్మకముంచి తమని చిన్నప్పటి నుంచీ పెంచి పెద్దచేసి చదివిస్తూన్న తల్లిదండ్రుల్నే మోసం చేస్తున్న ఈ యువతీ యువకులు– వీరేం ప్రేమికులు? రేప్రొద్దున్న లైఫ్ పార్టనర్ని

మాత్రం ఈ విధంగా మోసం చేయరని నమ్మకం ఏమిటి? కేవలం సెక్యూరిటీ బేస్‌గానే వీళ్ళందరూ దంపతులు అవుతున్నారన్నమాట".

"నీదంతా సినిసిజం. ప్రతీదాన్ని భూతద్దంతో శల్యపరీక్ష చేస్తే చివరికి గులాబీ పువ్వుకూడా సెపెల్స్, పెటిల్స్‌గా విడిపోతుంది. అలాగే ప్రేమకూడా.... ప్రేమించిన మరుక్షణంనుంచీ ఎప్పుడెప్పుడు ఒకటవుదామా అనీ ఇద్దరు తహతహలాడుతూనే వుంటారు. తొందరగా పెళ్ళాడదామని ప్రియురాలు ప్రియుడిని వత్తిడి చేస్తూనే వుంటుంది" అవేశంగా అంది.

"అలా చేస్తుందేతప్ప – ఆ ప్రియుడి తల్లిదండ్రుల వద్దకు వెళ్ళి మీ అబ్బాయీ నేనూ ప్రేమించుకున్నాం. ఫలానా సంవత్సరంలో పెళ్ళాడబోతున్నాం అని చెప్పదు. అలా చెప్పటానికి ఒక్కకేసులో, కనీసం ఒక్క కేసులో వూహించు. వెంటనే ఆ కుర్రవాడు ఏమంటాడో తెలుసా? 'ఈ అమ్మాయి నన్ను ట్రాప్ చేస్తుందని అనుకోలేదు నాన్నా, క్షమించు' అంటాడు. ఆ అమ్మాయి నిలదీస్తే – 'అవునుమరి నా మీద నమ్మకం లేకేకదా మా తల్లిదండ్రుల దగ్గరికి వెళ్ళావు. ఛీ నీలాటిదాన్ని ప్రేమించటం నా బుద్ధితక్కువ' అంటాడు. ఆ అమ్మాయిని వదిలిపెట్టటానికి తన తరఫు నుంచి క్రమంగా వాదనల్ని నిర్మించుకుంటాడు".

"ఎంత దారుణంగా ఆలోచిస్తున్నావు".

"వాస్తవాన్ని శోధిస్తున్నాను".

"ప్రతీ ప్రేమకీ పెళ్ళే చివరి గమ్యం కానవసరం లేదు".

"ఆ విషయం నిజాయితీగా ప్రేమికులిద్దరూ ముందే వప్పుకున్న ప్రాతిపదిక మీద ప్రేమ సాగితే నాకు అభ్యంతరం లేదు".

"నీ అభ్యంతరాల కోసం, అంగీకారాల కోసం ఎవరూ ఇక్కడ ఎదురు చూడడంలేదు. ఒకరిపట్ల ప్రేమ కలగటానికి ఏ కారణాలూ అవసరంలేదు. ఎందుకో ప్రేమ కలుగుతుంది. వివాహితులకీ కలగవచ్చు. వృద్ధులకీ కలగవచ్చు. పదేళ్ళ పిల్లలకీ కలగవచ్చు! బంధాలకి అతీతమైనది ప్రేమ. జీవితంలో ఒంటరితనంతో కుమిలిపోయే వాళ్ళకి ప్రేమ అన్నది దివ్యఔషధం. అది కారణాలనీ, పరిణామాలనీ ఆలోచించదు. Where there is a will there is a way అన్నది ప్రేమకే వర్తిస్తుంది. మనసున్నచోట ప్రేమకూడా వుంటుంది".

"విల్ అంటే ఏమిటో తెలుసా?"

"ఏమిటి?"

అకస్మాత్తుగా అతడి మొహంలో నవ్వు తొంగిచూసింది.

"విల్లు అంటే బాణం, బాణం వున్నచోట దారికూడా వుంటుందని దాని అర్థం".

ఆమె మొహం ఎర్రబడింది. "ఛీ", నీలాటివాడిని ఆడమేక కూడా ప్రేమించదు. అంది కోపంగా.

"నిజమా. అయితే ఈ ప్రపంచంలో ఆడమేకల కన్నా అధమస్థాయిలో ఆలోచించేవారు చాలామంది వున్నారన్నమాట. సరే– దానికేంగానీ, ఒక్క విషయం మాత్రం నన్ను నమ్ము విద్యాధరీ! ఏడు సంవత్సరాల నుంచీ నేను నిన్ను నాకన్నా ఎక్కువగా ప్రేమిస్తున్నాను. మిగతా వాళ్ళలాగా దాన్ని ప్రకటించకపోవడమే నా తప్పు అయితే నన్ను క్షమించు. నువ్వు జైల్లో ఉన్నప్పుడు తరచు రాకపోవటం నా తప్పే. నువ్వు అపాయంలో పడటానికి కనీసం ఒక్కరోజు ముందు నన్ను ప్రేమించానని ఒకమాట అని వుంటే ...."

"అని ఉంటే ఏం చేసి వుండేవాడివి? లాయర్‌ని ఏర్పాటు చేసి వుండేవాడివా? జడ్జీమీద వత్తిడి తెచ్చి వుండేవాడివా?" వెటకారంగా అంది.

"గాలిని స్థంభింపజేసి వుండేవాడిని. భూభ్రమణాన్ని ఆపుచేసి వుండేవాడిని. నిజమయిన ప్రేమ లక్షణం అంటే విద్యాధరీ! అవతలివారి సుఖసంతోషాల కోసం ఏదైనా చెయ్యటం. కనీసం చెయ్యాలనుకోవటం! ఆరోగ్యకరమైన బంధమున్న దంపతుల్లో చూడు– భార్యకి కాస్తంత నలత చేస్తే భర్త విలవిలాడుతాడు. భర్త క్యాంపుకి వెళితే భార్య అన్నం కూడా సరిగ్గా వండుకోదు. ఈ రకమైన సున్నితత్వం నుండి మనిషి సంక్లిష్టమైన సంచలనం వైపు వెళ్ళటమే బాధాకరం. నువ్వన్నావు చూడు– మనం ప్రేమికుల మయివుంటే నాకిలా జరిగినందుకు నువ్వేంచేసి వుండేవాడివి? అని. ప్రపంచాన్ని ఎదిరించయినా సరే నిన్ను బయటకు తీసుకురావటానికి ప్రయత్నించి ఉండేవాడిని. లేదా నిన్ను ఉరితీసిన మరుక్షణమే నేనూ మరణించి వుండేవాడిని".

"నిజంగా పదహారేళ్ళ అమ్మాయి అయితే నీ మాటలకి ఫ్లాట్‌గా పడిపోయి వుండేది".

"నేను చెప్పేదీ అదే! పదహారేళ్ళ అమ్మాయిని ఫ్లాట్‌గా పడుకోబెట్టటం కోసం "ఇవే" మాటల్ని ప్రతీవాడూ వాడటం బాధాకరం".

"నువ్వు చేస్తున్నదీ అదే".

"కానీ వాళ్ళలా కాకుండా నేను ప్రాక్టికల్‌గా చేసి చూపించాను".

ఆమె తీవ్రంగా, "ఏమిటి నువ్వు చేసింది? ప్రేమ ముసుగు వేసుకుని అందర్నీ ఫూల్స్‌ని చేయటమా! నీకు తెలిసిన క్షుద్రవిద్యలతో మనుషుల్ని కనికట్టులో పడెయ్యటమా?"

"నాకు ప్రేమించటం తప్ప ఏ కనికట్టూ తెలీదు. అయినా కనికట్టు అంటే ఏమిటి?"

"చేతులు మొలిచినట్టు, శరీరంమీద ప్రేమలేఖలు వ్రాసినట్టు అవతలి మనిషిని భ్రమింప జెయ్యటం..."

"ఎవర్ని చేశాను అలా?"

"నన్నూ, పోలీసుల్నీ!! అనుదీప్- నువ్వు కనికట్టు విద్యలతో కొంతకాలం, కొంతమందిని మాత్రమే మోసం చెయ్యగలవు. అందర్నీ ఎల్లకాలం చెయ్యలేవు".

"చేస్తే నమ్ముతావా పోనీ-"

"ఏం చేస్తావు?"

"మొత్తం ప్రపంచంలో అందరూ శాశ్వతంగా నమ్మేటట్లు చేస్తాను. నా ప్రేమపట్ల మొత్తం ప్రపంచానికీ, ముఖ్యంగా నీకూ నమ్మకం కుదిరేకే కరెంటు వస్తుంది".

ఆమె అదిరిపడింది "ఏమిటి?" అంది.

అతడు తాపీగా అన్నాడు. "నాది నిజంగా మెస్మరిజమే అయితే అది కొంతకాలంపాటు కొంతమందికి మాత్రమే నమ్మకం కుదిరేలా చేస్తుంది. నాది నిజమైన ప్రేమే అయితే ఈ ప్రపంచం మొత్తానికే శాశ్వతంగా కరెంటు పోతుంది" అతడి మాటలు పూర్తి కాకుండానే ఫ్యూజ్ పోయినట్టు చిన్న శబ్దంతో కరెంటు పోయింది. ఆమె భీతావహురాలై 'ఏమిటిది? ఏం జరిగింది" అంటూ కీచుమన్న కంఠంతో అరిచింది. ఆ చీకట్లో అనుదీప్ స్వరం స్థిరంగా వినిపించింది. "నువ్వు నన్ను చాలా హర్ట్ చేశావు విద్యాధరీ! ఇద్దరిమధ్య ఉత్పన్నమయ్యే ప్రేమకి 'నిజాయితీ' కన్న 'మాటలూ చేతలే' ముఖ్యమని నువ్వుకూడా నిరూపించావు. నేను నిన్ను అందర్లాగే మామూలుగా అప్రోచ్ అయివుంటే ఈపాటికి నువ్వూ తలమునకలయ్యే ప్రేమలో వుండేదానివి. నేను నిన్ను పెళ్ళాడతానని లంచం పెట్టివుంటే, నా భార్యగా నన్ను ప్రేమిస్తూ వుండేదానివి. ఏ స్వార్థమూ లేకుండా ప్రేమించటమే నా తప్పు. నీ శరీరాన్ని కాంక్షించకపోవటమే నా బలహీనత. నా సహనానికి పరీక్ష పెట్టావు. చివరికి ఇప్పుడు నన్నే గారడీవాడిగా కూడా చిత్రీకరించావు. నామీద నీకున్న అపోహలు పోవటానికి, మొత్తం ప్రపంచానికే నా

ప్రేమశక్తిని నిరూపించదల్చుకున్నాను. శలవు" అతడు వెళ్ళిపోయినట్టు చీకట్లో అడుగుల చప్పుడు దూరమైంది.

* * *

ఆమె అలాగే ఆ గదిలో నిలబడిపోయింది.

ఆమెకేం చెయ్యాలో తోచలేదు.

చుట్టూ వున్న చీకటి ఆమెని పరిహసిస్తున్నట్టు అనిపించింది. ఆమె అలా ఎంతసేపు వుందో తెలీదు. చప్పున స్పృహలోకి వచ్చినట్టు ఆమె బయటికి పరుగెత్తుకు వచ్చింది.

బయట రోడ్డుమీద వీధిదీపాలు లేవు. అంతా గాఢాంధకారం. ఇళ్ళలో కూడా లైట్లు వెలగటంలేదు. అంతా నిర్మానుష్యంగా వుంది. అంతా నిశ్శబ్దమే.

ఆమె వెన్ను చలితో ఒక్కసారి జలదరించింది. భయం వళ్ళంతా పాకింది.

ఆమె బయటికి రావటం చూసి "ఏమ్మా, క్రొవ్వొత్తి కావాలా?" అని అడిగాడు- ఎప్పుడూ ఆమె గదిమీద దృష్టి వుంచే ఇంటిగలాయన. "అక్కర్లేదు" అనేసి లోపలికి వచ్చింది.

చాలాసేపు అలానే కుర్చీలో కూర్చుండిపోయింది.

ఆమె మనసంతా ఏదో ఉద్వేగం. నమ్మశక్యం కాని ఈ నిజాన్ని ఎలా జీర్ణించుకోవాలో తెలియటంలేదామెకి. మొత్తం ప్రపంచమంతా కరెంట్ పోయిందా? లేక ఈ వీధిలోనే పోయిందా? ఇది యాదృచ్ఛికమా లేక అతడే దానికి కారణమా? కేవలం తనకే కరెంట్ పోయినట్టు ఈ కనికట్టు ప్రభావంవల్ల అనిపిస్తూందా?

లేదనటానికి ఉదాహరణ ఇంటిగలాయనే. ఆయన ఇంట్లో కూడా కరెంట్ పోయింది.

ఆమె రేడియో పెట్టటానికి ప్రయత్నించింది. అందులోంచి ఏ శబ్దమూ రాలేదు. పోలీసులకి ఈ విషయం చెపుదామనుకుంది. ఒకవేళ తన మాటలు అబద్ధమవుతే నవ్వుతారు.

మరో పది నిముషాలు అలాగే ఆలోచనలతో గడిపింది. మరిక టెన్షన్ భరించలేకపోయింది. గదికి తాళం వేసి ధర్మారావు ఇంటికి వచ్చింది. ఆయన లేరు. కొడుకులూ, కూతురూ వున్నారు.

అక్కడ కూడా కరెంట్ లేదు.

"ఎంతసేపయింది కరెంట్ పోయి" అని అడిగింది.

"అరగంటయింది" రెండో క్రొవ్వొత్తి వెలిగిస్తూ చెప్పింది ఆయన భార్య.

ఆమె విషయాన్ని చెప్పాలా వద్దా అన్నట్టు చాలాసేపు మధనపడింది. చీకట్లో ఆ ఇంటి నిశ్శబ్దం - భవిష్యత్ ప్రపంచపు శూన్యతకి ప్రతీకగా ఆమెని భయపెడుతూంది.

గదిలో ఎవరూ లేరు. పక్కనే ఫోన్ కనపడింది. ఆమె కాస్త తటపటాయించి దాన్ని అందుకుని హైదారాబాద్ డయల్ చేసింది. చేతికి వచ్చిన నెంబర్లు ...0....8...4...2...5...5....0...0...3...1...2...

"మెడికల్ కాలేజి హాస్టల్...." అట్నుంచి అమ్మాయి స్వరం వినిపించింది.

"అక్కడ కరెంటు పోయిందా?"

"వ్వాట్-?"

"మీ హాస్టల్ కరెంట్ వుందా?"

"లేదు, మీరెవరు?"

ఆమె సమాధానం చెప్పకుండా ఫోన్ పెట్టేసింది. ఆమె నుదుట చెమట పట్టింది. గాలి స్థంభించినట్టుంది. అనుదీప్ మాటలు నిజంగా నిజమవుతే ఇక ప్రపంచంలో ఫానులు తిరగవు.

లోపల్నుంచి ధర్మారావు కూతురు విసుక్కోవటం వినిపిస్తుంది. "రేపు ప్రొద్దున్నే పెరేడ్ వుంది. డ్రెస్ ఇస్త్రీకి కరెంటు ఎప్పుడొస్తుందో ఏమో-" అంటూ వుంది.

"మైగాడ్ పదిన్నరకి టి.వి.లో టెన్నిస్ వుందే" కొడుకు అంటున్నాడు.

విద్యాధరికి అనుదీప్ మాటలు- మొహం గుర్తొస్తున్నాయి.

"నిజంగా జరిగిందా ఇది?"

ఆమెకు నమ్మశక్యం కావటంలేదు.

అంతలో ధర్మారావు వచ్చాడు. ఆయన మొహంలో విద్యాధరిని చూడగానే సంతోషం కనిపించింది. "నీ కోసమే కబురు చేదదమనుకుంటున్నాను అమ్మాయ్. రేపు నేను హైద్రాబాద్ వెళ్ళిపోతున్నాను. నువ్వు ఆ గది ఖాళీ చేసి వచ్చి మా ఇంట్లోనే వుండు".

ఆ ఆహ్వానానికి అంత ప్రాముఖ్యత ఇవ్వకుండా - "అంకుల్. మీతో ఒక విషయం చెప్పాలి" అంది.

"ఏమిటి?"

ఆమె తనకీ –అనుదీప్‌కీ మధ్య జరిగిన సంభాషణం చెప్పింది. చెప్తున్నంతసేపూ ఆయన మొహంలో భావాలు మారసాగాయి. అంతా విని "ఇంపాజిబుల్" అన్నాడు.

ఆమె సమాధానం చెప్పలేదు.

ఆయన ఫోన్ దగ్గరికి తీసుకుని ఫోన్ చెయ్యటం ప్రారంభించాడు. ముందు ఢిల్లీ....ఫోన్ పెట్టేసి కుర్చీ వెనక్కి వాలేడు. విద్యాధరి ఆయనవైపే ఆతృతగా చూస్తుంది. ఆయన కళ్ళుమూసుకుని మాట్లాడకుండా రెండు నిముషాలు వున్నాడు. తరువాత ఒక నిర్ణయానికి వచ్చినట్టు ముందుకు వంగి హైద్రాబాద్ ద్వారా వరుసగా ఫోనులు చేశాడు లండన్. పారిస్– టోక్యో – కోలాలంపూర్ – అరగంట తరువాత ఆయన బలంగా విశ్వసిస్తూ... "మొత్త ప్రపంచమంతా కరెంగ్ లేదు" అన్నాడు ప్రకటిస్తున్నట్టు.

అందరూ మొహమొహాలు చూసుకున్నారు. పెద్దకొడుకు లేచి "ఇంపాజిబుల్' ' అన్నాడు. ఆయన ఆ మాటలు విన్నట్టులేదు. పెద్ద పెద్ద అంగలు వేసుకుంటూ బయటకు నడిచాడు.

* * *

ఇది జరిగిన పదిహేను రోజులకి రష్యా, అమెరికా ప్రధానపాత్రలుగా మూడో ప్రపంచ యుద్ధం మొదలైంది.

అసలు ప్రారంభమే ఒక విస్ఫోటనంలా ప్రజ్వరిల్లింది.

ఎలక్ట్రాసిటీ పోవటమనేదే తెలియని అమెరికా లాంటిదేశంలో ఈ 'కరెంట్ బ్లాక్ అవుట్' సంచలనాన్ని సృష్టించింది. బీద దేశాలయిన ఆఫ్రో– ఆసియన్ దేశాల్లో పెద్దగా ప్రభావం లేదు. మొదటిరోజు క్రొవొత్తుల ధర, రెండోరోజు కిరోసిన్ బ్లాక్ మార్కెట్ ధర పెరగటం మాత్రం జరిగింది.

పేపర్ రాలేదు. ప్రింటింగ్ మిషన్లు పనిచేయక పోవటం వల్ల జరిగిన ప్రభావం ఇది. టి.వి., రేడియోల్లో వార్తలు కూడా చాలా మంది వినలేదు. కేవలం బ్యాటరీ రేడియోలున్నవారు మాత్రమే, మొత్తం ప్రపంచమంతా కరెంట్ లేదన్న విషయం తెలుసుకున్నారు. వారినుంచి ఈ వార్త మిగతావారికి పాకటానికి రెండ్రోజులు పట్టింది.

ఈ లోపులో పెట్రోలుని భూమినుంచి కాకుండా డైరెక్టుగా పైనుంచే వాహనాల్లోకి సరఫరా చేసే ఏర్పాట్లు చేయబడ్డాయి. కానీ ఆ పద్ధతి కేవలం

వారంరోజులపాటే సజావుగా సాగింది. బొంబాయి నుంచిగానీ, దిగుమతుల వల్లగానీ లభించే పెట్రోలు సరఫరా, ఈ కరెంట్ ఇబ్బందివల్ల -పూర్తిగా ఆగిపోయింది.

రాత్రి చీకటిని ఆధారంగా చేసుకున్న అరాచకశక్తులు ఈ లోపులో విజృంభించాయి. పోలీసు వాహనాల స్పీడు తగ్గిపోయింది. రోడ్లు దాదాపు నిర్మానుష్యం అయ్యాయి. అగ్రరాజ్యాలు అరేబియా దేశాల్నుంచి సరఫరా అయ్యే పెట్రోలియం మీద ఆంక్షలు విధించటం, ఎక్కువ రేటుకి కొనటం లాటి చర్యలు తీసుకోవటంలో బీదదేశాలు ఇబ్బందిలో పడ్డాయి.

మూడో రోజుకి ప్రపంచమంతా కరెంటు లేదన్న వార్త దాదాపు అందరికీ తెలిసిపోయింది. పల్లెల్లో రకరకాల రూమర్లు వ్యాపించాయి. ప్రళయం వస్తుందని కొందరూ, ఇదేదో శక్తి చర్య అని కొందరూ ప్రచారం చేయసాగారు. పట్నాల్లోకన్నా పల్లెల్లోనే బ్రతుకు దుర్భరం అయింది. రోజువారీ చర్యలు దెబ్బతిన్నాయి. కరెంట్‌మీద నీటిని పొందే రైతులు చాలా ఇబ్బందిలోపడ్డారు. ఇక ఎప్పటికీ కరెంట్ రాదన్న రూమరు అన్నిటికన్నా తొందరగా బలంగా వ్యాపించటంతో వ్యాపారస్తులు బియ్యం మొదలైన నిత్యావసర వస్తువుల్ని 'హోల్డ్' చేయసాగారు.

నాలుగోరోజుకి దేశంలో వున్న బ్యాటరీలన్నీ దాదాపు అయిపోయాయి. దాంతో వార్తా సంబంధాలు దెబ్బతిన్నాయి. ఇటు దినపత్రికలు గానీ, అటు రేడియోలు గానీ లేకపోవటంతో ప్రజలు అయోమయంలో పడ్డారు. రాష్ట్ర ముఖ్య పట్టణాల్లోనూ, ప్రముఖ నగరాల్లోనూ మాత్రం సంచార వార్తా వాహనాలు ఏర్పాటు చేయబడ్డాయి.

కరెంట్ శాశ్వతంగా పోవటంవల్ల లాభించింది అండర్ వరల్డ్ ఒక్కటే. వారి కార్యకలాపాలు మరింత దృఢంగా విజృంభించాయి. పోలీస్, సి.బి.ఐ., ఎ.సి.బి., టాస్క్‌ఫోర్స్, బి.యస్.యఫ్., కస్టమ్స్, ఎక్సయిజ్ డిపార్టుమెంటులు ఎప్పుడయితే నిష్కార్యం అయిపోయాయో, అప్పుడు ఈ మాఫియా బలం పుంజుకుంది.

వాహనాల ఇబ్బంది దృష్ట్యా అయితేనేం- కమ్యూనికేషన్స్ ఆగిపోవటంవల్ల అయితేనేం ఈ దొంగ రవాణాలని ఆపుచేసేవారే లేకపోయారు. నైట్ సర్వీసు విమానాలు ఆగిపోయాయి. కోల్డ్‌స్టోరేజి ప్లాంట్లు పాడయ్యాయి. ఇదంతా రోజువారీ ఇబ్బందులకి సమాంతరంగా జరిగాయి.

ఇక సామాన్య ప్రజల పరిస్థితిని సమీక్షిస్తే- ముందు స్కూళ్ళకి, తర్వాత కాలేజీలకి శలవులు ప్రకటించారు. వారం రోజులకి ప్రభుత్వ కార్యాలయాలకి శెలవు ప్రకటించవలసిన పరిస్థితి ఏర్పడింది. రాత్రి ఏడవగానే చీకటి గుహల్లాంటి ఇళ్ళల్లో మనుష్యులు బితుక్కు, బితుక్కుమని గడపవలసి వచ్చేది. సినిమాలు లేవు.

తిరగటానికి వాహన సౌకర్యం లేదు. బయట ప్రపంచంతో లింకులు తెగిపోయాయి. అయితే ఇవన్నీ ఒక ఎత్తు, అసలైన ప్రమాదం మరొక ఎత్తు. ఆ ప్రమాదం పేరు.... నీళ్ళు.

రిజర్వాయర్లలోకి నీటిని పంపే విభాగం జనరేటర్ల ద్వారా సాధ్యం కాకపోవటంతో, క్రమంగా నీటిసరఫరా తగ్గిపోయింది. ముఖ్యంగా పెద్ద పెద్ద పట్టణాల్లో దీనికి అఫెక్టు బాగా కనిపించింది. ఒక స్టేజి వచ్చేసరికి పంపుల్లోంచి నీటిచుక్క రావటం గగనమై పోయింది. ప్రజల్లో అసంతృప్తికి ఏ క్షణమయినా గండిపడేటట్లు తోచింది. నగరం... రాష్ట్రం...దేశం... ప్రపంచం... వివిధ స్థాయిల్లో స్పందించింది. కుతకుతా ఉడుకుతూంది. మొట్టమొదటిరోజు చాలా మామూలుగా కనపడిన సమస్యలే నాలుగు రోజులు గడిచేసరికి భయంకర రూపం దాల్చేయి. మనిషి దేన్నైనా భరించగలడు గానీ, కమ్యూనికేషన్ లేకపోవటాన్ని మాత్రం అసలు భరించలేడు. పక్కగదిలో ఏమవుతుందో కూడా కావాలి. చండీగర్‌లో హిందువుని చంపితే ఢిల్లీలో సిక్కుని చంపకపోతే గాని ఆవేశం తగ్గదు. అటువంటి 'మనిషి' కి పేపరు, రేడియో లేకపోతే ఎలా? మనిషిలోని ఈ అసంతృప్తిని ప్రతిపక్షాలు బాగా ఉపయోగించుకుంటున్నాయి. నీటి ప్రాబ్లెమ్‌కి అధికారపక్షమే కారణం అనీ, కరెంట్ పోవటానికి ముఖ్యమంత్రి చెవిపోగే కారణమనీ ఊరేగింపులు లేవతీశాయి. సమస్య చాలా బలమైనది కావటంతో దీనికి చాలా బలం ఏర్పండింది. కంట్రోల్ రూమ్‌వరకూ సజావుగా సాగిన ఊరేగింపు అక్కడ విడిపోయి అసెంబ్లీ భవనం మీద దాడి జరిపింది. ఇది రాజకీయ పరిణామం. మానసిక పరిస్థితిని గమనిస్తే - మనిషి మరింత తల్లడిల్లాడు. రాత్రయ్యేసరికి ఇంట్లో వుండటం కష్టమైంది. వీధిలో వాళ్ళంతా కలసి ఒకచోట చేరి కబుర్లు చెప్పుకోవటం సర్వసామాన్యమైపోయింది. శ్రీరామనవమి పందిర్లలాగే భజన కార్యక్రమాలు ఎక్కువయ్యాయి. సమస్య వచ్చినప్పుడే కదా దేవుడు గుర్తొచ్చేది. భజన ఎస్కేపిజానికి ఒక అవుట్‌లెట్. అది క్రమంగా ప్రాచుర్యం పొందింది. అందరిలోనూ ఒకటే ప్రశ్న. కరెంట్ ఎప్పుడొస్తుంది? అంతే! ఇది తప్ప మరొక ఆలోచనలేదు. ఫోన్లు లేవు. ఎయిర్ కండీషనర్లు లేవు. కార్లు లేవు. విలాసయాత్రల్లేవు. ఇవి ధనవంతుల ప్రాబ్లెమ్స్. తిండి లేదు. ధరలు అందుబాటులో లేవు. కూలిపని లేదు. ఇవి బీదల సమస్యలు.

స్థానికంగా వున్న కష్టాలు ఇవి అయితే, అంతర్జాతీయ పరిణామాలు మరింత దారుణంగా రూపుదిద్దుకున్నాయి. బీద దేశాల్లో కరెంటు పోవటం ఎంత సామాన్యమో, సంపన్న దేశాల్లో అంత అరుదు. ఒక అమెరికన్ తన జీవితకాలంలో

ఎప్పుడూ కరెంట్ పోవటం అనే పదాన్ని చూసివుండడు. ఇరవై నాలుగో అంతస్తునుంచి లిఫ్టులని జాగ్రత్తగా దింపటం అన్న విషయంనుంచి ప్రారంభమయిన సమస్య గంట తిరిగేసరికల్లా ఊహించనంత పెద్దదయింది. కేవలం మొదటి ఆరుగంటల్లో కనీసం వెయ్యిహత్యలు జరిగివుంటాయని అంచనా. అదృష్టవశాత్తు అనుదీప్ ఆ ప్రకటన చేసినప్పుడు సగందేశాల్లో అది పగలు. లాస్‌వేగాస్‌లో కరెంటు పోగానే –కాసినోలో జరిగిన దారుణాల్ని మిగతా ప్రపంచానికి చెప్పటం కోసం దురదృష్టవశాత్తు (అదృష్టవశాత్తు?) పేపర్లు లేవు, డబ్బు నైతిక విలువల్ని డామినేట్ చేసే దేశాల్లో ఈ కరెంటు సమస్య వెంటనే తన ప్రభావం చూపించింది. జీవితం స్థంభించిపోయింది. కంప్యూటర్‌లు పనిచేయటం మానేశాయి. పెట్రోలు సమస్య మామూలే.... కరెంటు పోవటమనేది అక్కడి ప్రభుత్వం వూహించని సమస్య. దానికది ప్రి పేర్డుగా లేదు. చిక్కేమిటంటే అక్కడ ప్రతిదీ మెకానికల్. దాంతో వచ్చింది చిక్కు. సామాన్యమైన చిక్కు కాదది ప్రభుత్వం ఎదుర్కోలేని చిక్కు. కొత్త ప్రాతిపదికమీద దానిని ఎదుర్కొనే ప్రయత్నాలు చేపట్టింది. ప్రతిదీ ఇళ్ళల్లో "స్టోరు" చేసుకున్నారు. రిఫ్రిజరేటర్లని పునరుద్ధరించటం అయ్యే పనికాదు. సూపర్ మార్కెట్ల పరిస్థితి కూడా అదే. దానికితోడు రవాణా సమస్య. కరెంటు లేకపోయినా మనిషి జీవించగలడు అన్నది సగటు అమెరికన్ ఊహించలేని విషయం.

ప్రభుత్వం దీనిగురించి తీవ్రంగా ఆలోచించింది. ఎలక్ట్రిసిటీని ఎలా పునరుద్ధరించాలో తెలియలేదు. సోలార్ ఎనర్జీని దానికి బదులుగా ఉపయోగించాలంటే– ఆ విధానాలు కనుక్కోవటానికి రాత్రింబగళ్ళు దేశంలోని ప్రతి సైంటిస్టూ కష్టపడినా కనీసం రెండు మూడు సంవత్సరాలు పట్టవచ్చు. అంతవరకూ ప్రజాజీవితం స్థంభించకుండా ఉండాలంటే ఎలా? దాదాపు ప్రతివీధికి ఒక జనరేటర్ (జైంట్) పెట్టాలి. ఈ దేశంలో కొన్ని లక్షల జనరేటర్లు ఈ విధంగా పనిచేయాలి. దాదాపు వెయ్యి మిలియనుల గాలన్ల పెట్రోలియం ప్రొడక్ట్సు దీనికి అవసరం అవుతాయి అంటే ఆయిల్ సరఫరాని సాగించే దేశాలన్నిటినీ కొనుగోలు చేస్తే తప్ప లాభంలేదు. ఇన్ని లెక్కలు వేసిన అమెరికన్‌లు క్షణాలమీద ఈ చర్యకి నాందీవాక్యం పలికారు. అయితే ఇంత వేగంగానూ లెక్కలు కట్టే రష్యన్ల సంగతి వాళ్ళు మర్చిపోయారు, అప్పటికే వాళ్ళూ ఈ దేశాన్ని సంప్రదించారు. ఉన్నట్టుండి పెట్రోలియం ప్రొడక్టులకొచ్చిన డిమాండు ఈ ముస్లిం దేశాలని తబ్బిబ్బు చేసింది. కానీ అడిగేవాళ్ళు బలమయిన వాళ్ళు కావడంతో ఎటూ నిర్ణయించుకో లేకపోయాయి

అవి. ఈ లోపులో వత్తిడి ఎక్కువయింది. 'అభ్యర్థన' 'బెదిరింపు' గా మారింది. మీరే నిర్ణయించుకోండి అన్నాయి ఆ దేశాలు. సంప్రదింపులకి మార్గంలేదు.

ఉన్నదొకటే వస్తువు. ఇద్దరికీ కావాలి.

బలమే దాన్ని నిర్ణయిస్తుంది.

ప్రపంచం మొత్తం మీద కరెంటు పోయిన పదిహేనురోజులకి ఆ విధంగా మూడో ప్రపంచయుద్ధం మొదలైంది.

* * *

మొట్టమొదటి న్యూక్లియర్ బాంబ్ సౌదీ అరేబియా మీద పడింది. ప్రతీకారంగా రెండోది ఇజ్రాయేల్‌మీద. ఇరాన్, ఇరాక్ సమిధలయ్యాయి.

నాకు దక్కనిది నీకూ దక్కకూడదు అన్నదొక్కటే అక్కడ చలామణి అయ్యే న్యాయం! రెండురోజులకి రెండు దేశాలు ముసుగులోంచి బయటకొచ్చాయి. కరెంటు లేకపోతే రష్యన్స్ కొంతకాలం బ్రతగ్గలరేమో గానీ అమెరికన్స్ అసలు బ్రతకలేరు. రెండు రాజ్యాలకీ జరగబోయే పరిణామాలు తెలుసు. ఎవరు ముందు ఈ నూనెగనులమీద ఆధిపత్యం సంపాదిస్తే వాళ్ళు మనుగడ కొనసాగించగలరు. మిగతా ప్రపంచంలో అరాచకం తప్పదు. ఏ విప్లవమూ రాకపోతే 90 శాతం జనాభా క్రమంగా నశిస్తుంది.

ఈ కారణాలవల్ల మూడో ప్రపంచయుద్ధం తప్పనిసరి అయింది. అమెరికన్ మిస్సైల్స్‌ని రష్యా అంతరిక్షంలోనే ఎదుర్కొంది. స్టార్‌వార్స్ ప్రారంభమయిన రెండుగంటలా పదిహేను నిముషాలకి రష్యా ప్రయోగించిన ఐ.సి.టి. 240 బాంబ్ అమెరికన్ నగరాలమీద, అదే సమయానికి అమెరికన్ NEPA లెనిన్ గ్రాడ్ నుంచి సైబీరియా ఎడారుల వరకూ ఒకేసారి విస్ఫోటనం చెందాయి.

భూమి ఒక్కసారిగా కదిలిపోయింది.

రక్తాన్ని మరిగించేటంత వేడెక్కిన వాతావరణపు ప్రభావానికి జనావళి నల్లుల్లా మాడిపోయింది.

ఆమెకి మెలకువ వచ్చింది.

గదికూడా ఆమె కలలో భూమిలాగే కుతకుతా ఉడుకుతోంది. కొంచెం సేపు ఆమెకి జరిగిందేమిటో అర్థంకాలేదు. ఆమె నైటీ చమటతో తడిసిపోయింది. దోమలు చెవులదగ్గిర శబ్దం చేస్తున్నాయి. ఎక్కడనుంచి కల ప్రారంభమయిందో తెలియలేదు. కరెంటు మాత్రం లేదు. అంతవరకూ నిజం. ఫాన్ తిరగటంలేదు.

టైమ్ చూసింది.

రెండున్నర కావస్తూంది.

టేప్‌రికార్డర్, అందులో క్యాసెట్ అలాగే వున్నాయి. అనుదీప్ వచ్చి శాపం పెట్టి వెళ్ళటం, కరెంటు వెంటనే పోవటం.... అంతవరకూ నిజమేనన్నమాట. ఈ రాత్రే అంతా జరిగింది. మిగతాది తన కల. కల కాబట్టే పరిణామాలన్నీ ఒక వరుస క్రమంలో గాక, అస్తవ్యస్తంగా వచ్చాయి. ఆమెకి నవ్వొచ్చింది.

ఆ రాత్రి ఇక ఆమెకి నిద్రపట్టలేదు.

తెల్లవారేవరకూ పక్కమీద అటూ ఇటూ దొర్లుతూ గడిపింది. ఆమె మనసులో ఎక్కడో చిన్నభావం... తను ప్రేమించటం గురించి అనుదీప్ చెప్పింది నిజమేనేమో అన్న వాస్తవం ఆమెని నిలదీస్తోంది. తనని చూసిన మొదటి క్షణంలోనే అతడు ఏదో విధంగా మాటలు కలిపి స్నేహం పెంచుకుని వుంటే ఆ తరువాత తనూ ప్రేమించి పెళ్ళాడటానికి అడ్డు చెప్పేదికాదేమో అనుదీప్ (ఎంత కాదనుకున్నా) స్మార్ట్. అతడి నవ్వులోనే సీరియస్‌నెస్‌తో కూడిన చిలిపితనం వుంది. చాలామంది ఆడ పిల్లలు ఇష్టపడే అరుదైన క్వాలిటీ.

ఆమె పక్కకి తిరిగి పడుకుంది.

అసలు అతడు ఇన్ని అబద్ధాలు చెప్పకుండా వుంటే ఈపాటికి ఈ పరిచయం మరింత అభివృద్ధి చెంది వుండేదేమో. ఇంటిగలాయన, ఆయన కొడుకు, చక్రధర్- వీళ్ళలో లేని విజ్ఞానం అతని అలసిన కళ్ళల్లో వుంది. ఆ ముగ్గురూ మరోరకంగా తనని బుట్టలో వేసుకోవటానికి ప్రయత్నించారు. ఈ మాయల్తో విసిగిపోయిన మనసు తొందరగా మరో మొగవాడిని అంగీకరించటానికి ఒప్పుకోవటం లేదు. అచ్చంగా అతడు తన మనసులోకి తొంగిచూసినట్టు ఆ విషయాలన్నీ చెప్పగానే తన అహం దెబ్బతిన్నది. ఆ తరువాత అతడు చేసిన ట్రిక్కులన్నీ మరింత కోపం తెప్పించి అతడిని దూరం చేశాయి. ప్రేమికులపై అతడు చేస్తున్న అనాలిసిస్, ప్రేమపట్ల తనకి భయాన్ని కలిగించింది. అంత వాస్తవాన్ని భరించలేకపోయింది మనసు.

...దోమచేసే శబ్దానికి, ఆమె చెంపమీద చేత్తో కొట్టుకొని బోర్లా పడుకుంది. .....నిర్లక్ష్యంగా పెరిగిన గెడ్డం, భుజానికి చేతిసంచి, బెంగాలీ లాల్చీ...అనుదీప్ మళ్ళీ గుర్తొచ్చాడు.

ఏడు సంవత్సరాలపాటు అతడు ఏమయ్యాడన్నది అనవసరంగానీ అప్పుడే కలిసివుంటే తను కాదనేదా? ...ఏమో, కాదనటానికి అతడిలో లేనిది ఏదీలేదు. ఆ మాటే అతడికి చెప్తే "అందంగా కనపడిన కుర్రాడు ఏదైనా అడిగితే వెంటనే "యస్' ' అనేస్తావా? అదేనా ప్రేమంటే?" అని మరో చర్చలేవదీస్తాడు. **అతడికి ప్రేమకన్నా**

ప్రేమపట్ల చర్చే ఎక్కువ ఇష్టంలా వుంది. చక్రధర్ బారినుంచి తనని కాపాడిన మొదటిరోజే వింధ్య పర్వతాల తాలూకు కట్టుకథ చెప్పకుండా చేతిలోకి చెయ్యి తీసుకుని వుంటే తాను కాదనేదా? ఆమె తిరిగి పక్కకి తిరిగింది.

నేను నిన్ను ప్రేమించాను కాబట్టి నువ్వు నన్ను ప్రేమించాలి అంటాడేమిటి? ఇదేమైనా ఉప్మా తయారీనా? నీళ్ళు మరిగాక రవ్వ వేస్తే తయారవ్వటానికి.... అదే అతన్ని అడుగుతే, మరి ఈ కాలంలో ప్రేమ అలాగే తయారవుతుందికదా అంటాడు. నిజమే అవొచ్చు. కానీ అందరూ వేరు. తను వేరుకదా. ఆ విషయమే మళ్ళీ చెవుతే, ప్రతి ఒక్కరూ అలాగే "అందరూ వేరే. నేను వేరే" అనుకుంటారు అని నవ్వేస్తాడు. ఆ నవ్వు..... అది గుర్తొచ్చి ఆమె వెల్లకిలా తిరిగింది.

"రాత్రంతా నువ్వే గుర్తుకొచ్చావ్" అని చెప్పాలి. ఏడిపించటానికి ఏమంటాడు... "వెల్లకిలా పడుకున్నప్పుడు బోర్లా పడుకోవాలనిపించటమే ప్రేమ" అంటాడా! అనగల సమర్థుడే.

వెల్లకిలా పడుకున్న వాళ్ళని బోర్లా పడుకోబెట్టగలిగేది ప్రేమ ఒక్కటే కాదు దోమకూడా! అని అతడికి ఎలా నమ్మకం కలిగించటం? తామిద్దరూ రెండు ధృవాలు. మనసంతా ప్రేమ నింపుకున్న మనిషి అతను. ప్రేమ రాహిత్యంలో శిథిలమయ్యే శిల తను! ... ఆమెకి ఎవరో వ్రాసుకున్న గేయం గుర్తుకు వచ్చింది. వేటూరో - వీరేంద్రనాథో - తిలకో- గుర్తులేదు.

నేను ఉత్తరధృవం తలుపు తట్టినప్పుడు-
నువ్వు దక్షిణధృవాన పెంగ్విన్ పక్షుల్తో ఆడుకుంటున్నావు.
నేను హృదయాన్ని వెతుక్కునే చోట-
నీ జాకెట్ బటన్ మాత్రమే దొరికింది.

"ఆకేసుకుంటే నోరుపండు- వాటేసుకుంటే వలపుపండు" అన్నాడో కవి.

వలపు పండి ఫలమౌతుంది. విఫల మవుతోంది.

ఈ రకమైన ఆలోచనలతో ఎప్పుడు తెల్లవారిందో తెలీదు. ఆమె కళ్ళు నిద్రలేమివల్ల ఎర్రబడ్డాయి. అరగంటలో తయారైంది.

ఆ రోజు ఏదో అద్భుతం జరగబోతూందని ఆమెకి అనిపిస్తూంది. ప్రపంచం మొత్తంమీద కరెంటు లేదని తెలిసిన చాలా కొద్దిమందిలో తనూ ఒకరు! ఆమె కళ్ళముందు హడావుడిగా అడుగులు వేసుకుంటూ వెళుతున్న ధర్మారావు రూపమే కనబడుతుంది. ఏం జరుగుతూంది? బయటికి అధికారులు ఈ సమస్యని ఎలా ఎదుర్కోబోతున్నారు? తను మాత్రం చచ్చినా అనుదీప్‌కి "యస్" అని చెప్పదు.

మామూలుగా అడిగితే అది వేరే సంగతి. ఇలా బెదిరించి ఎవరూ తనతో పనులు చేయించుకోలేరు. చూద్దాం ఏం చేస్తాడో? పేపరు రాలేదు. పక్కింటివాళ్ళని అడిగితే బోయ్‌వచ్చి, ఈ రోజు రాదని చెప్పాడని అన్నారు. కలకాస్త నిజమౌతూందన్నమాట. ఆమె షాపుకెళ్ళి, “వంద బ్యాటరీలు” అంది.

షాపువాడు ఆశ్చర్యంగా చూసి “ఎన్ని” అడిగాడు.

“వంద”

అతడు మాట్లాడకుండా ప్యాకెట్‌కట్టి యిచ్చాడు. ఇంటికొచ్చి ట్రాన్సిస్టర్‌లో పెట్టి ఆన్ చేసింది.

రేడియో రాలేదు. డెడ్ అయింది.

కనీసం జనరేటర్‌లోనయినా పునరుద్ధరణ జరిగి వుండాలే.

కరెంటు శాశ్వతంగా పోయిందని అధికారులు రేడియోస్టేషన్ వాళ్ళకి చెప్పలేదా? ఆమె అన్ని స్టేషనులూ ప్రయత్నించింది. రాలేదు. కేవలం చెక్క పెట్టెలా మాత్రమే వుంది అది.

ఏదో తెలియని భయం ఆమెలో ప్రవేశించింది.

మళ్ళీ బయటకు వచ్చింది.

“పంపులో నీళ్ళు రావడం లేదమ్మా” అంటున్నారు ఎవరో. ఆమె ఒక క్షణం ఆలోచించింది. కరెంటు లేకపోవటానికి, పంపులో నీళ్ళు రాకపోవటానికి ఏం సంబంధం వుందా అని....

ఆమెకి తెలియలేదు. ఆమె మనసంతా ఉద్విగ్నతతో నిండిపోయింది. ఏం జరుగుతూందో తెలుసుకోవాలన్న ఆకాంక్ష ఎక్కువయింది. చెప్పులేసుకుని బయటికొచ్చింది. మెయిన్ రోడ్డు మీదికి రాగానే షాక్ తగిలినట్టు నిలబడిపోయింది.

ఎక్కడి వాహనాలు అక్కడ ఆగిపోయి, ఎవరో చిత్రకారుడు వేసిన నిశ్శబ్ద చిత్రంలా వుంది. రోడ్డు జనం. గుంపులు గుంపులుగా మాట్లాడుకుంటున్నారు.

ఆమె ఫిజిక్స్ స్టూడెంటుకాదు. కానీ అంత చిన్న విషయం అర్థమవటానికి ఫిజిక్స్‌లో మాస్టర్ అయివుండనవసరం లేదు. ప్లగ్‌లో స్పార్క్ రావటానికి ఎలక్ట్రిసిటీ కావాలి. అది లేకపోతే వాహనాలు కదలవు. అందుకే కార్లు, లారీలు, స్కూటర్లు ఆగిపోయాయి. అందుకే రేడియోలు పనిచేయటంలేదు.

అంటే ఆయిల్‌తో నడిచే జనరేటర్లు కూడా పనిచేయవు.

అందుకే పంపులో నీళ్ళు రా..లే..దు!!

...తను మూర్ఖురాలై వంద బ్యాటరీలు కొన్నది.

డీజిల్ కానీ, పెట్రోలు గానీ నిరర్థకం! అసలు కరెంటు ప్రవాహమే లేకపోతే ఇక ఇవన్నీ ఎందుకు?

ఆమె వణికి పోయింది.

తన కలలో పదిహేను రోజుల్లో జరిగిన పరిణామాలన్నీ ఇక రాబోయే పదిహేను గంటల్లో జరుగుతాయి. ప్రధానమంత్రి పార్లమెంటుకి గుర్రపు బగ్గీలో వెళ్ళాలి. ముఖ్యమంత్రి సైకిల్ మీద వెళతారేమో...కానీ ...ఇవన్నీ చిన్న చిన్న విషయాలు. అంతకన్నా మహా దారుణమైన సంఘటన అతి త్వరలో...

ఆమె నడక వేగం హెచ్చించింది.

ధర్మారావు ఇంటిలోనే వున్నారు. కానీ ఇల్లంతా నేల ఈనినట్టు పోలీసు అధికారులు. ఏం చెయ్యాలో తోచనట్టు శిలాప్రతిమల్లా వున్నారు అందరూ.

బైట ప్రపంచపు నిశ్శబ్దానికి ప్రతీకగా వుందాగది. విస్ఫోటనానికి ముందు స్థబ్దంగా వుండే అగ్నిపర్వతంలా వుందా గది.

ఊరుకీ- ఊరుకీ మధ్య, నగరానికీ -నగరానికీ మధ్య లింకులు తెగిపోయాయి. దేశానికీ దేశానికీ కమ్యూనికేషన్స్ లేవు. కొన్ని ప్రదేశాల్లో నీళ్ళు వస్తూ వుండవచ్చు! కానీ అదికూడా మరో రెండు రోజులు మాత్రమే. అంతమంది మధ్యలో వున్న ధర్మారావుని పలకరించే ధైర్యం ఆమె చేయలేకపోయింది. లోపలకి వెళ్ళబోయింది. వరండాలో రవిశాస్త్రి కనిపించాడు. ఒక తెలిసిన వ్యక్తి కనపడగానే ఆమెకి సంతోషం వేసింది.

"మొత్తం ప్రపంచమంతా పోయింది కరెంటు. కారణం తెలియటం లేదు" అన్నాడు రవిశాస్త్రి.

"ఇంకో రెండురోజుల్లో అంతా అల్లకల్లోలం అయిపోతుందనుకుంటాను' ' అంది. "రెండురోజులు కూడా అవసరం లేదనుకుంటాను" అంటూ అందుకు గల కారణాలు వివరించాడు.

ఆమెకి కొద్దిగా అర్థమయింది, కొద్దిగా కాలేదు. మనిషి జీవితం ఎంత గాజుసీసాలాంటిదో, కృత్రిమమయిన విధానాలమీద అతడి జీవితం ఎంతగా ఆధారపడిందో మాత్రం అర్థమయింది. ఎలక్ట్రిసిటీ అనేది నాలుగ్గంటలు లేకపోతే అరాచకం వస్తుంది. ప్రళయం వస్తుంది...

జరగబోయే పరిణామాలు ఆమెని భయపెట్టాయి. మొత్తం మానవాళి యొక్క మనుగడ అంతా తనమీద ఆధారపడి వుంది! తన ప్రేమ ప్రపంచాన్ని రక్షిస్తుంది!

మరి తను ప్రేమించగలదా?

తన అహాన్ని తీసి పక్కన పెట్టగలదా?

పట్టుదలతో చివరివరకూ అంతం చూస్తుందా?

అంతా చెప్పి ఆమె శాస్త్రివైపు తిరిగి, "మనం అర్జెంటుగా అనుదీప్ దగ్గరికి వెళ్ళాలి. మీకు ఇల్లు తెలుసా?" అని అడిగింది.

"తెలుసు" అన్నాడు శాస్త్రి.

ఇద్దరూ అనుదీప్ ఇంటికి వెళ్ళారు. అతడు ఇంట్లో లేడు. ఆమెకి టెన్షన్ ఎక్కువైంది. ఎలా దీన్ని ఆపటం?

వాళ్ళ దగ్గరే ఒక కాగితం అడిగి తీసుకుని "అనుదీప్! ఐ లవ్యూ!! ఇంకే వాదనలూ వద్దు! ఐ లవ్యూ" అని రాసి ఇచ్చింది, "మీ అబ్బాయి వస్తే ఈ కాగితం ఇవ్వండి" అంటూ.

ఇద్దరూ తిరిగి రోడ్ మీదకు వచ్చారు. మెయిన్ రోడ్లుమీద వాహనాలు తిరుగుతున్నాయి. షాపుల్లో లైట్లు వెలుగుతున్నాయి.

అయితే – ఎప్పట్నుంచి?

తను"ఐ లవ్యూ" అని రాసినప్పటినుంచీనా?

కేవలం అతడి తృప్తికోసం – తాను రాసిన ఆ మూడు అక్షరాలకీ అంత విలువ వుందా? ఆమెకెందుకో ఆనందం కలగలేదు. ఆమె శాస్త్రివైపు చూసింది. అతడు మరింత గంభీరంగా వున్నాడు. తన ఆలోచనల్లో తను మునిగి వున్నాడు.

"హల్లో"

ఎదురుగా అనుదీప్! అతడివైపు నిరాసక్తంగా చూసింది. "నువ్వే గెల్చావ్" అంది పేలవంగా నవ్వుతూ.

అతడు తెల్లబోయి "నేను గెలవటమేమిటి?" అన్నాడు.

"మీ ఇంట్లో వ్రాసి వచ్చాను. నీకు కావలసిన విధంగా –"

"నిజమా! నాకా విషయం తెలీదు".

"మరి కరెంట్ ఎలా వచ్చింది?"

"ప్రపంచం ఎంత బాధపడుతూందో చూశాను. నా ప్రేమని నిరూపించటం కోసం మొత్తం ప్రపంచాన్నే బాధపెట్టటం స్వార్థం అనిపించింది. అందుకే దేవుణ్ణి తిరిగి ప్రార్థించాను. అంతా మామూలుగానే చేసెయ్యమని". మామూలు పరిస్థితుల్లో అయితే ఆమె వెటకారం ధ్వనించేట్టు ఏదో ఒకమాట అనేదే కానీ– కళ్ళముందు నుంచి తప్పిపోయిన ప్రపంచ ప్రళయం ఆమెనింకా ఆ దిగ్భ్రాంతి నుంచి తేరుకునేలా చేయలేదు.

అతడు ఇంకా ఏమైనా మాట్లాడతాడేమో అని చూసింది. కానీ తలవంచుకుని అతడు అక్కణ్ణించి వెళ్ళిపోయాడు. తను వ్రాసి అతడి ఇంటిలో యిచ్చిన కాగితంమీద అతడు ఏమైనా కామెంట్ చేస్తాడేమో అనుకుంది. కానీ అతడు ఆ ప్రస్తావన తేలేదు. శాస్త్రి అతడితో విడిగా ఏదో రెండు నిమిషాలు మాట్లాడాక అతడు వెళ్ళిపోయాడు. ఇద్దరూ ధర్మారావు ఇంటికి వచ్చారు. కరెంటు వచ్చాక కూడా అక్కడ ఇంకా హడావుడిగా వుంది. అసలెంత నష్టం జరిగిందో – పోలీసులు ఏ విధంగా చర్యలు తీసుకోవలసి వస్తుందో అన్నది చర్చించటంలో అందరూ నిమగ్నమై వున్నారు. అయినా సరే– ధర్మారావు ఆమెను చూడగానే పక్కరూమ్‌లోకి తీసుకెళ్ళాడు.

"అసలేం జరిగిందో తెలుసా?"" అన్నాడు ఉద్వేగం, ఇరిటేషన్ అణచుకుంటూ... "ఒక కొత్త జనరేషన్ కంప్యూటర్ కనుక్కోబడింది. దాని ప్రభావంవల్ల ఎలక్ట్రాన్‌ల ప్రవాహం ఆగిపోయింది. అది తెలుసుకోవటానికి శాస్త్రజ్ఞులకి ఇన్ని గంటలు పట్టింది. ఇక ప్రపంచానికి ఏ ప్రమాదమూ లేదు". *

ఆమెకి అతడు చెప్పినదానిలో కాస్త అర్థమైంది. కాస్త కాలేదు. ఎలక్ట్రాన్‌ల ప్రవాహం ఆగిపోతే కరెంటుపోతుంది అని తెలుసు. కానీ ఒక కొత్త వస్తువు కనుక్కోబడటానికి, ప్రవాహం ఆగిపోవటానికి సంబంధం ఏమిటో అర్థంకాలేదు. అయితే ఆమె దాని గురించి ఆలోచించలేదు. అనుదీప్ గురించి ఆలోచిస్తూంది. ఆమె మనసులోని భావాలకి బలం కలిగిస్తున్నట్లుగా ధర్మారావు అన్నాడు.

"ఆ బాస్టర్డ్‌కి ఈ విషయం ముందే తెలిసినట్టుంది. సరిగ్గా దాన్ని అన్వయించుకుని నీ దగ్గిర ఈ నాటకం ఆడాడు".

విద్యాధరి మొహం ఎర్రబడింది. ఇంత ఫూలిష్‌గా తను ఎలా ప్రవర్తించ గలిగింది? అతడేదో అనెయ్యగానే అంత మధనపడి "ఐ లవ్యూ" అని ఎలా పేపర్‌మీద వ్రాసి ఇచ్చెయ్యగలిగింది? అతడు ప్రతిసారీ తనని ఫూల్‌ని చేస్తూనే వున్నాడు. ఈసారి మరింత థ్రిల్లింగ్‌గా చేశాడు.

"ఒక కంప్లెయింట్ రాసివ్వు–"

"ఏమని?" ఆలోచనలనుంచి తేరుకుంటూ అడిగింది.

---

* ఎవరు వ్రాశారో జ్ఞాపకంలేదు. క్లార్కో... అసిమోవో...

ఒక స్టేజ్‌లో మొత్తం ప్రపంచంలో టెలిఫోన్‌లన్నీ "డెడ్" అయిపోతాయి. దానికి కారణం – సూపర్ కంప్యూటర్ అని సైంటిఫిక్‌గా రీజనింగ్ ఇచ్చారు ఆ రచయిత. ఆ భావం ఇక్కడ కూడా ఉపయోగించబడింది తప్ప– ఇది పూర్తిగా అభూత కల్పన కాదు. – రచయిత

"వద్దులే. ఒక తెల్లకాగితంమీద సంతకం పెట్టివ్వు. మిగతాది మా వాళ్ళు చూసుకుంటారులే".

ఆమె అలాగే చేసి, బయటకు వచ్చేసింది. మనసు నిర్లిప్తంగా వుంది. ప్రపంచమంతా ఉత్సాహంగా వున్నా ఆమెకి మాత్రం సంతోషంగా లేదు. ఆమె ఆలా వుండటానికి మామూలుగా అయితే రెండు కారణాలు వుండి వుండాలి. ఒకటి- తనవల్ల ప్రపంచం రక్షించబడిందన్న ఆనందం తనకి మిగలకుండా పోవడం. రెండు- తను అంత సులభంగా మోసపోయి, పరుగెత్తుకుంటూవచ్చి పెద్ద పెద్ద పోలీసు అధికారులకి చందమామ కథ లాటిది చెప్పి అభాసుపాలవటం. ఈ రెండే కారణాలు అయివుండాలి. కానీ కాదు. అనుదీప్ తననుంచి క్రమంగా దూరమవుతున్నాడన్న విషయాన్ని ఆమె అంతర్ చక్షువులు గ్రహించాయి. తమ మధ్య ఏదో తెలియని దూరం ఏర్పడుతూంది. ఆ కళ్ళల్లో ప్రేమ లేదని కాదు. కానీ అది తనని దాటి వ్యాప్తమై- తనకి సానుభూతిని మాత్రమే మిగులుస్తూందేమో అన్న అనుమానం. తను గెలిచి ఓడిందో, ఓడి గెలిచిందో అర్థంకావటంలేదు.

ధర్మారావు ఇన్‌స్పెక్టర్ రవిశాస్త్రిని పిలిచి విద్య వ్రాసిచ్చిన కాగితాన్ని అందిస్తూ, "ఈ కుర్రవాడిని అరెస్టుచేసి లాకప్‌లో పెట్టు. ఏం చెయ్యాలా అన్నది తరువాత చెప్తాను!" అన్నాడు.

* * *

హత్యకేసుల్లో సాధారణంగా న్యాయస్థానం బెయిల ఇవ్వదు. నేరస్తులు బయటకు వచ్చి సాక్ష్యాధారాల్ని తారుమారు చేస్తారని ఆ విధంగా చేస్తుంది కోర్టు. కొన్ని సార్లు శిక్ష ఖాయమయ్యేవరకూ బెయిల్ మీద వదిలిపెడుతుంది.

అలా వదిలిపెట్టబడిన సంపత్, విశ్వనాథంలు ఈ హత్యానేరంనుంచి బయటపడటానికి శతవిధాలుగా ప్రయత్నం చేస్తున్నారు. ఈ హత్యకేసులో బెనిఫిట్ ఆఫ్ డవుట్ సంపాదించాలంటే వేలిముద్రలున్న క్యాసెట్‌ని నాశనం చేయాలి. ప్రత్యక్షసాక్షి అయిన విద్యాధరి నోరు శాశ్వతంగా మూసెయ్యాలి. ఈ రెండూ చేస్తే చాలు.

పోలీసు డిపార్ట్‌మెంటులో మాజీ యస్పైగా విశ్వనాథానికి కాస్త పలుకుబడి వుంది. ధర్మారావు అనుదీప్‌ని అరెస్టు చేయమని శాస్త్రికి సూచన్లు ఇచ్చాడని, ఆ రాత్రికే అరెస్టుకూడా జరగవచ్చునని విశ్వసనీయంగా తెలిసింది. ఒక తెల్లకాగితం మీద కంప్లైంట్ సంతకం పెట్టించుకుని, దాని ఆధారంగా ఈ అరెస్టు జరుగుతూ

వుందని కూడా అతను తెలుసుకున్నాడు. కేవలం విద్యాధరి మెప్పుకోసమే ధర్మారావు ఈ పని చేయిస్తున్నాడు.

దాంతో అతడి ప్లాన్‌కి సరి అయిన పునాది దొరికింది.

తామిద్దరూ అసలు విజయవాడలోనే లేరన్నట్టు ముందు పటిష్టమైన ఎలిబీలు సృష్టించుకున్నారు. అనుదీప్ అరెస్టు కావటానికి సరిగ్గా అయిదు నిముషాల ముందు విద్యాధరిని హత్య చేయడానికి ప్లాన్ వేశారు. దీంతో పోలీసులు ఇబ్బందిలో పడతారు. ముఖ్యంగా ధర్మారావు ఎందుకు ఆ సూచన ఇచ్చాడో చెప్పుకోలేడు. విద్యాధరి నుంచి పూర్తి వివరాలు తీసుకోనందున రవిశాస్త్రి సస్పెండ్ అవుతాడు.

అనుదీప్‌కి శిక్ష పడుతుంది. అతడికి విద్యాధరికి పాతకక్షలున్నాయనటానికి చాలా ఋజువులున్నాయి. ఈ విషయమై విద్యాధరి పోలీసులకి రిపోర్టు చేసింది. ఈ లోపులో అతడు హత్య చేశాడు. విద్యాధరికి సరియైన రక్షణ కల్పించలేదు పోలీసులు.

ఈ నెపంనుంచి తప్పించుకోవటానికి పోలీసులు మూడు చెరువుల నీళ్ళు తాగవలసి వస్తుంది. అంత హడావుడిలో, తమకేసు (రుజువులతో సహా) వెళ్ళిపోతుంది. తమకి తమ ప్రత్యర్థుల మీద పగతీర్చుకున్నట్టు కూడా వుంటుంది. అన్నివిధాలా లాభం.

ఇలా ఆలోచించి, విద్యాధరి హత్యకి ముహూర్తం పెట్టారు వాళ్ళిద్దరూ.

* * *

రవిశాస్త్రి జీపు దిగి, అనుదీప్ ఇంట్లోకి ప్రవేశించాడు. అతడికిష్టంలేదు. కానీ తప్పదు. ఒకటి మాత్రం అదృష్టం. తన పరిధిలోవున్న పోలీస్‌స్టేషనే కాబట్టి లాకప్ బాధలుండవు. తరువాత అతడివి ధర్మారావు ఏం చేయమంటాడా అన్న దానిమీద మిగతాది ఆధారపడి వుంటుంది.

ఇన్‌స్పెక్టర్ డ్రస్‌లో వున్న శాస్త్రిని చూసి బెదురుతూ "అబ్బాయి లేడు బాబూ" అన్నాడు తండ్రి. శాస్త్రి వెనుదిరుగుతూ వుంటే "ఏమైనా తప్పు చేశాడా బాబూ" అని అడిగింది తల్లి.

"అవును. ఒక అమ్మాయిని ప్రేమించటం–" మనసులోనే అనుకుని, "ఏమీలేదు. మీరు కంగారు పడకండి" అని అక్కణ్ణుంచి కదిలాడు.

అనుదీప్ కోసం ఎక్కడ వెతకాలో తెలియలేదు. ఎందుకో తోచింది, అనుదీప్ ఆ సమయంలో విద్యాధరి దగ్గర వుంటాడని.

అక్కడికి బయలుదేరాడు. అకస్మాత్తుగా మనసుకి ఏదో తోస్తుంది- అది వూహించని మలుపుకి కారణభూతమవుతుంది.

* * *

లైటు వేసుకుని విద్యాధరి ఆ రోజు పేపరు చదువుతూంది. ప్రథమ విద్యుద్ఘాత కెరటం ప్రభావం (ఇనిషియల్ షాక్‌వేవ్) తగ్గిపోయాక పేపర్లు రకరకాల వార్తల్ని బాక్స్ ఐటమ్స్‌గా ప్రచురించటం సాగించాయి. చాలా గమ్మత్తయిన వార్తలు. కరెంటు పోయినప్పుడు ప్రపంచపు వివిధ ప్రాంతాలలో ఏమేం జరిగాయో వాటిని- మామూలుకన్నా రెట్టింపు పేజీలు ప్రచురించి, ప్రజలకి అందిస్తూ నష్టాల్ని భర్తీ చేసుకోసాగాయి.

వార్తలు ఇంటరెస్టింగ్‌గా వుండటంతో ఆమె వాటిని చదువుతూ చాలాసేపు వుండిపోయింది.

బాగా చీకటిపడ్డాక- ఆ నిశ్శబ్దంలోంచి గదిబైట చప్పుడు వినిపించింది. ముందు ఆమె పట్టించుకోలేదు. కానీ చిన్న మూలుగు ఆమెలో ఉత్సుకత రేకెత్తించింది.

ఆమె తలుపుతీసి బయటకు రాబోయింది.

సరిగ్గా అదే సమయానికి, ఊహించని వేగంతో ఒక కత్తి ఆమె నడుమువైపు దూసుకువచ్చింది. ఒక విధమైన ఇంపల్స్‌తో ఆమె పక్కకి జరగబట్టి సరిపోయింది. కానీ లేకపోతే ఆ కత్తి ఆమె కడుపులో గుచ్చుకునేదే. ఆమె హారర్‌తో అరవబోయింది. కానీ భయంవల్ల నోటమాట రాలేదు.

దూరంగా మరెవరో ఘర్షణ పడుతున్నారు. చీకట్లో వాళ్ళెవరో తెలియలేదు. అంతలో వీధి మొదట్లో మరో వ్యక్తి కనిపించాడు.

అతడు కూడా ఇటే వస్తున్నాడు.

ఒక్కసారిగా ఇంతమంది వ్యక్తుల్ని ఇంటిముందు చూసేసరికి ఆమెకి అంత భయంలో ఏమీ అర్థంకాలేదు. అందులో ఎవరు శత్రువులో ఎవరు మిత్రులో తెలియలేదు.

ఆమె అప్రయత్నంగా బయటకు పరుగెత్తింది.

లోపలికి వెళ్ళిన వ్యక్తి లేచి ఆమె వెంటపడ్డాడు.

ఈ అవకాశం తప్పిపోతే మరి దొరకదని కృతనిశ్చయుడై ఉన్నట్టు తోచాడా వ్యక్తి. ఎటు వెళ్తూందో తోచని పరిస్థితుల్లో ఆమె పరుగెత్తసాగింది. ఇంకో నాలుగైదు క్షణాలు గడిచి వుంటే అతడికి ఆమె దొరికి వుండేది. ఈ లోపులో వీధి మలుపు తిరిగి వస్తున్న వ్యక్తి దగ్గరయ్యాడు. అతడిని చూసి– ఆమెను వెంటాడుతున్న వ్యక్తి చప్పున వెనుదిరిగాడు. అదే సమయానికి అట్నుంచి ఒక కారు వచ్చింది. ఈ ఘాడావుడిలో ఆ వ్యక్తి కారుని చూసుకోలేదు. ముందు అతడి చేతిలో కత్తి గాలిలోకి ఎగిరింది! తరువాత అతడి శరీరం..

ఈ లోపులో, విడిగా దూరంగా ఘర్షణ పడుతున్న ఇద్దరిలో ఒక ఆర్తనాదం వినిపించింది. ఆ మనిషి కుప్పకూలిపోయాడు. రెండో వ్యక్తి అక్కణ్ణుంచి పరుగుదీసాడు. వీధి మలుపు నుంచి వస్తున్న వ్యక్తి మరి ఆలస్యం చేయకుండా రెండుసార్లుపిస్తోలు పేల్చాడు. ఆగిపోయిన కారు– కారు పక్కన విద్యాధరిమీద హత్యాప్రయత్నం చేసిన మనిషి శవం, కాస్త దూరంలో పిస్తోలు దెబ్బతిన్న మరో ఆగంతకుడు. అతడి పక్కనే రక్తపు మడుగులో మరో వ్యక్తి–

అంతా అయోమయంగా వుంది విద్యాధరికి. అప్పటివరకూ ప్రశాంతంగా వున్న వాతావరణం ఈ శబ్దాలతో దద్ధరిల్లిపోయింది. ఈ లోపులో, పిస్తోలుతో ఆమె దగ్గరగా వచ్చాడు ఆ వ్యక్తి– రవిశాస్త్రి. అంత రక్తాన్ని విద్యాధరికి చూసి స్పృహ తప్పుతున్నట్టు అనిపించింది. కారు క్రింద పడివున్న వ్యక్తి సంపత్, పొడిచి పారిపోతూ ఇన్‌స్పెక్టర్ గుళ్ళకి బలిఅయినవాడు విశ్వనాథం. శాస్త్రితోపాటు ఆమె రక్తపు మడుగులో పడివున్న మూడోవ్యక్తి దగ్గరకు వెళ్ళింది. రెక్కలు విరిగిన జటాయువులా పడివున్నాడు.

.....అనుదీప్!

* * *

"ఎలా వుంది డాక్టర్"

"సీరియస్‌గా వుంది." ఆపరేషన్ థియేటర్ నుంచి బయటకి వస్తూ అన్నాడు డాక్టర్.

విద్యాధరి ఇంటిలోకి ప్రవేశించబోతున్న ఇద్దరినీ ఎదుర్కొన్నాడు అనుదీప్ దాని ఫలితమే ఇది.

తన గురించే అనుదీప్ తన ఇంటిమందు తచ్చాడుతున్నాడన్న సంగతి విద్యాధరికి తెలుసు. అదే తన ప్రాణాల్ని రక్షించిందని కూడా ఆమె గ్రహించింది. అయినా ఆమెకి విసుగ్గా వుంది.

రేపీ ఘర్షణల గురించి అంతా పేపర్లో వస్తుంది. "ఒక అమ్మాయిమీద హత్యా ప్రయత్నం- ప్రేమికుడు రక్షించిన వైనం..." అంటూ

దాంతో ఒక రకరకాల కథలు ప్రచారమవుతాయి. అసలే గొడవల్నుంచి బయటపడి ఇప్పుడిప్పుడే సర్దుకుంటున్న తనకి మళ్ళీ ఈ గొడవతో అనవసరమైన ఇబ్బంది ఏర్పడబోతుంది. నిప్పులేనిదే పొగ ఎందుకొస్తుందీ అనుకునేవాళ్లే ఎక్కువమంది ఈ సమాజంలో. ఒక హత్యజరిగి, అరెస్టయి, రిలీజ్ అయిన కొద్ది రోజుల్లో మరో రెండు హత్యలు... తన శీలం పట్ల కూడా రకరకాల రూమర్లు వ్యాప్తి చెందుతూ వుండవచ్చు.

రవిశాస్త్రి "పాపం, అతడు బ్రతికి తొందరగా కోలుకోవాలని దేవుడిని ప్రార్థించాలి" అన్నాడు.

"ఎందుకు? మరింత తొందరగా వచ్చి వేధించటానికా?" అంది. రవిశాస్త్రి ఆమె మాటలకి విస్మయంగా చూశాడు.

"మనమేమీ ప్రార్థించనవసరంలేదు. అతడికి రకరకాల క్షుద్రవిద్యలు తెలుసు. ఇదంతా నాటకం అయినా కూడా ఆశ్చర్యపడను-" అంది. రవిశాస్త్రి తన జీవితంలో ఎప్పుడూ అంత ఆవేశపడలేదు. కూతుళ్ళని కూడా చిన్నప్పటినుంచీ ఎప్పుడూ అలా కొట్టలేదు. సాచిపెట్టి విద్యాధరి చెంప పగిలేలా కొట్టాడు.

అతడు అతికష్టంమీద ఆవేశాన్ని అణచుకున్నాడు. ఆ దెబ్బకి ఆమె కళ్ళల్లో నీళ్ళు తిరిగాయి. ఉక్రోషం కూడా వచ్చింది.

"ఏం? నే నన్నదాంట్లో తప్పేం వుంది?" అంది రోషంగా.

"అతడిపట్ల నీ కసలు ఇష్టంలేకపోతే అది వేరే సంగతి. కానీ మనసులో ఇష్టాన్నిపెట్టుకుని, తెగేవరకూ తాడు లాగటం మంచిపద్ధతి కాదు".

"నాకేం ఇష్టంలేదు అతడంటే..."

"లేదూ?"

"లేదు".

అతడామె రెక్క పుచ్చుకుని గట్టిగా దగ్గిరకు లాగి, "లేదూ?" అన్నాడు. ఆమె జవాబు చెప్పలేదు.

"నేను నీ తండ్రిలాంటి వాడిని. నా దగ్గర అబద్ధం చెప్పకు. అనుభవించవలసిన వయసులో ఇప్పటికే ఎన్నో కోల్పోయావు. మనం ప్రేమించే వ్యక్తులు చాలామంది దొరుకుతారు. మనల్ని ప్రేమించే వ్యక్తులు దొరకటం కష్టం. ఆ విధంగా నువ్వు అదృష్టవంతురాలివి–"

"నేనా? నే నదృష్టవంతురాల్నా?" ఆమె బరస్ట్ అయింది. ఎన్నో సంవత్సరాలుగా ఆమె మనసులో గూడు కట్టుకున్న వేదనంతా ఒక్కసారి దుఃఖరూపంలో బయటకు వచ్చింది. "నా తల్లి చిన్నప్పుడే పోయింది. నా తండ్రి జీవితమంతా డబ్బు సంపాదించటానికీ, కుహనా మేధావుల పోగడ్తలమధ్య శయ్యాసుఖం అనుభవించటానికీ సరిపోయింది. వయసులో, ఊహ తెలిసినప్పటి నుంచీ ప్రతి మొగవాడూ ఏదో విధంగా దగ్గిరవటానికి ప్రయత్నించి ప్రేమంటే అసహ్యం కలిగేలా చేశారు. అటువంటి నేను.... నేనా అదృష్టవంతురాల్ని?"

"కాదా మరి? ఎంత దాహంతో అల్లాడిపోయావో– చివరికి అంత ప్రేమ ఇవ్వగలిగేవాడు దొరికాడు కదా?"

"అతడు ప్రేమకన్నా అబద్ధాలే ఎక్కువ చెప్పాడు".

"లేదు విద్యాధరీ! అతడు అన్నీ నిజాలే చెప్పాడు. ఈ ప్రపంచంలో ఒక మనిషికి, సాటి మనిషి తనని ప్రేమిస్తున్నాడంటే– ఎందుకు ప్రేమిస్తున్నాడు, ఏ స్వార్థంతో ప్రేమిస్తున్నాడు అన్న అనుమానం వచ్చేలా ప్రస్తుత సామాజిక పరిస్థితులు వుండటం దురదృష్టకరం. నేను ఎంక్వయిరీ చేశాను. అతడు వింధ్యపర్వతాలకి వెళ్ళి నీ గురించి తపస్సు చేయటం నిజమే. అందులో అబద్ధం ఏమీలేదు".

ఆమె ఒక్కసారిగా తెల్లబోయి "మీరు ఎంక్వయిరీ చేశారా?" అంది.

"అవును, నేను స్వయంగా వింధ్యపర్వతాల్లోకి వెళ్ళి వాకబుచేసి వచ్చాను".

ఆమె చాలాసేపు మౌనంగా వుండి, "నేనింక ఇదంతా నిజమే అని నమ్మలేకపోతున్నాను" అంది.

"నేనూ మొదట్లో నీలాగే అనుకున్నాను. కానీ జరిగే ఒక్కొక్క సంఘటనా అతడి నిజాయితీని నిరూపించింది. తపస్సు మునుల్ని మానవాతీతుల్ని చేస్తుంది అన్నది నిజమైతే, ప్రేమపట్ల అతడి నిజాయితీ అతడికి మానవాతీతశక్తుల్ని యిచ్చిందన్నది కూడా నిజమే".

"ఆ అహంతోనే అతడు నాతో ఎప్పుడూ కటువుగా ప్రవర్తిస్తూ వచ్చాడు".

"నువ్వు అతడిని సరిగ్గా అర్థంచేసుకోలేదు విద్యాధరీ! నీ చుట్టూ అతడు ఏ విధమైన మాటల మత్తు, చేతల 'వల' జల్లకుండా ప్రవర్తించాడు".

"దాన్ని సహించవచ్చు, కానీ నిర్లక్ష్యాన్ని మాత్రం సహించలేకపోయాను... ముఖ్యంగా నేను లాకప్‌లో వున్నప్పుడు".

శాస్త్రిని మళ్ళీ ఆవేశం వూపేసింది. 'చెప్పెయ్యాలి. చెప్పెయ్యాలి...' అనుకొన్నాడు. తన పిల్లలమీద చేసిన ప్రమాణం గుర్తొచ్చింది. అయినా ఫర్వాలేదు. తన పిల్లలు నాశనమైనా సరే, ఈ పిల్ల అపార్థాలు తొలగించాలి అనుకున్నాడు. మొత్తం అంతా చెప్పాడు. చక్రధర్ హత్యకేసు పరిశోధించటంలో అనుదీప్ మొట్టమొదట ఎలా సాయపడిందీ వివరంగా చెప్పుకొచ్చాడు. "...నిన్ను హత్యానేరం నుంచి బయట పడేయ గలిగే మార్గాలూ, అసలేం జరిగిందన్న వాస్తవాలూ, అన్నీ అతడే చెప్పాడు. అతడే నిన్ను జైలుశిక్ష నుంచి తప్పించాడు. కానీ నాతో ఒట్టేయించుకున్నాడు. ఇంత చేసినా అతడు తన పేరు బయటకు రావటానికి వీలులేదన్నాడు. ఎందుకో తెలుసా విద్యాధరీ... ఆ విధంగా నీ ప్రేమ పొందకుండా వుండాలన్న నిస్వార్థ చింతనతో...."

ఆమె నిర్విణ్ణురాలైంది. చిగురుటాకులా కంపించిపోయింది. ఆమె మనోదర్పణంలో అనుదీప్ ప్రతిబింబం మరింత ప్రజ్వలంగా, ఆమెకే కళ్ళు మిరుమిట్లు గొలిపేలా గోచరించసాగింది. తను ఎంత అల్పమైందో అర్థమైంది. అతడు అడుగుతున్నకొద్దీ మరీ శిఖరమెక్కి కూర్చుంది. ఎవరికీ లభ్యంకాని 'ప్రేమ' తనకి దొరుకుతున్నప్పుడు దాన్ని అర్థంలేని అనుమానాల్తో త్రోసిపుచ్చింది. తన ప్రేమకోసం ఒక యువకుడు తపస్సు చేయటం..! ఎంత మంచి అనుభూతి!!... అంత అందమైన అనుభూతిలోకూడా ఆమెకు దుఃఖం వచ్చింది. 'అనుదీప్ ... అనుదీప్' అనుకుంది. చంద్రుడిని చూసి సాయంసంధ్య అంబరాన్ని (అంబరము- ఆకాశము / వస్త్రము) వదిలేసినట్టు, ఆ నవల (నవల-స్త్రీ)/పుస్తకము (థ్రిల్లర్) యొక్క బంధనాలు తెగిపోయి, పుటలు (పుట-కాగితము/ అపనమ్మకము) కదిలిపోయాయి. తెల్ల పావురాలు ఆకాశంలో గుంపుగా పయనిస్తున్నప్పుడు మలయమారుతం వాటిని పరామర్శించి, రాబోయే వర్షపు స్పర్శ గురించి చెప్పినట్టు, బీడుపడిన ఆమె ప్రేమ రాహిత్యపు హృదయంపై స్నేహమాధుర్యపు తొలకరిజల్లు పడింది. అయితే అది మలయమారుతమే అవుతుందో, పెనుతుఫానుగా మారుతుందో విధే నిర్ణయించాలి. ఆస్పత్రిలో అతడు మాత్రం చావు బ్రతుకులమధ్య కొట్టుమిట్లాడుతున్నాడు.

* * *

ఆమె ఇంటికి వచ్చింది.

ఆగి ఆగి దుఃఖం వస్తోంది. నిశ్చలంగా వున్న తటాకం మీదకు ఒక పిల్లగాలి రివ్వున వీస్తే అలలు ఎలా కదుల్తాయో అలా జరిగినదంతా గుర్తుకు వచ్చినప్పుడల్లా మనసంతా అదోలా అయి, దుఃఖం వస్తుంది. ఆ దుఃఖం పూర్తిగా బయటకు రాదు. పూర్తిగా లోపలే వుండిపోదు. ప్రేమలో పడినవారికి మాత్రమే దానియొక్క ప్రభావం అనుభవపూరకం.

ఇన్‌స్పెక్టర్ రవిశాస్త్రి ఆమెకి అన్ని విషయాలూ చెప్పినప్పటి నుండే అనుదీప్‌ని కలుసుకోవాలనీ, మాట్లాడాలనీ ఆమె మనసు తహ తహ లాడుతుంది. అది అహమో, అజ్ఞానమో, అపనమ్మకమో, ఏదైతేనేం పూర్తిగా నశించింది. ఆమె అతడితో వాదించదల్చుకోలేదు. వాదనలతో సమయం వృధా అయిపోయింది.

మరుసటిరోజు ప్రొద్దున్న వరకూ ఆ సందిగ్ధత అలా వుండవలసిందే. డాక్టర్లు ఆస్పతిలో ఆ రాత్రి పేషెంటు ప్రక్కన వుండటానికి వీల్లేదన్నారు. పరిస్థితి నిరాశాజనకంగా వుందని ఆమెకి తెలుస్తూనే వుంది. భుజానికి కలకత్తా చేతిసంచి, లాల్చీ పైజమా, చిరుగెడ్డం, చెదరని నవ్వు ఆభరణాలుగా అతడు చెయ్యి వూపుతూ వెళ్ళిపోవటం ఆమెకు గోచరమవుతూనే వుంది. ఆకాశం మెట్లు ఎక్కి ఇంద్రధనస్సు రథంమీద ఏడురంగుల గుర్రాలమీద అతడు వెళ్ళిపోతూ ఆఖరిసారి పలకరించాడు.

ఆమె దృష్టి టేప్‌రికార్డర్ మీద పడింది.

ఇంతసేపూ దానిగురించి మర్చిపోయినందుకు తనని తిట్టుకుంటూ టేప్‌రికార్డర్ ఆన్ చేసింది.

మొదట చిన్న చిన్న శబ్దాలు కదిలిన తరువాత అతడి స్వరం ఆ చీకటి నిశ్శబ్దంలో ప్రకంపనాల రూపంలో సందేశాన్ని అందించింది.

* * *

"విద్యాధరీ...

ప్రతి మనిషికీ జీవితంలో ఏదో ఒక వయసులో 'చింతన' ప్రారంభమవుతుంది. ఆ ఘర్షణలో అతడు ఎంత లోతుకి వెళతాడన్నది అతడి మానసిక స్థాయిమీద ఆధారపడి వుంటుంది. పక్షి మరణం వేటగాడిని వాల్మీకిని చేసినట్టు, ప్రేమంటే ఏమిటి అన్న చింతన నన్ను అడవులకి పంపింది. ఈ చింతనకి కారణం నా చెల్లి మరణం. విషజ్వరంతో మరణించే ముందు నా చెల్లి నాకో ఉత్తరం వ్రాసింది.

పది చీమలు పక్క మీద చేరి రాత్రంతా నిద్రలేకుండా చేశాయంటే నవ్వుతాం. కానీ ఈ రోజుల తరబడి నిద్రలేక ఒక మనిషి మరణించాడంటే?

- ఆ మాత్రం చీమల్ని దులుపుకోలేకపోయాడా అన్న ప్రశ్న ఉదయిస్తుంది. కానీ ఈ చీమలు అంత సులభంగా వదిలిపోవు విద్యాధరీ. మనిషి ఆనందాన్ని పీల్చి పిప్పి చేస్తాయి. తన డాక్టర్ కొడుకు ఒక బీదమ్మాయిని ప్రేమించాడని తెలిసి, పెళ్ళికి వప్పకుంది. ఆ తల్లి - కేవలం బంధువుల మధ్య గొప్పతనం బాగా పెరుగుతుందని.

కానీ ఆ 'వేడి' తగ్గిపోగానే, ఆ కసిని నా చెల్లిమీద, మా తల్లిదండ్రుల మీదా చూపెట్టేది. చూపెట్టటం అంటే కిరసనాయిలు పోసి కాల్చటం వగైరా కాదు. మాటలు- మంటలుకన్నా వేడిగా హృదయాన్ని కాలుస్తాయి.

ఇప్పుడు ఈ ప్రసక్తంతా ఎందుకు అన్న అనుమానం నీకు కలుగవచ్చు. కానీ మన కథకీ దీనికీ చాలా సంబంధం వుంది విద్యాధరీ! నా చెల్లి వ్రాసిన ఉత్తరాన్ని యధాతథంగా చెబుతాను విను. "ఒరేయ్ అన్నయ్యా! నెల రోజుల్నుంచీ ఒకటే జ్వరం. రేపటికి ఎలా వుంటుందో తెలీదు. బాధని ఒకరికైనా చెపితే కాస్త మనశ్శాంతి.

"మా ఇల్లు చాలా గొప్ప గొప్ప వ్యక్తుల నిలయం అని నీకు తెలుసు. అందులో ముఖ్యులు మా పెద్ద బావగారు. మొన్న కాశీకి వెళ్ళినప్పుడు చెంబుతో గంగని తెచ్చి తల్లిదండ్రుల్ని కుర్చీలో కూర్చోబెట్టి ఆ జలంతో కాళ్ళు కడిగారు. అంత మహాత్ముడు. ఇక మా పెద్ద తోడికోడలు ఉత్తరాలు "…. పూజ్యులయిన అత్తగారికి, మీ ఉత్తరం అందింది. మామగారికి వంట్లో బాహోలేదని తెలిసినప్పటినుంచీ ఆయన సరిగ్గా భోజనం కూడా చేయటం లేదు. పిల్లలు కూడా తాతయ్యని ఎప్పుడు చూద్దామా అని కంగారుపడుతున్నారు. మామగారి ఆరోగ్యం బాగుపడేవరకూ శుక్రవారాలు ఉపవాసాలుంటానని లక్ష్మీదేవికి మొక్కుకున్నాను…." ఇలా వుంటాయి! పగలంతా ఇంటెడు చాకిరీతో అలసిపోయి, అప్పటికి మూడుసార్లు మాత్రలు ఇచ్చి, ఒక తెల్లవారుఝామున నాలుగోసారి మందు ఇవ్వటం మర్చిపోతే, ఆ మరుసటి రోజు పదిమంది ముందూ, "ఎలాగయినా మా పెద్దకోడలి ప్రేమ మరెవరికీ రాదండీ" అని నేను వినేట్టూ మా అత్తగారి నోటివెంట పలికిస్తాయి ఆ ఉత్తరాలు!!

అలా అని వాళ్ళు నాటకం ఆడుతున్నారని నేననను. నిజంగానే ఉపవాసాలు ఉంటారు. పండక్కి వచ్చి బాధలు చెప్పి పదివేలు తీసుకెళతారు. అదే మా మామగారు వాళ్ళ వూరికెళ్ళి మంచాన పడితే అర్ధరాత్రి లేచి మందివ్వటానికి ఆవిడకి బి.పి… ఆయనకి నడుము నొప్పి! అందుకే పూజ్యులైన మా అత్తమామలు వారింట్లో ఒకటి రెండురోజులు కంటే ఎక్కువ వుండరు… నేనెవర్నీ తప్పు పట్టటంలేదు. మనుష్యుల జీవితాల్లో లౌక్యానికీ మంచితనానికీ ఎంత దగ్గర సంబంధం వుందో చెప్పటమే నా ఉద్దేశ్యం.

వారి కుటుంబంలో రెండుచేతులా సంపాదిస్తున్నది మా ఆయనే! చిన్నతనంనుంచీ తనో గొప్ప అదృష్టజాతకురాల్నని మా అత్తగారి అభిప్రాయం. పూర్వజన్మ సుకృతంవల్లనే మేమంతా ఆవిడకి కోడళ్ళమయ్యామనే వారి నమ్మకం. నయాపైసా ఖర్చు లేకుండా డాక్టర్ భర్తని కొట్టేసిన నా అదృష్టం, తన అదృష్టం కన్నా ఎక్కువేమో అన్న అనుమానం వచ్చినప్పడల్లా 'నువ్వు మాకు ఋణపడి వున్నావు సుమా' అని ఆవిడ అన్యాపదేశంగా హెచ్చరిస్తూ వుంటుంది.

ఇక మా ఆడపడుచు? ఆ అమ్మాయికి పద్దెనిమిదేళ్ళు. అపూర్వమయిన జ్ఞానసంపదతో విలసిల్లుతున్నానని అనుక్షణం అనుకుంటూ ఉంటుంది. అక్కలు, బావలు, అన్నలు, వదినలు అందరి మనసుల్లోకి తొంగిచూసి, వారి కష్టాలకి సలహాల సిద్ధాంతీకరణలు చేసి అందరికీ దగ్గరవ్వాలనేది ఆమె లక్ష్యం! వచ్చిన ప్రతిసారీ చెల్లెలి వళ్ళో అరగంటన్నా తలపెట్టుకొని ఏడవందే పెద్దన్నగారికి తృప్తితీరదు. ప్రతివారితోనూ "నువ్వు కాబట్టి నన్ను అర్థం చేసుకున్నావ్ సుమా" అనిపించుకోవటం ఆమెకి చాలా ఇష్టం. ఇదేం మనస్తత్వమో నాకు అర్థంకాదు.

మా మూడో బావగారు మా ఇంట్లో వున్నందుకు నెలకి నాలుగు వందలు (తనకి, తన భార్యకి కలిపి) ఇస్తారు. పెళ్ళయి నాలుగు సంవత్సరాలయినా కొత్త దంపతులే. ఆయనకి స్పెషల్ కూర వండటానికే ఆవిడ గదిలోంచి వస్తుంది. వాళ్ళ కంచాలు ఎత్తటానికి కూడా నేను సిద్ధమే. కానీ మా అత్తమామలకి తాను దగ్గరై, చివరికి నా పిల్లల్ని కూడా నా నుంచి దూరం చేయటానికి ఆవిడ చేసే ప్రయత్నాలు, ఒక అంతర్జాతీయ చదరంగపు ఆటగాడు వేసే ఎత్తులకన్నా తెలివిగా వుంటాయి. నా పిల్లాడిని నేను కొట్టబోతే ఆరుచేతులు అడ్డుకుంటాయి. "పిల్లాడికి దెబ్బలు తగిలాయని సువర్ణ భోజనం చేయలేదమ్మా. రాత్రంతా ఏడుస్తూనే వుంది' ' అంటాడు ఆయన. ఈ ఇంటికి నేను అతిథినో- నాకు వీళ్ళందరూ అతిథులో ఎప్పటికీ నాకు అర్థంకాదు. నా పిల్లలు ఎలా బ్రతకాలో వీళ్ళు నిర్ణయిస్తారు. మర్రిచెట్టు ఊడలు దింపినట్టు నా గృహ సామ్రాజ్యంలోకి నలువైపుల్నుంచీ చొచ్చుకు వచ్చేశారు. నాకంటూ భర్తనీ, ఇంటినీ, పిల్లల్నీ కూడా మిగల్చటంలేదు.

మనిషి తన చేతగానితనానికి బింకంగా ఎలాంటి ముసుగు వేసుకుంటాడో చెప్పటానికి మా బంధువులే ఉదాహరణ. వాళ్ళ ఊళ్ళో వెయ్యి ఖర్చవుతుంది. రెండొందలు రైలు ఖర్చు పెట్టుకుంటే ఇక్కడ భోజనాలతో సహా ఫ్రీ!! "హస్తవాసి మంచిది" అన్న నెపంమీద వస్తారు. అత్తగారి బావమరిది చిన్నకోడలి తమ్ముడినుంచీ, మామగారి అన్నగారి పెద్దకూతురు బావగారి వరకూ అందరూ మాకు ఇప్పడు 'దగ్గిరవారే'. ఇద్దరికన్నా ఎక్కువ 'దగ్గిరవారు' అలా ఒకేసారి వస్తే

మేము మా బెడ్‌రూం ఖాళీచేసి ఇవ్వాలి. అన్నిటికన్నా చిత్రమేమిటంటే వెళుతూ వెళుతూ నాకో జాకెట్టు గుడ్డముక్కో, చీరో పెట్టి ఫీజు రుణం తీర్చేసుకున్నామని ఏ ఆత్మవంచనా లేకుండా అనుకుంటారు.

ఇలా పదిమందికి సాయపడటంవల్ల ఆయన అహం సంతృప్తి చెందుతుందేమో! అమ్మగారు అర్థరాత్రి ఆయన కన్సల్టింగ్‌రూం లోనికి వెళ్ళి "ఎంత కష్టపడుతున్నావురా నాయనా" అని జుట్టు నిమరటం ఆయనికి ప్రతిఫలమేమో!? కానీ ఎవరూ నా వైపునుంచి ఆలోచించరేం? నాకేమవసరం వుందని అనుకోరేం? ఈ దగ్గిర వాళ్ళు- ఈ బంధువులు, వీళ్ళ మొహాలమీద నవ్వులు, ఏమీ తెలియనట్లు పనులు జరిపించుకోవటాలు... ఇవన్నీ చూస్తుంటే నాకు ఎన్నోసార్లు ఆత్మహత్య చేసుకోవాలనిపించేది. అదృష్టవశాత్తు ఆ అవసరం లేకుండా వెళ్ళిపోతున్నాననుకోకు. వెళ్ళిపోయే ముందు నేను ప్రార్థించే చివరి ప్రార్థన ఏమిటో తెలుసా అన్నయ్యా?

".... భగవంతుడా! వచ్చే జన్మంటూ వుంటే నాకు ఒక చిన్న ఇల్లు ఇవ్వు. అందులో నా భర్తా, నా పిల్లలే వుండాలి. మా ఇంటికి బంధువులు ప్రేమా ఆప్యాయతలు తీసుకురావాలి. కోర్కెలతో రాకూడదు. మా అత్తా మామలకి పై అంతస్తులో ఒక గది ఇస్తాం. మా వంటిళ్ళలోకి, మనసుల్లోకి తొంగి చూడొద్దని చెప్పు. ప్రతిరోజూ మా పడగ్గదిలోనే మేము పడుకునే అవకాశం ఇవ్వు. నా పిల్లలను నేను నా ఇష్టానుసారం పెంచుకునేలా చెయ్యి.

మరింత ప్రేమ మా మధ్య నెలకొల్పు.

మాలో స్వార్థాన్ని కాస్త తగ్గించు.

ముఖ్యంగా మా అవసరాల కోసం మాలో ఉత్పన్నమయ్యే స్వార్థానికి "ప్రేమ" అని పేరు పెట్టుకోవటాన్ని మానించి తప్పించు. నా ఇల్లు నాకు మిగుల్చు.

ఇల్లంటే నలుగురు మనుష్యులు ప్రేమా ఆప్యాయతలతో బంధింపబడవలసిన నిలయమే కానీ, పదిమంది శత్రువులు తమ తమ గదుల్లో వ్యూహాలు పన్నుతూ, తప్పనిసరిగా బ్రతకవలసి వచ్చే వలయం కాదని నిరూపించు.

అదీ నా ప్రార్థన.... అంతే అన్నయ్యా నేను చెప్పదల్చుకున్నది. వెళ్లొస్తాను- అరుణ."

ఇది విద్యాధరీ! నన్ను నిలువునా కదిల్చి వేసిన ఉత్తరం. ఎంతో ఆలోచించాను. నిన్ను ప్రేమించిన తొలి రోజులవి. ప్రేమంటే ఏమిటి అన్న చింతన బయల్దేరింది. శరీరం కోసం భార్యని, వృద్ధాప్యం కోసం పిల్లల్ని, అహం సంతృప్తికోసం ప్రియురాల్ని, అవసరం కోసం భర్తనీ, రక్షణకోసం కులాన్ని, దేశాన్ని, భాషని.... ఇలా సంకుచితంగా కాకుండా ప్రేమనేది ఉండదా అని ఆలోచించాను.

పొగడ్తలు, ద్వందార్థపు మాటలు, ఆకట్టుకోవాలనే ప్రయత్నాలు, సానుభూతులూ, ఓదార్పులూ, తర్కాలూ, ఆవేశాలూ.... ఇలా ఒక్కొక్క స్టేజి దాటి క్రమంగా బయటకు వస్తే- నాకో సత్యం బోధపడింది. ఆ సత్యం ఏమిటో నీ వద్దనున్న పుస్తకపు "చివరి పేజీ"లో వుంది.

నీ దగ్గిర శెలవు తీసుకొనబోయే ముందు ఒక సలహా చెపుతాను విద్యాధరీ! ఆలోచించకు!

ఆలోచించకుండా ప్రేమిస్తేనే స్పందిస్తావు- ఆస్వాదిస్తావు.

ఆలోచించేకొద్దీ మనుష్యుల మధ్య బాంధవ్యాలు, ఎంతో సంక్లిష్టంగా కనుపిస్తాయి. హ్యూమన్ రిలేషన్స్ అన్నీ వ్యాపారబంధాలే తప్ప- అనుబంధాలు కావని తోస్తుంది. నా చెల్లెలి ఇంట్లో ప్రతీ వ్యక్తి ఒక బంధం ఏర్పర్చుకుని అవసరాలు తీరుస్తున్నారని నా చెల్లెలి వాదన. అంతకన్నా పైస్థాయికి వెళ్లి ఆలోచిస్తే, ఆమె అత్తగారికి కూడా ఏదో ఒక రీజన్ వుండి వుండకపోదు. ఎక్కడయితే శత్రుత్వం వుంటుందో అక్కడ ప్రతి మనిషీ తనకంటూ ఒక రీజన్ ఏర్పర్చుకుని వాదించటం ప్రారంభిస్తాడు.

ఎక్కడ ప్రేమ వుంటుందో అక్కడ రీజన్ వుండదు. ప్రేమ తప్ప ఇంకేమీ వుండదు. అంత ప్రేమనివ్వటం ఇష్టంలేక దేవుడు మనిషికి "రీజనింగ్" అన్న శాపాన్ని ప్రసాదించాడు. ఇదే నేను కనుక్కున్న సత్యంలో ఒక భాగం.

'నేను నీ కోసం యెదురుచూస్తాను' అన్న వాక్యంతో దీన్ని ముగించను. నా ప్రేమ స్వచ్ఛమైనదైతే నీవెందుకు నాకు! నీ జ్ఞాపకం చాలు. నాతో వుండాలనుకోవటం స్వార్థం. నా ప్రేమ ఎప్పడైతే ఈ స్వార్థాన్ని అదిగమించిందో, అది నిన్ను దాటి నీ జాతినీ, కులాన్నీ, రాష్ట్రాన్నీ, దేశాన్నీ, ప్రపంచాన్నీ దాటి విశ్వవ్యాప్తమౌతుంది. అదే విశ్వజనీయమైన ప్రేమ!!! ఆలోచించవద్దని సలహా ఇచ్చాను. ఆలోచించగలిగితే ఆ స్థాయిలో ఆలోచించమని సూచిస్తూ ముగిస్తున్నాను."

అతడి మాటలు ఆగిపోయాయి.

ఆమె అలాగే కూర్చుండిపోయింది.

ఎక్కడో దూరతీరాల మేఘాల అంచుల్లోంచి అల్లల్లా –ఆమె సుషుప్తిని ప్రభావితం చేస్తూ...కృష్ణశాస్త్రి పాటలా... ఆరుద్ర మాటలా...

మలయ మారుత మొకటి మనిషైన రీతి.
మాధుర్య రసరాశి – మనిషైన రీతి.

అతనెవరు అడవుల్లోంచి అలా నడుస్తూ వస్తున్నాడు?

అతను ప్రజలకోసం ఏం తెస్తున్నాడు?

ఎందుకు జనం అంతా అతడి రాకకోసం అలా ముకుళిత హస్తాలతో ఎదురుచూస్తున్నారు? ఎందుకు అతడి రాకకోసం భూదేవి కూడా అలా ఒద్దికగా నిలబడి వుంది? అతనెవరు? అనుదీప్ కదూ. కాదు. కానీ పోలికలు అలాగే వున్నాయి. కాదేమో?

కోటి కనులతోటి కొలను చూసింది.

కొటి గొంతులతోటి పులుగు పాడింది.

కొమ్మ కొమ్మకి కన్ను- రెమ్మ రెమ్మకి కన్ను.

కూర్చుకుని ప్రతి తరువూ చూసింది.

సకల మానవాళికోసం అతడొక సందేశం తీసుకు వస్తున్నాడు. అందరూ వినండి. ప్రేమంటే ఏమిటో అతడు చెపుతాడు. అవసరం కోసం ఉద్భవించని ప్రేమ గురించి అతడు చెపుతాడు. కన్నులు కూడా చెవులు చేసుకుని వినండి.

మనో కవాటాలు తెరవండి. చక్షువుల్ని దివిటీలు చేసుకుని చూడండి. బంధాలు తెంచుకోండి. భక్తినే రమించండి. దేవుడే ప్రియుడు. ప్రేమే నైవేద్యం. శరీరం జ్వలించే హారతి. యజ్ఞపురుషుడు సువర్ణ కలశంలో ప్రేమని నింపుకుని తీసుకొస్తాడు. అయితే ఆ దేవుడు మీకు గుళ్ళల్లో దొరకడు. అతడికోసం మీరు తలనీలాలు సమర్పించనవసరం లేదు. అతడికోసం క్యూల్లో నిలబడనవసరం లేదు! ప్రేమ ఒక యజ్ఞం అయితే, ఆ యజ్ఞానికి పరాకాష్ట రతి. అక్కడ పెదవులు కదలీ ఫలాలు, నాలుక తమలపాకు, స్థనాగ్రాలు పోకచక్కలే! కానీ నిజమైన ప్రేమకు పరాకాష్ట ఉంటుందా ఎక్కడైనా! అది నిరంతరం స్రవంతిలా సాగిపోదా? ఏ కలయికవల్లా దాని తీవ్రత తగ్గదు కదా! విశ్వ జనావళి ప్రేమలో ముంచెత్తే విశ్వజనీయమైన ప్రేమముందు- ఒకరి నొకరు ప్రేమించుకోవటం ఎంత చిన్న విషయం. దీనికి ప్రేమ అని పేరు పెట్టుకోవటం ఎంత హాస్యాస్పదం!! ఒకరు కొందర్ని మాత్రమే ప్రేమించగలగటం- ఎంత ఇరుకు ఆలోచన!

అతడి మాటలు ఇంకా ఆ గదిలో ప్రతిధ్వనిస్తున్నట్లే ఉంది. ఒక్కొక్క వాక్యం ఆమెని పదే పదే ఆలోచింప చేస్తోంది. ఆమెకు దుఃఖం వచ్చింది. ఆవేశం వచ్చింది. తనెంత మూర్ఖురాలో అర్థమైంది. ఉద్వేగం హెచ్చింది! వెళ్ళాలి. అతడి దగ్గరికి వెళ్ళాలి అని తొందరపడింది.

బాగా రాత్రయింది.

అయినా ఎవరూ తనని ఆపలేరు.

లేస్తూంటే ఆమె దృష్టి ఎదుటి పుస్తకంమీద పడింది.

థ్రిల్లర్!!!

ఒక్క ఉదుటున దాన్ని దగ్గరికి లాక్కొని చివరిపేజీ తీసింది.

తెల్లగా ఉన్న ఆఖరి కాగితం.

చేతివేళ్ళు వణుకుతూ వుండగా పెన్‌కాప్ తీసి, ఉద్విగ్నతతో దానిమీద వ్రాయటం ప్రారంభించింది.

ఐ లవ్ యూ అనుదీ....

పాము కాటు వేసినట్లు ఆమె కలం ఆగిపోయింది! 'అనుదీ...' అన్న అక్షరాల్నుంచీ ఇంకు ఎర్రగా మారింది.

అంటే ....

అంటే ....

....

ఆమె చేతిలో పుస్తకం అలాగేవుంది.

గాలిలా ఆ గదిలోంచి బయటకు పరుగెడ్తూంది. గదికి తాళం కూడా వేయలేదు. అయిదు నిముషాల్లో ఆస్పత్రి చేరుకున్నది.

ఎమర్జెన్సీ వార్డులో పదోనెంబరు పడకవద్దకు పరుగెత్తింది. ఆ పక్కమీద ఎవరో స్త్రీ వున్నది. అనుదీప్ కాదు.

"ఇంతరాత్రి లోపలికి ఎలా వచ్చారు?" అని అడుగుతూన్న నర్స్ మాటలకి సమాధానం ఇవ్వకుండా "... ఇక్కడి పేషెంట్?" అంది.

అదే సమయానికి స్ట్రెచర్ బయటకు వస్తూవుంది. వెనుకే రవిశాస్త్రి నడుస్తూ వస్తున్నాడు. స్ట్రెచర్‌పై తెల్లటి గుడ్డ కప్పివున్నది. ఆమె మనసేదో కీడు శంకించింది.

ఒక్క ఉదుటున దగ్గిరకి వెళ్ళి గుడ్డ తొలగించింది. అనుదీప్...! మృత శరీరం...!! ఆప్పుడామె పెట్టినకేక ఆకాశాన్ని కదిల్చింది. భూమిని ఆపింది. అతడి వదనాన్ని చేతుల మధ్యకు తీసుకుంది. ఆమె కన్నీటి పొరల మధ్య అతడి మొహం అస్పష్టంగా కనిపిస్తోంది. రవిశాస్త్రి చెపుతున్నాడు-

"ఆపరేషన్ అయినప్పుడే డాక్టర్ అనుమానం వెలిబుచ్చాడు. కానీ ఎక్కడో నమ్మకం.. అనుదీప్‌కి ఏమీకాదనీ... ఏ దుష్టశక్తి అతడి ప్రాణాలు తీయలేదనీ.... కానీ..."

ఆమె వినటంలేదు. అనుదీప్‌కి వదనాన్నే చూస్తోంది. అకస్మాత్తుగా ఆమెలో దుఖం ఎవరో తీసేసినట్టు ఒక్కక్షణంలో మాయమైంది.

అలల అడుగున చేపలు కదిలినట్టు మనసులోని ఆలోచన్లు ...నిజంగానే నా ప్రేమలో నిజాయితే వుంటే.... తీవ్రత వుంటే.... కదలదా కైలాసగిరి?

ఆమె అతడి కనురెప్పల్ని చూస్తోంది. రెప్ప సందుల్లోంచి నిస్తేజమైన కళ్ళు... ఒకప్పుడు ప్రేమని పంచిన కళ్ళు... వాటినే చూస్తోంది. పూర్ణకలశంతో ఆకాశంనుంచి ఎవరో ప్రేమని ఒలకపోస్తున్నభావం!

తపస్సు మనిషిని ఋషిని చేస్తే....

భగవంతుడు ఇచ్చేది వరమైతే...

ఆ వరం వల్ల మనిషి దేన్నైనా సాధించగలగే శక్తి సంపన్నుడు కాగలిగితే...!

ఓ భగవంతుడా!

నా ప్రేమకీ తపస్సుకున్నంత శక్తి వుంది.

నాకోసం మరణించిన ఇతడికి ఆ వరం నేను ఇస్తున్నాను. ఆ వరం... మేఘం నుంచి జారిన వర్షపు చుక్క అతడి పెదవుల పగడపు రేకుల మధ్య పడి... ముత్యమై...ముత్యమంత ముద్దై...

ఆమె వంగింది.

ప్రేమ...

అమరార్చిత పదయుగము- అభయ ప్రదకరయుగము.

ప్రేమ...

దానజపాగ్నిహోత్రుడు, భవత్పదాంబుజ ధ్యానరతుండూ అయిన ప్రవరుని శక్తి కన్న మిన్న.

ఆ ప్రేమని నా పెదవుల దోసిలిపట్టి, నీ కిస్తున్నాను మిత్రమా! ఈ అమృతం నిన్నుబ్రతికిస్తున్నది. బ్రతికిస్తున్న... బ్రతి...

మృతదేహంపైకి వంగి, అనుదీప్ పెదవుల్ని ముద్దాడబోతున్న ఆమెని ఆశ్చర్యంగా చూస్తున్నాడు. ఇన్‌స్పెక్టర్ రవిశాస్త్రి. అతడి ఆశ్చర్యానికి కారణం ఆమె ప్రవర్తన! ఆమె దుఃఖించటంలేదు. విచారం లేదు. అదీ అతడి విస్మయానికి కారణం. అంతలో అతడికి అనుదీప్ చెయ్యి కదిలినట్టు అనిపించింది.

అతడు స్థబ్దుడయ్యాడు. చూస్తున్నది కలా? తిరిగి అయోమయంగా చూసాడు. లేదు. తనది భ్రమ! అనుదీప్ మృతశరీరం అచేతనంగా అలాగే వున్నది. కానీ.... కానీ...

ఆమె నుంచి వెలువడుతూన్న ఒక కాంతి కిరణం అతడిని చుట్టు ముడుతున్నట్టు... ఒక వలయంలా...

అ....ను...దీ...ప్

బ్రతుకుతున్నాడా?

కదులుతున్నాడా?

ఇంపాజిబుల్... అయిదు నిముషాలక్రితం మరణించిన వాడు ఎలా బ్రతుకుతాడు?

అస్పష్టమైన అయోమయపు భావాల్తో రవిశాస్త్రి అలా కొట్టుమిట్టులాడుతున్న సమయంలో ఆస్పత్రి ముందు ఒక వాహనం ఆగింది. అందులోంచి ఒక లాల్చీ, పైజామా వ్యక్తి దిగి లోపలికి ప్రవేశించాడు.

రవిశాస్త్రి దగ్గిరగా వచ్చాడు.

విద్యాధరి అనుదీప్ శరీరం దగ్గిరకు వెళ్తూండగా నేలపై పడిపోయిన పుస్తకాన్ని వంగితీసుకుని వెనుదిరిగాడు. ఆ శబ్దానికి ఆలోచనలల్లనుంచి తేరుకున్న రవిశాస్త్రి చప్పున "ఏయ్! ఎవరు మీరు? ఆ పుస్తకం మీరు తీసుకువెళ్తున్నారేమిటి?" అని గదించాడు.

ఆ వ్యక్తి చిరునవ్వుతో, "ఈ పుస్తకం నాదే" అన్నాడు.

"మీదా?"

"అవును. ఆఖరి పేజీ పూర్తిచెయ్యాల్సిన బాధ్యత నామీద వున్నది కదా!"

"ఆఖరి పేజీనా? ఏం పూర్తిచేస్తారు?"

"అనుదీప్ బ్రతుకుతాడో లేదో"

రవిశాస్త్రి అవాక్కయి చూస్తూండగా ఆ వ్యక్తి ఆస్పత్రి బయటకు నడిచాడు.

అతడు తన వాహనంలో కూర్చుని, పబ్లిషర్ ఆఫీసుకి బయల్దేరాడు. అతడి పక్క సీట్లో ఆ థ్రిల్లర్ పుస్తకం కాగితాలు గాలికి రెపరెపలాడుతున్నాయి. చివర్లో ఆఖరి పేజీ... ఖాళీగా...

దాన్ని పూర్తిచెయ్యాల్సింది ఆ వ్యక్తే!

ఆ వ్యక్తిని నేనే.

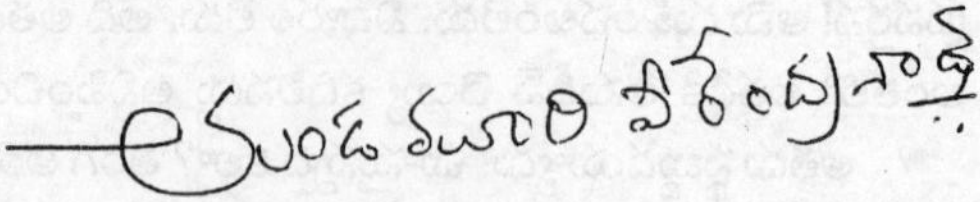

చివరిగా ఒక్కమాట!

ప్రతీ రచయితా ఎక్కడో ఒకచోట నుంచి స్ఫూర్తి పొందుతాడు. ప్రకృతి, ఒక సాయంత్రం, ఒక పుస్తకం, ఒక సంఘటన, ఒక వ్యక్తి ... ఇలాటివేమైనా ఆ స్ఫూర్తికి కారణం కావచ్చు. కాబోయే రచయితలు తమ నవలలు ప్లాన్ చేసుకోవటానికి ఇలాటి చివరిమాటలు ఉపయోగపడతాయని నా ఉద్దేశ్యం. "జయభారత జనయిత్రీ" అన్న దేవులపల్లి పాట "రాక్షసుడు" నవలకి ప్రేరణ అని, ఆ పుస్తకంలో కూడా వ్రాశాను. అయితే అందులో ఒక చిక్కుంది. ఇలా చివరిమాటలు వ్రాయొద్దని తణుకునుంచి ఒక అభిమాని ఉత్తరం వ్రాశాడు. "వీరేంద్రనాథ్. ఈసారి తెలుగులో వ్రాసినదాన్నే కాపీ కొట్టాడట. దేవులపల్లి అనే ఆయన వ్రాసిన నవలని తిరగ వ్రాశడట–" అని ఎవరో ప్రచారం చేయటం దీనికి కారణం చాలా ఇరిటేషన్ కలిగింది. అయనెస్కో వ్రాసిన "దున్నపోతులు" అన్న అబ్సర్డ్ నాటకం గుర్తొచ్చింది. "అబ్సరిడిటీ" గురించిన అంకురం మనసులో అప్పుడు పడి వుండొచ్చు బహుశా.

* * *

చాలా ఇళ్ళల్లో, ముఖ్యంగా పెద్ద కుటుంబాలున్న ఇళ్ళల్లో ఇంటెడు చాకిరీ ఒకరిమీదే పడుతుంది. మిగతావాళ్ళు పై ఎత్తున నుండి పైపై పనులు చేస్తూ వుంటారు. అది ముసలి అత్తగారు కావచ్చు, చిన్నకోడలు కావచ్చు, విధవరాలైన ఆడబడుచు కావచ్చు. జాగ్రత్తగా గమనిస్తే వాళ్ళ కళ్ళల్లో అలసటకన్నా– గుర్తింపు లేకపోవటంవల్ల వచ్చిన విషాదం ఎక్కువ కనపడుతుంది. నా చెల్లెలులాంటి అమ్మాయి చాలాకాలంగా ఈ విధంగా బాధపడటం నేను చూశాను. కుటుంబాల్లో, పైకి కనపడని వ్యాపార సంబంధాలమీద ఒక నవల వ్రాయాలని ఎప్పట్నుంచో ఒక

పాత్రని సృష్టించాను. నవల ఫ్లోకి ఇది అడ్డు పడవచ్చు. కానీ దాన్ని తొలగించటానికి నేను ఒప్పుకోలేదు. నా ఉద్దేశ్యంలో ఈ నవలకి వెన్నెముక ఆ ఉత్తరమే. నాతో ఎందరు ఏకీభవిస్తారో మీరే చెప్పాలి.

* * *

చాలాకాలం క్రితం ఒక ఉత్తరం వచ్చింది. అడ్రసు లేదు.

VIRENJI,

I am in love with a guy ..... No, I was ....

....

A friend is one, in whose presence,

You can kick off your shoes

let your hair go

Where you can relax, confess, laugh, weep and sneeze, who can bear the worst you.

మా స్నేహం మొదలై ఎన్ని రోజులయినా అలాటి పరిస్థితి నాకు రావటం లేదు. I am leaving him, and going insearch of clarifications ....

.... I dont know why I am writing this letter to you, surely not expecting a letter (as I am not giving my address) but to share the new born through. ఇలా సాగింది ఆ ఉత్తరం. అప్పటికే మరణమృదంగంలో ఇలాటి డిల్యూజన్స్ గురించి వ్రాసి వున్నాను కాబట్టి, ఈ అమ్మాయి కాన్ఫ్లిక్ట్ కొత్తగా అనిపించలేదు... కానీ, ఏదో తెలియని ఇబ్బంది.... అర్థం చేసుకోలేకపోవటం గురించి.

* * *

ఆ రాత్రి సరిగా నిద్రపట్టక "Complete works of Swamy Vivekananda" చదవటం ప్రారంభించాను. అందులో కొన్ని పేరాగ్రాఫ్‌లు నన్ను ఆకర్షించాయి.

Doctrine of love is declared in VEDAS ..... Real love makes us unattched.... True love can never react so as to cause pain either to the lover or to the beloved,

అరుణ పాత్రకి అనాలిసిస్, పై పేర్కొన్న అమ్మాయి వ్రాసిన వుత్తరానికి సమాధానం నాకు ఆ రాత్రి లభించింది. తెలుగులో మొట్టమొదటి అసంగత

నవలకి శ్రీకారం ఆ విధంగా అర్ధరాత్రి ఒంటిగంటకు చుట్టబడింది. ఆ నవలే ఇప్పుడు మీరు చదివిన థ్రిల్లర్.

థ్రిల్లర్ తాలూకు చివరిపేజీ వ్రాయవలసిన బాధ్యత నా మీద ఉన్నది కాబట్టి ఆ రాత్రి నేను చదివిన దాన్ని, తెలుగులోకి అనువదించి మీ నుంచి శలవు తీసుకుంటాను.

"ప్రేమ తాలూకు స్వరూపం వేదాల్లో వివరించబడింది. నిజమైన ప్రేమ మనిషిని బంధనాల నుంచి విడగొడుతుంది. ప్రేమలో బాధకి చోటులేదు. నువ్వేమీ ఆశించకపోతే నీకు బాధ ఎందుకు? .... భార్యనీ పిల్లల్నీ ప్రేమించడంలో స్వార్థం లేదు. భౌతికమయిన దగ్గరితనం కావాలనుకోవటమే బాధకి నాంది. అందులో స్వార్థం వున్నది. కాబట్టి - వేల వేల మైళ్ళదూరంలో వున్నా ప్రేమని ప్రేమించేవారు బాధపడరు. వారు ఏమీ ఆశించరు. ప్రేమలో ఇవ్వటమే తప్ప తీసుకొనేది ఏమీ లేదు.

ఒక స్త్రీని ఒక వ్యక్తి ప్రేమిస్తే. ఆమె తన దగ్గిరే వుండాలని, తను ఆమె స్వంతమనీ, అందువల్ల ఆమె తనకు స్వంతం అయివుండాలని అనుకుంటూ, ఆమె చుట్టూ బంధనాలు కల్గిస్తాడు. అది ప్రేమ ఎలా అవుతుంది.? ఒక మనిషిని శృంఖలాలతో బంధించి నీకు బానిసగా చేసుకుని నీ అభిరుచుల కనుగుణంగా నడవమన్నప్పుడు, ఆ మనిషి నిజంగా స్వేచ్ఛాజీవి అయితే, నిన్ను ప్రేమించడు. ద్వేషిస్తాడు. అలాంటి సత్యాన్ని నువ్వు గ్రహించినప్పుడు నీకు నీ ప్రియుడుతోగానీ, ప్రియురాలితోగానీ పనిలేదు. అప్పుడు నీ ప్రేమ బంధనాలు తెంచుకుని విశ్వవ్యాప్తమవుతుంది. నీలో సంతోషమే తప్ప బాధ ప్రసక్తే రాదు. (స్వామి వివేకానంద)

* * *

అనుదీప్ పాత్ర చెప్పేది అదే. ఎందరో మహానుభావులు. అర్థంచేసుకున్న వారందరికీ వందనాలు.

— యండమూరి వీరేంద్రనాథ్

మీ అభిమాన రచయిత
యండమూరి వీరేంద్రనాథ్ రచనలు

నాన్ ఫిక్షన్

1. పిల్లల పెంపకం ఒక కళ
2. సమస్యలు – పరిష్కారాలు
3. వెలుగు వెన్నెల దీపాలు
4. ప్రేమ ఒక కళ
5. లోయ నుంచి శిఖరానికి
6. బేతాళ ప్రశ్నలు
7. ఇద్ది–ఆర్కిడ్–ఆకాశం
8. తప్పు చేద్దాం రండి!
9. విజయానికి ఆరోమెట్టు
10. విజయ రహస్యాలు
11. చదువు – ఏకాగ్రత
12. మైండ్ పవర్ నెం. 1 అవడం ఎలా?
13. విజయానికి ఐదు మెట్లు
14. విజయంలో భాగస్వామ్యం
15. విజయంవైపు పయనం
16. మీరు మంచి అమ్మాయి కాదు
17. మిమ్మల్ని మీరు గెలవగలరు
18. మిమ్మల్ని మీ పిల్లలు ప్రేమించాలంటే?
19. గ్రాఫాలజీ
20. పాపులర్ రచనలు చేయడం ఎలా?
21. మంచి ముత్యాలు (Quotations)
22. పిల్లల పేర్ల ప్రపంచం
23. పడమటి కోయిల పల్లవి (Poetry)
24. మంచు పూల వర్షం (సుభాషితాలు)
25. నేనే నీ ఆయుధం

ఫిక్షన్

26. నిశ్శబ్ద విన్నోటనం
27. దిండు క్రింద నల్లత్రాచు
28. డేగ రెక్కల చప్పుడు
29. వీళ్ళని ఏం చేద్దాం?
30. రెండు గుండెల చప్పుడు
31. ఒక వర్షాకాలపు సాయంత్రం
32. సిగ్గేస్తొంది
33. అంకితం
34. మరో హిరోషిమా
35. ప్రేమ
36. అనైతికం
37. ధ్యేయం
38. ది డైరీ ఆఫ్ మిసెస్ శారద
39. ప్రియురాలు పిలిచె
40. వెన్నెల్లో ఆడపిల్ల
41. మంచుపర్వతం
42. భార్యా గుణవతి శత్రు
43. నల్లంచు తెల్లచీర
44. స్వర్గభూతాళం
45. సంపూర్ణ ప్రేమాయణం
46. కాసనోవా 99
47. అంతర్ముఖం
48. డబ్బు మైనస్ డబ్బు
49. స్టూవర్ పురం పోలీస్ స్టేషన్
50. చీకట్లో సూర్యుడు
51. డబ్బు టు ది పవరాఫ్ డబ్బు
52. ఆనందో బ్రహ్మ
53. అపరాధ వక్ర
54. చెంగల్వ పూదండ
55. దుప్పట్లో మిన్నాగు
56. యుగాంతం
57. బుకి
58. నిశ్శబ్దం – నీకూ నాకూ మధ్య
59. తులసిదళం
60. తులసి
61. అతడే ఆమె సైన్యం
62. 13–14–15
63. అతడు ఆమె ప్రియుడు
64. లేడీస్ హాస్టల్
65. అగ్ని ప్రవేశం
66. రుద్రనేత్ర
67. రాక్షసుడు
68. ఆఖరిపోరాటం
69. మరణ మృదంగం
70. ప్రార్థన
71. అభిలాష
72. రక్తసిందూరం
73. థ్రిల్లర్
74. వెన్నెల్లో గోదారి
75. పరుషశాల
76. ఒకరాధ ఇద్దరు కృష్ణులు
77. బెస్ట్ ఆఫ్ వీరేంద్రనాథ్ (కథలు)
78. రాధ–కుంతి   "
79. క్షమించు సుప్రియా!   "

ఇంగ్లీషు

80. Developing Right Brain
81. Secret of Success
82. The Art of Studying
83. Five Steps to Success